बुद्धिबळाचा श्रीगणेशा

व

सुरुवातीच्या चालींच्या दिशा

ना. रा. वडनप
बी.एस्सी.(ऑनर्स)

मेहता पब्लिशिंग हाऊस

Mehta Publishing House Pvt. Ltd., Pune 411030.
✆ +91 020-24476924 / 24460313 / Mob. No. 9545000513
Email : production@mehtapublishinghouse.com
Website : www.mehtapublishinghouse.com

- *या पुस्तकातील लेखकाची मते, घटना, वर्णने ही त्या लेखकाची असून त्याच्याशी प्रकाशक सहमत असतीलच असे नाही.*

BUDDHIBALACHA SHREEGANESHA by N. R. VADNAP
बुद्धिबळाचा श्रीगणेशा : ना. रा. वडनप / मार्गदर्शनपर
Email : author@mehtapublishinghouse.com

संस्थापक : सुनील अनिल मेहता
प्रकाशक : मेहता पब्लिशिंग हाऊस प्रा. लि.,
१९४१, सदाशिव पेठ, माडीवाले कॉलनी, पुणे ३०.
मुद्रक : ट्रिनिटी अ‍ॅकॅडमी फॉर कॉर्पोरेट ट्रेनिंग लिमिटेड
मुखपृष्ठ : शैलेश मांडरे
प्रकाशनकाल : ऑक्टोबर, २००४ / जानेवारी, २००७ /
जानेवारी, २०११ / फेब्रुवारी, २०१५ /
पुनर्मुद्रण : फेब्रुवारी, २०२५
किंमत : ₹ २८०
P Book ISBN 9788177663853
E Book ISBN 9788184986594
E Books available on : amazonkindle Apple Books Google Play Books

---

आमचे
नातू **चि. सोहम**
आणि नात **चि. गार्गी**
यांस सप्रेम

Buddhibalacha Shreeganesha, N. R. Vadnap

बुद्धिबळाचा श्रीगणेशा : ना. रा. वडनप, पट-बुद्धिबळ दलांची पटावरील मांडणी, खेळी लेखन, चतुरंग दलांच्या चाली, गती, पल्ला, हत्तींची चाल, गती, पल्ला, उंटाची चाल, गती पल्ला भेंड्यांचा खेळ, प्राचीन चतुरंग खेळ, वजीराची चाल, गती, पल्ला, इतिहासकालीन चतुरंग-शतरंज, वजीराची चाल, गती, पल्ला, उदयवर्माच्या राजाची गोष्ट, घोड्याची चाल, गती, पल्ला, प्यादे – चाल, गती, पल्ला, प्राचीन चतुरंगावरील बंधने, प्याद्याचा-फर्जंद (वजीर) (चाल), प्राचीन चतुरंगाचे विधायक बदल, हत्ती विरुद्ध प्यादे, उंटाची पटावर लढाई, आंध्रप्रदेशातील शंकरप्पाचे (चतुरंग) चातुर्य, शंकरप्पाच्या गोष्टीतील गणिती (भाग) गोष्ट, वजीराची संयुक्त चालीची मारामारी, थोरले माधवराव पेशव्यांची (चतुरंग) चातुर्य गोष्ट, राजाचा किल्लेकोट, थोरले माधवराव पेशव्यांच्या गोष्टीचा शेवट, बुद्धिबळ राजाला शह व राजावर मात, मूर्खाची मात उदाहरणे, सुरुवातीच्या चालीतील फायदे-तोटे, बरोबरीचे डाव व त्याचे फायदे-तोटे, कुशल बुद्धिबळपटू मीर सुलतानखान, स्थितिवाचक लाभाचा फायदा, कराटे फेम-बुद्धिबळपटू-इमोचा सिंगाची गोष्ट, कुंठित डाव – बरोबरी – परिस्थितीनुरूप प्याद्याची बढती, प्याद्याची वाटमारी व उदाहरणे, विविध बुद्धिबळ दलांचे गुणावगुण, अमेरिकेचा कुशल बुद्धिबळपटू पॉल मार्फीचा बोलका डाव, बुद्धिबळ खेळाच्या (संवादविरहित) पुढच्या प्रगतीविषयी सूतोवाच, खेळी नोंदविताना बुद्धिबळ दलांची बैजिक पद्धतीमध्ये, संक्षिप्त नावे व निरनिराळ्या बुद्धिबळ दलांची तौलनिक मूल्ये मारामारीचे तंत्र, डाव सुरुवातीच्या चालींतून कोणते मुख्य हेतू साधावयाचे असतात, पटावरील केंद्र स्थाने (घरे) व त्यांचे महत्त्व, सुरुवातीच्या चालींचे प्रकार व त्यातील खास, गटांतील सुरुवातीच्या चालींची आकृत्यांसह, सटीप माहिती, अंतिम पर्व, डाव समाप्तीच्या निरनिराळ्या प्रकारांची यादी आणि तत्संबंधी इतर गोष्टींची माहिती, विभाग १, विभाग २, सर्वसाधारण शेवट सक्तीने मात कशी करावयाची असते त्याचे तंत्र आणि मंत्र कुंठित डाव

प्रस्तावना

बुद्धी श्रेष्ठ की बळ या सनातन वादात नेहमी विजय झाला आहे तो बुद्धीचाच! बुद्धिबळाचा खेळ हा त्या विजयाचेच एक प्रतीक आहे. पटावरची ही लुटुपुटीची लढाई खेळताना ती मोहरी मग जिवंत होऊन उठतात आणि बुद्धीचा कस लावत आपण ही लढाई जिंकण्याचा प्रयत्न करतो.

तसे पाहायला गेले तर बुद्धिबळाच्या या खेळाचे एकूणच मानवी आयुष्याशी साम्य आहे. आपल्या आयुष्यात जसे बालपण, तारुण्य आणि वृद्धत्व अशा तीन अवस्था असतात तसेच बुद्धिबळाच्या डावात आरंभ, मध्य आणि अंत अशा तीन अवस्था येतात. तुमचे बालपण चांगल्या संस्कारात गेले असेल तर त्या भक्कम पायावर तुमच्या जीवनाचा डोलारा चांगल्या प्रकारे उभा राहू शकतो. त्याचप्रमाणे बुद्धिबळात तुमच्या आरंभ-खेळ्या (openings) व्यवस्थित असल्या तरच तुमचा डाव नीट टिकू शकेल. आयुष्यात तारुण्याच्या काळात भलत्या मार्गाला वाहावत न जाता तुम्हाला तुमचे ध्येय ठरवावे लागते. बुद्धिबळाच्या मध्य-पर्वात तुम्हाला चुका (Blunders) न करता डावाचे उत्कृष्ट नियोजन करून फायदा करून घ्यावा लागतो व अंतिम-पर्वाकडे (म्हणजेच वृद्धावस्थेकडे) वाटचाल करावी लागते.

अर्थातच हे एखाद्याला सहजासहजी जमणे अवघड असते. मनाची एकाग्रता, नियोजनशक्ती, अडचणीतून मार्ग काढण्याची क्षमता, इ. हे जीवनात आवश्यक असणारे गुण बुद्धिबळाच्या व्यासंगामुळे शक्य होतात. हा व्यासंग चालू ठेवावयाचा अगर वाढवायचा असल्यास त्याला 'बुद्धिबळाचा श्रीगणेशा व सुरुवातीच्या चालींच्या दिशा' अशासारख्या पुस्तकांची नक्कीच मदत होईल.

आजकाल आपण पाहातोच की शहरातील मुलांना विविध संधी उपलब्ध असतात, परंतु आपले ग्रामीण बांधवही या बुद्धीच्या बाबतीत मुळीच मागे नाहीत. ग्रामीण भागातील अशा मुलांना आपली बुद्धी अधिक लखलखीत करण्यासाठी या पुस्तकाचा बराच उपयोग होईल अशी मला आशा आहे.

श्री. ना. रा. वडनप हे या खेळावरचे एक जुने आणि जाणते अधिकारी

आहेत. एखाद्या आजोबाने आपल्या नातवाला एखादी गोष्ट सांगावी इतक्या सहजतेने बुद्धिबळाच्या खेळाचे तंत्र आणि मंत्र ते आपल्याला समजावून सांगतात.

बुद्धिबळाच्या खेळाची गोडी नसणाऱ्या एखाद्या मुलालाही या पुस्तकाच्या वाचनाने हा खेळ आवडू लागेल असे मला वाटते.

तसेच हे पुस्तक प्रामुख्याने ग्रामीण भागातील खेळाडूंना उत्कृष्ठ मार्गदर्शक ठरेल व महाराष्ट्रातील खेळाडूंना बुद्धिबळ खेळात राष्ट्रीय व आंतरराष्ट्रीय मार्गावर आणून सोडण्यास मदत करील!

अभिजीत प्र. कुंटे
ग्रँडमास्टर

मनोगत

जागतिक बुद्धिबळ विश्वविजेतेपद जिंकणारे बहुतेक बुद्धिबळपटू वयाच्या चवथ्या, पाचव्या वर्षी बुद्धिबळ खेळ शिकलेत. उदा. विश्वविजेते : अनातोली कार्पोव्ह वयाच्या चवथ्या वर्षी शिकला; गॅरी कास्पारोव्ह वयाच्या पाचव्या वर्षी शिकला, बोरीस स्वास्की वयाच्या पाचव्या वर्षी शिकला आणि स्वतःहून एकलव्यासारखे शिकून, त्यांनी या बुद्धिबळ खेळावर प्रभुत्व मिळवून अंती विश्वविजेतेपद मिळविले. याचे एक ढळढळीत उदाहरण आहे, अमेरिकेच्या बॉबी फिशरचे. बॉबी फिशर वयाच्या सहाव्या वर्षी बुद्धिबळ खेळ शिकला. हा खेळ स्वतःहूनच एकलव्यासारखा शिकून तो या खेळात वाकबगार झाला. (पुढे तो ब्रुकलीनमधील क्लबात खेळू लागला व आपल्यापेक्षा मोठ्या असणाऱ्या कसलेल्या बुद्धिबळपटूंना सहज हरवू लागला.)

वयाच्या बाराव्या वर्षी त्याने रशियन भाषेचे आवश्यक ते ज्ञान संपादन केले आणि रशियन भाषेतून प्रकाशित होणारी बुद्धिबळ खेळावरील मासिके, पुस्तके वाचू लागला. या खेळावरील रशियन लोकांचे प्रभुत्व पाहून त्याने त्यांचेहून वरचढ होण्याचा दृढ निश्चय केला आणि बॉबी फिशरने वयाच्या २९ व्या वर्षी आव्हान देऊन बोरीस स्वास्कीपासून, विश्वविजेतेपद जिंकून घेतले. आणि वयाच्या बाराव्या वर्षापासून उराशी बाळगलेले आपले स्वप्न साकार केले.

बुद्धिबळ खेळ वयाच्या चवथ्या-पाचव्या वर्षी शिकून, त्या खेळात तरबेज होऊन जागतिक विक्रम वयाच्या लहानपणी मिळविणाऱ्या भारतीय बुद्धिबळपटूंची माहिती थोडक्यात पुढे देतो.

११ डिसेंबर १९६९ मध्ये जन्मलेल्या विश्वनाथन आनंदने १६ वर्षाखालील सब. ज्युनियर चँपियनशिप व १९ वर्षाखालील ज्यूनियर चॅम्पियनशिप १९८३ मध्ये मिळविली तर आशियाई ज्युनियर चॅम्पियनशिप (१९८५-१९८७) लागोपाठ तीन वेळा जिंकण्याचा पराक्रम केला व १९८५ मध्येच इंटरनॅशनल मास्टरचा किताब मिळविला व डिसेंबर १९८७ मध्ये ग्रँडमास्टरपद (ग्रँ. मा.) १८ व्या वर्षी मिळवून लहान वयात ग्रँ. मा. पद मिळविण्याचा विक्रम केला. तेव्हा

भारतामध्ये बुद्धिबळ खेळाची प्रचंड लाट उसळली.

१९८६ मध्ये जन्मलेल्या गुंटूरच्या पेंटाला हरिकृष्णनने वयाच्या केवळ तेराव्या वर्षी इंटरनॅशनल मास्टर (इं. मा.) पद मिळवून हरी सर्वात लहान वयात भारताचा इंटरनॅशनल मास्टर झाला, तर वयाच्या १५ व्या वर्षी लागोपाठच्या तीन स्पर्धात तीन ग्रँ. मा. मिळविण्याचा पराक्रम करून तो वयाच्या पंधराव्या वर्षी ग्रँड मास्टर झाला.

१९८७ मध्ये जन्मलेल्या विजयवाडाच्या कोनेरू हंपीने, १९९७ मध्ये वयाच्या केवळ दहाव्या वर्षी जागतिक दहा वर्षाखालील स्पर्धा जिंकली. आशियातील सर्वात लहान वयाची आंतरराष्ट्रीय महिला मास्टर होण्याचा पराक्रम तिने बाराव्या वर्षी केला. तिने ब्रिटिश बुद्धिबळ स्पर्धेतील महिलांचे विजेतपद तेराव्या वर्षीच जिंकले. तर वयाच्या केवळ चौदाव्या वर्षी महिला ग्रँडमास्टरपद मिळवून, तिने सर्वात कमी वयात महिला ग्रँडमास्टर होण्याचा आशियाई विक्रमही केला.

जागतिक विश्वविजेतेपद सतत युरोप, रशियामध्ये राखण्याच्या मक्तेदारीला आव्हान देऊन, डिसेंबर २००० मध्ये विश्वनाथन आनंदने जागतिक विश्वविजेतेपद जिद्दीने मिळविले. पेंटाला हरीकृष्णनने वयाच्या पंधराव्या वर्षी ग्रँडमास्टरपद मिळवून भारताचा सर्वात लहानवयीन ग्रँडमास्टर बनण्याचा पराक्रम केला.

विविध वयोगटाच्या चार जागतिक स्पर्धातील विजेतेपद आणि त्याच्या जोडीला आशियाई १२ वर्षाखालील मुलींचे विजेतपद व सर्वात लहान वयीन चौदाव्या वर्षी महिला ग्रँडमास्टर किताब मिळविण्याचा आगळा पराक्रम करणारी कोनेरू हंपी ही पहिलीच महिला खेळाडू आहे. अशा रीतीने त्यांनी भारतीय बुद्धिबळाच्या यशाचा चढता आलेख कायम राखला आहे.

विश्वनाथन आनंद यांनी पी. हरिकृष्णन व कोनेरू हंपी हे भावी जागतिक विश्वविजेतेपद जिंकणारे भारतीय बुद्धिबळपटू आहेत असा दिलासा दिला.

काही महिन्यांपूर्वी भारतीय बुद्धिबळ महासंघाचे सचिव पी. टी. उमर काया यांनी आगामी तीन-चार वर्षांत भारतात निदान २५ ग्रँडमास्टर असतील अशी ग्वाही दिली.

आपल्या भारताचा आघाडीचा ग्रँड मास्टर विश्वनाथन आनंद वयाच्या सहाव्या वर्षी हा खेळ शिकला आणि आता तो जागतिक मानांकन क्रमवारीत तिसऱ्या क्रमांकावरती आहे. तेव्हा 'कॅच देम यंग' याला अनुसरून बऱ्याच वाचकांनी, बुद्धिबळाचा खेळ ४-५ वर्षांच्या मुलामुलींनाही सहज शिकवता येईल असे पुस्तक लिहा असा खास आग्रह धरला. तेव्हा "बुद्धिबळाचा श्रीगणेशा" चे पहिले पाठ अत्यंत सोप्या व सहज रीतीने समजेल असे लिखाण, सटीप आकृत्यांसह, संवादरुपाने त्याला अनुसरून एक एक गोष्टही लिहिली व आनंद

मासिकाच्या संपादिका सौ. मीनाताई दीक्षित यांना हे लिखाण दाखविले. त्यांना ते पाठ पसंत पडले व त्यांनी ते (लिखाण) नोव्हेंबर-डिसेंबर १९९३ च्या दिवाळी अंकापासून छापण्यास सुरुवात केली व पुढेही दर महिन्याच्या आनंद मासिकात डिसेंबर १९९५ पर्यंत येत राहिले. उत्सुक वाचकांनी हे सारे पुस्तक रुपाने प्रसिद्ध करण्याचा खास आग्रह केला. हे आनंद मासिकाच्या संपादिका सौ. मीनाताई दीक्षित यांच्या निदर्शनास आणले. त्यांनी त्याला खुशीने संमती दिली, त्याबद्दल मी त्यांचा अत्यंत ऋणी आहे.

दरम्यान काही बुद्धिबळप्रेमींना "बुद्धिबळाचा श्रीगणेशा" लिखाण दाखविले तेव्हा त्यांनी, तसेच बाहेरगावच्या काही बुद्धिबळप्रेमी लोकांनी मला खास भेटून, बुद्धिबळ खेळाचा पाया सुरुवातीच्या चालींवर उभारला जातो. तेव्हा पाया भक्कम तर त्यावरील इमारतही भक्कम याला अनुसरून बुद्धिबळ खेळाच्या सुरुवातीच्या विविध चाली प्रकारांबद्दल व तसेच डावांच्या शेवटील चालींबद्दल लिहिण्याविषयी खास आग्रह केला.

तेव्हा बुद्धिबळ प्रेमी लोकांच्या खास आग्रहाखातर **"बुद्धिबळाचा श्रीगणेशा व सुरुवातीच्या चालींच्या दिशा"** हे पुस्तक दोन भागांमध्ये लिहून काढले. **पहिल्या भागात :** बुद्धिबळाच्या श्रीगणेशाचे पाठ संवादरूपाने दिलेत. त्यामध्ये बुद्धिबळ-पट, बुद्धिबळ दले, खेळाचे नियम व तंत्र, खेळी लिखाण वगैरे लहान मुलांना व मुलींना समजेल अशा समयोचित बारकाव्यांसह, सटीप आकृत्यांसह, संवादरूपाने समजावून सांगितले. तसेच स्वाध्याय पाठ देऊन शेवटी त्याची उत्तरेही दिली आहेत. **दुसऱ्या भागात** : नवोदित बाल व प्रगत खेळाडूंसाठी संवादविरहित पण आकृत्यांसह सटीप दिले आहे. त्यामध्ये खेळातील मारामारीचे खास तंत्र, निरनिराळ्या आकृत्यांद्वारे, त्यातील साधक-बाधक बाबी दिल्यात. पुढे डाव सुरुवातीच्या विविध चालींच्या प्रकारांचे तंत्र नि मंत्र आकृत्यांसह सटीप देऊन, त्यामधील वैशिष्ट्ये दाखवून, त्या कशा उपयुक्त ठरतात हे दाखविले. शेवटी मोठ्या नि छोट्या मोहऱ्यांनिशी, एकाकी विरोधी राजावर मात कशी करतात, हेही विविध आकृत्यांसह सटीप दाखविले आहे. तसेच बरोबरीचे डावांबद्दलही आकृत्यांसह सटीप माहिती दिली आहे. तसेच त्या त्या विषयांवरील स्वाध्याय पाठ उत्तरांसह दिले आहेत.

जे काही शिकायचे ते, त्यातल्या त्यात बुद्धिबळ हे शेवटी स्वत:च शिकावे लागते. या सत्य वस्तुस्थितीला धरून तसे शिकण्यासाठी हे पुस्तक मराठीतून लिहिले आहे. कारण इंग्रजीमध्ये लाखो पुस्तके, मासिके आहेत, परंतु इंग्रजी भाषा न जाणणारे व ती पुरेशी न जाणणारे अशा लोकांना ती पाहिजेत तितकी उपयुक्त ठरत नाहीत. या करता मराठीतून ह्या खेळाचे ज्ञान प्रसृत करावे या

उद्देशाने हे पुस्तक लिहिले आहे. तेव्हा हे पुस्तक सान-थोरांना नक्कीच आवडेल यात काही शंका नाही.

पुस्तक छापण्याविषयी आग्रह करणाऱ्या बुद्धिबळप्रेमी वाचकांचे मी मन:पूर्वक आभार मानतो.

सौ. मानसी सोवनी यांनी त्यांच्या संगणक संचाद्वारे अक्षरजुळणीचे काम केले, तसेच पुस्तकातील क्लिष्ट आकृत्या बिनचूक काढण्याचे क्लिष्ट काम केले. मी त्यांचा आभारी आहे. पुण्याच्या केवळ २३ वर्षीय अभिजित कुंटेने गरुड भरारीने भारतातील तीन वेगवेगळ्या राष्ट्रीय-आंतरराष्ट्रीय स्पर्धा जिंकून अत्यावश्यक तीनही नॉर्मस् मिळवून फेब्रुवारी २००० ला 'ग्रँडमास्टरपद' मिळविले अशा सन्माननीय ग्रँडमास्टर अभिजित कुंटेने या पुस्तकावर प्रस्तावना लिहून दिली त्याबद्दल मी त्याचा अत्यंत ऋणी आहे. तसेच भाग १ वर सर्वश्री प्रा. रमेश पानसे व डॉ. व. वि. साठ्ये यांनी त्यांचे अभिप्राय दिलेत त्यांचा मी आभारी आहे.

श्री. सुनील मेहता यांनी ज्या तत्परतेने व सहानुभूतीने हे क्लिष्ट काम हाती घेऊन आम्हाला प्रोत्साहन देऊन विधायक सहकार्य केले त्याबद्दल मी त्यांचा अत्यंत आभारी आहे.

या पुस्तकात काही दोष आढळल्यास विद्वानांनी लेखकाच्या निदर्शनास ते आणावेत ही विनंती.

ना. रा. वडनप

अनुक्रमणिका

भाग दोन

उपोद्घात

बुद्धिबळ खेळ – चतुरंग

बुद्धिबळ खेळाचा जन्म झाला आपल्या भारतात, प्राचीन काळी त्याला म्हणत चतुरंग (खेळ). भारतातून तो पसरला साऱ्या जगतात. पण, या खेळातील समयोचित बदल, प्रगती व विकास मात्र झाला युरोप-रशिया, अमेरिकेत. आता तर रशियाची आहे हुकमत-मातब्बरी. पुढे त्याची माहिती आणि महती. नाना आजोबा आपल्या लाडक्या नातवांना राम व शाम आणि थोरल्या नातीला सुधाला सांगताना पुढे म्हणतात;

नाना : बाळांनो, गेली ५५-६० वर्षे रशियाने ह्या बुद्धिबळ खेळावर सर्व बाबतीत प्रभुत्व मिळविले. वयाच्या केवळ पाचव्या वर्षी हा खेळ शिकणारा रशियाचा ग्रँड मास्टर (ग्रँ. मा.) गॅरी कास्पारोव्ह हा जागतिक क्रमवारीत पहिला आहे.

राम-शाम-सुधा : नाना, आपल्या भारताचा पहिल्या क्रमांकाचा बुद्धिबळपटू कोण आहे हो?

नाना : हो! आहे, वयाच्या सहाव्या वर्षी हा खेळ शिकणारा 'विश्वनाथन आनंद' हा भारताचा पहिल्या क्रमांकाचा खेळाडू आहे. विश्वनाथन आनंदने वयाच्या केवळ १८ व्या वर्षी ग्रँड मास्टरपद मिळविले व तो जगातील सर्वात लहान वयात ग्रँडमास्टरपद मिळविणारा मुलगा ठरला. तेव्हा सबंध भारतात बुद्धिबळ खेळाची प्रचंड लाट उसळली आणि भारतात बुद्धिबळ खेळाला उधाण आले; व बुद्धिबळ खेळाला खूप चालना मिळाली.

राम-शाम-सुधा : त्याच्यानंतर भारतात कोण कोण ग्रँडमास्टर झालेत?

नाना : त्याच्यानंतर कलकत्त्याच्या दिव्येंदु बारूबाने १९९१ मध्ये ग्रँड मास्टरपद मिळविले. पुढे मुंबईच्या प्रवीण ठिपसेने सप्टेंबर १९९७ साली ग्रँड

मास्टरपद मिळविले. परंतु, पुण्याच्या केवळ २३ वर्षाच्या अभिजित कुंटेने आपले तीनही नॉर्मस् भारतातच इतर भागात पुरे केलेत. मध्य भारतातील भिलाई (मध्य प्रदेश) येथे राष्ट्रीय अजिंक्यपद मिळविणाऱ्या अभिजित कुंटेने जयपूर (राजस्थान) येथील आशियाई १९९७ ची स्पर्धा जिंकून पहिला ग्रँडमास्टर नॉर्म मिळविला व सुवर्णपदकही मिळविले. त्यानंतर दुसरा नॉर्म कालिकत (केरळ) येथील भारतीय रौप्य महोत्सवी ग्रँड मास्टरची १९९८ ची स्पर्धा जिंकून मिळविला. यामध्ये विशेष उल्लेखनीय बाब म्हणजे या स्पर्धेत खेळणाऱ्या पाच ग्रँड मास्टरांपैकी चौघांना त्याने पाणी पाजले, आणि शेवटी, अभिजितने कलकत्त्यात फेब्रुवारी २००० मध्ये गुडरिक आंतरराष्ट्रीय स्पर्धेत आपला तिसरा नॉर्म मिळवून ग्रँड मास्टर बनण्याचा बहुमान मिळविला. तेव्हा अशा गरुड भरारीने ग्रँडमास्टरपद मिळविणारा अभिजित कुंटे या मराठी युवकामुळे पुण्यातीलच नव्हे तर महाराष्ट्रातील अनेक खेडोपाड्यातील मुले-मुलीही उत्साहित होऊन बुद्धिबळ खेळाकडे आकर्षित होऊन, ग्रँडमास्टर बनण्याचा ध्यास धरतील यात काही शंका नाही.''

राम-शाम-सुधा : नाना! हा बुद्धिबळ खेळ कसा खेळावयाचा ते तुम्ही शिकवा ना!

नाना : हो! तुम्हाला शिकवतो ''बुद्धिबळाचा श्रीगणेशा'' प्रथम या 'भाग एक' मध्ये.

■

पाठ क्रमांक १

नाना : मुलांनो तुम्हाला आवडतो खाऊ नि खेळ
खेळण्यात जातो मजेत वेळ!!
हुतूतू, खोखो, क्रिकेट आहेत मैदानी खेळ
तर पत्ते, सापशिडी, कॅरम आहेत बैठे खेळ!!
पण बैठ्या खेळांचा राजा आहे बुद्धिबळ खेळ
प्राचीन काळी त्याला म्हणत चतुरंग खेळ!!
चतुरंगाचा जन्म झाला आपल्या भारतात
भारतातून तो पसरला साऱ्या जगतात!!

चतुरंगची सुधारित व सोपी आवृत्ती म्हणजे "बुद्धिबळ खेळ"

राम : पण, नाना बुद्धिबळ खेळण्यासाठी किती खेळाडू लागतात?

शाम : हा खेळ कसा खेळतात हे तुम्ही सांगाना?

नाना : हा खेळ दोन प्रतिस्पर्धी खेळाडू बुद्धिबळाचा पट मध्ये ठेवून खेळतात. हा बुद्धिबळ पट आलटून, पालटून पांढऱ्या आणि काळ्या रंगाच्या सारख्या आकाराच्या एकूण ६४ चौरसांचा (अथवा घरांचा) मिळून झालेला असतो. पटातील आठ, आठ घरे उभ्या पट्टीत (स्तंभात) असतात आणि उभ्या पट्टीशी काटकोनात असणारी घरे आडव्या रांगेत असतात. समान रंगी आणि एकमेकांना कोपऱ्यात स्पर्श करणाऱ्या घरांना कर्ण (डायगोनल) म्हणतात. डावाच्या सुरुवातीला या खेळासाठी एक खेळाडू १६ पांढरी बुद्धिबळ दले घेतो तर दुसरा १६ काळी बुद्धिबळ दले घेतो. 'स्टॉटन चेसमेन' ही अधिकृत बुद्धिबळदले मानतात. आता तुम्ही एकमेकांसमोर मधे जागा सोडून बसा बघू व मधे पट ठेवा पाहू.

(राम-शाम तसे बसून मधे पट ठेवतात.)

नाना : हा पट चुकीचा ठेवला आहे कारण पट मध्ये ठेवताना पटाच्या कोपऱ्यातील पांढरे घर खेळाडूच्या उजव्या हाताला असावे लागते. (हा नियम लक्षात ठेवा.)

– सांगितल्याप्रमाणे योग्य रीतीने पट मधे ठेवतात.

नाना : या पटाच्या बाहेर खाली कोणती अक्षरे आहेत राम?

काळी

वजीर	वजीर	वजीर	वजीर	राजा	राजा	राजा	राजा
हत्ती	घोडा	उंट	व	रा	उंट	घोडा	हत्ती
व।ह	व।घो	व।उं ←मोहऱ्यांची	नावे→		रा।उं	रा।घो	रा।ह

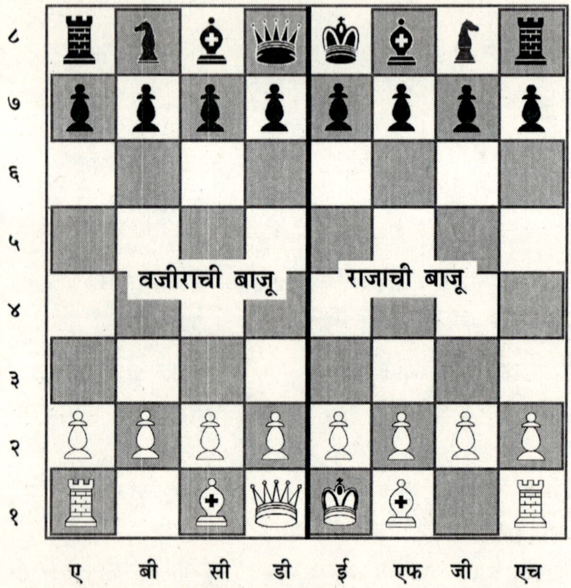

वजीर	वजीर	वजीर	वजीर	राजा	राजा	राजा	राजाहत्ती
हत्ती	घोडा	उंट	प्यादे	प्यादे	उंट	घोडा	राह
प्यादे	प्यादे	प्यादे	व प्या	रा प्या	प्यादे	प्यादे	प्यादे
वहप्या	वघोप्या	वउंप्या←प्याद्यांची	नावे→		राउंप्या	राघोप्या	राहप्या

पांढरी

आकृती क्र. १

डाव सुरुवातीची स्थिती

काळी

	a	b	c	d	e	f	g	h	
८	ए ८	बी ८	सी ८	डी ८	इ ८	एफ् ८	जी ८	एच् ८	8
७	ए ७	बी ७	सी ७	डी ७	इ ७	एफ् ७	जी ७	एच् ७	7
६	ए ६	बी ६	सी ६	डी ६	इ ६	एफ् ६	जी ६	एच् ६	6
५	ए ५	बी ५	सी ५	डी ५	इ ५	एफ् ५	जी ५	एच् ५	5
४	ए ४	बी ४	सी ४	डी ४	इ ४	एफ् ४	जी ४	एच् ४	4
३	ए ३	बी ३	सी ३	डी ३	इ ३	एफ् ३	जी ३	एच् ३	3
२	ए २	बी २	सी २	डी २	इ २	एफ् २	जी २	एच् २	2
१	ए १	बी १	सी १	डी १	इ १	एफ् १	जी १	एच् १	1
	ए	बी	सी	डी	ई	एफ	जी	एच	

पांढरी

आकृती क्र. २

बैजिक पद्धतीने पांढऱ्या आणि काळ्या बुद्धिबळ दलांच्या खेळी नोंदविताना वापरावयाची घरांची नावे आणि अनुक्रमांक

राम : ए, बी, सी, डी, ई, एफ, जी, एच अशी अक्षरे आहेत.

राम-शाम : ही अक्षरे कशासाठी व ती पटाबाहेर का?

नाना : उभ्या पट्टीत घरांच्या रांगा दिसतात की नाही? त्यांना स्तंभ म्हणतात! आणि त्यांच्या खाली असणारी अक्षरे, त्या स्तंभासाठी म्हणजे त्या घरांसाठी त्या उभ्या पट्टीतील ही अक्षरे आहेत.

राम-शाम : असे होय. (माना डोलावतात)

नाना : ह्या स्तंभाला ए स्तंभ म्हणतात (दाखवतात) व त्या स्तंभातील घर 'ए' अक्षरांनी ओळखली जातात! त्याप्रमाणे बी, सी, डी, ई, एफ, जी, एच स्तंभ व त्यातील घरं त्या त्या अक्षरांनी ओळखली जातात.

शाम : नाना ह्या पटाच्या बाजूला हे ८, ७, ६, ५, ४, ३, २, १, असे आकडे कशासाठी?

नाना : ह्या आडव्या पट्टीसाठी व त्यांच्यातील घरांसाठी. (दाखवतात) या आडव्या पट्टीला 'रांगा' म्हणतात. ही पहिली रांग, ही दुसरी.. शाम तुझ्याकडची कितवी रांग आहे?

शाम : ही आठवी रांग ना?

राम : हे सारे कशासाठी नाना?

नाना : सांगतो. ही अक्षरे आणि हे आकड मिळून प्रत्येक घराचं नाव सांगता येते.

राम-शाम : ते कसे हो?

नाना : राम तुझ्या डाव्या हाताजवळच कोपऱ्यातले काळे घर पहा? हे कुठल्या स्तंभात आहे?

राम : ए स्तंभात.

नाना : शाम हेच घर कोणत्या आकड्याच्या रांगेत येते?

शाम : '१' आकड्याच्या, म्हणून त्याचे नाव 'ए१'

नाना : सुधाताई सांग पाहू या घराचं नाव.

राम : मग हे बी१, हे सी१ अन् हे डी१ असेच ना?

नाना : हो बरोबर!

शाम : मग काय सोपंच आहे की!

नाना : शाम तू सांग

शाम : उभ्या 'डी' स्तंभातील ना? डी१, डी२, डी३, डी४, डी५, डी६, डी७ व डी८.

नाना : आणखी एक प्रकारची घरं असतात, सुधा तुला सांगता येईल?

सुधा : हो, ही अशी काळी घरे आणि ही अशी पांढरी घरे. (दाखवते) त्यांना काय म्हणतात बरे?

नाना : त्यांना म्हणतात 'डायगोनल', इंग्रजीत. नि मराठीत 'कर्ण'. तेव्हा समान रंगी आणि एकमेकांना कोपऱ्यात स्पर्श करणाऱ्या घरांना कर्ण (डायगोनल) म्हणतात! सुधा, तू पटावरील सर्वात मोठ्या कर्णाचं नाव सांग.

सुधा : 'ए१ - एच८' हा मोठा कर्ण काळ्या रंगाच्या घरांचा आहे.

नाना : आणखी एक मोठा कर्ण आहे. राम तू त्याचं नाव सांग.

राम : 'एच१ - ए८' हा ही मोठा कर्णच की! पण हा फक्त पांढऱ्या रंगाच्या घरांचा आहे.

नाना : बरोबर आहे. शाम तू सर्वात लहान कर्णाचं नाव सांग.

शाम : हा 'जी१ - एच२' आणि हा 'एच७ - जी८'.

नाना : ही सर्व घरांची नावे ह्या आकृती क्र. दोन मध्ये दाखविली आहेत ती पहा.

राम-शाम : पण नाना आकृती क्र. एक कोठे आहे?

नाना : आहे! पण ती आधी आपण या पटावर तयार करू या का?

राम-शाम : पटावरती? ती कशी काय नाना!

नाना : सांगतो. राम तू पांढरी बुद्धिबळ दले घे व त्यातून दोन पांढरे बुरुज घे... आणि शाम तू काळी बुद्धिबळ दले घे. व त्यातून दोन काळे बुरुज घे!

राम-शाम : हं ही घेतलीत.

नाना : हे बुरुज तुमच्या बाजूच्या पटाच्या दोन्ही कोपऱ्यांतील घरात ठेवा व रांगांची नावं त्या घरांची नाव सांगा?

राम : एक बुरुज 'ए१' मधे दुसरा 'एच१' मधे आहे, ही घरं पहिल्या रांगेत आहेत.

शाम : एक बुरुज 'ए८' मधे तर दुसरा आहे 'एच८' मधे ही घरं आठव्या रांगेत आहेत.

नाना : राम, तू पांढरे दोन आणि शाम तू काळे दोन घोडे घे आणि हत्तीच्या शेजारी त्याच रांगेतील घरात ठेवा नि घरांची नावं सांगा.

राम : एक घोडा 'बी१' मधे तर दुसरा 'जी१' मधे आहे.

शाम : एक, 'जी८' मधे तर दुसरा 'बी८' मधे आहे.

नाना : ते लंबूनाना तुम्ही म्हणता ते बाहेर काढा पाहू.

राम-शाम : हं हे काढलेत.

नाना : यांना उंट म्हणतात व ते घोड्यांच्या शेजारी त्याच रांगेत ठेवा व घरांची नावं सांगा.

राम : एक उंट 'एफ१' मध्ये तर दुसरा 'सी१' मधे ठेवलाय!

शाम : एक उंट आहे 'सी८' मधे तर दुसरा 'एफ८' मधे ठेवलाय!

नाना : किती घरं उरलीत आता?

राम-शाम : दोन, दोन... ती का रिकामी ठेवायची?

नाना : नाही, त्यात राजा, वजीर ठेवायचे!

राम-शाम : पण ती ओळखायची कशी?

नाना : ज्याच्या डोक्याच्या मुकुटावर क्रॉस चिन्ह आहे तो राजा आहे.

राम-शाम : आणि वजीर?

नाना : हे मोहरे राजाहून थोडेसे लहान असते व त्याच्या डोक्यावरती गोल काटेरी मुकुट असतो. ही मोहरी बाहेर काढा पाहू.

राम-शाम : ही काढलीत.

नाना : आता पांढरा वजीर उरलेल्या पांढऱ्या घरात ठेव पाहू राम, व त्या घराचं नावं सांग.

राम : हा ठेवला 'डी१'च्या पांढऱ्या घरात.

शाम : नाना मी हा काळा वजीर या काळ्या 'डी८'च्या काळ्या घरात ठेवायचा का?

नाना : होय अगदी बरोबर! आता उरलेल्या घरात राजेसाहेबांना ठेवायचं!

राम-शाम : हे ठेवलेत! पण नाना ही टिंबूनानांची फौज कोठे ठेवायची?

नाना : टिंबूनाना तुम्ही म्हणता ना... त्यांना प्यादी म्हणतात आणि राम, तू तुझी प्यादी दुसऱ्या रांगेत, पहिल्या रांगेतील प्रत्येक मोहऱ्याच्या पुढील घरामध्ये ठेव आणि शाम, तू तुझी काळी प्यादी सातव्या रांगेत, आठव्या रांगेतील प्रत्येक मोहऱ्याच्या पुढील घरांमधे ठेवा पाहू आणि त्या रांगांची नावे सांगा?

राम : मी माझी प्यादी ठेवलीत दुसऱ्या रांगेतील प्रत्येक घरात.

शाम : मी माझी सर्व प्यादी सातव्या रांगेतील घरामध्ये ठेवली आहेत.

नाना : ही झाली आकृती क्र. 'एक'. पहा बरं चित्रात दाखविली आहे ती. मग डावाच्या सुरुवातीला अशाप्रमाणे एक खेळाडू १६ पांढरी बुद्धिबळ दले आणि दुसरा खेळाडू १६ काळी बुद्धिबळ दले आकृती एक मध्ये दाखविल्याप्रमाणे पटावर मांडतात; दोन खेळाडूंनी प्रत्येक वेळी एक याप्रमाणे आलटून पालटून खेळी करावयाची असते. पांढरी बुद्धिबळदले घेणारा खेळाडू डाव सुरू करतो. (आकृती 'एक' नाना पुन्हा दाखवतात.)

राम-शाम : पण नाना या आकृती एकमधील दले या पटावरील बुद्धिबळ दलांसारखी काही दिसत नाहीत?

नाना : खरं आहे. हे पहा ह्या चित्रात घर दाखवलं आहे, झाडी दाखविली आहे, ती तुम्ही ओळखता की नाही. हं अगदी तसंच.

राम-शाम : म्हणजे?

नाना : पटावर प्रत्यक्ष मोहरी व प्यादी दिसतात की नाहीत?

राम-शाम : होऽ होऽ

नाना : मग या मोहऱ्यांची व प्याद्यांची ही प्रतीक चिन्हे या आकृतीत दाखवतात! आता पटलं की नाही!

राम-शाम-सुधा : अगदी वंडरफुल!!

नाना : आता मी एक अलिखित नियम (कन्व्हेन्शन) सांगतो. पुस्तकात किंवा वर्तमानपत्रात बुद्धिबळाची आकृती देतात तेव्हा त्या आकृतीत डावाच्या सुरुवातीला आकृती क्र.१ मध्ये दाखविल्याप्रमाणे वरच्या बाजूस काळी बुद्धिबळ दले असतात तर खालच्या बाजूला पांढरी बुद्धिबळ दले असतात. पांढरी प्यादी खालून वर चालवतात तर काळी प्यादी वरून खाली चालवतात. असा हा एक अलिखित नियम (कन्व्हेन्शन) आहे. (आ.क्र. २२ व २३ पाहा) बैजिक पद्धतीमध्ये प्याद्याची चाल लिहिताना ('प्या' हे अक्षर गाळतात.) ते ज्या उभ्या पट्टीत आहे, त्या उभ्या पट्टीचे नाव (आ.१ प्रमाणे) लिहून, ते (प्यादे) ज्या घरात हलविले जाते त्या घराचे नाव आ.२ प्रमाणे देऊन, त्या प्याद्याची चाल लिहितात.

उदा. खेळी क्रमांक १ * पांढरी जी३ * काळी बी७ * पांढऱ्या बुद्धिबळ दलांच्या चाली * पांढरी ह्या उभ्या स्तंभाखाली तर त्याला उत्तरदायी काळ्या बुद्धिबळ दलांच्या चाली * काळी ह्या उभ्या स्तंभाखाली करतात.

राम-शाम-सुधा : नाना मोहऱ्यांच्या चाली कशा लिहितात हो?

नाना : जे मोहरे हलवितात त्या मोहऱ्याचे (पुढे दिल्याप्रमाणे) संक्षिप्त नाव आकृती १ मधील पान क्रमांक ४ पहा. लिहून पुढे छोटी रेघ '-' अशी देऊन ते ज्या घरात हलविले जाते, त्या घराचे नाव (आ.२ प्रमाणे) लिहून त्या मोहऱ्याची चाल-खेळी लिहितात. उदा.

मोहऱ्याचे नाव		**संक्षिप्त नाव**
राजा	-	रा
वजीर	-	व
हत्ती	-	ह
उंट	-	उं
घोडा	-	घो

खेळी लेखन

खेळी क्र.	**पांढरी**	**काळी**
१)	जी३,	बी ७;
२)	घो-एफ३,	घो-सी ६;
३)	उं-जी२,	उं-बी७ वगैरे

यामध्ये आणखी काही 'चिन्हे' 'टिपा' वगैरे आहेत ते, ते, पुढे त्या समयोचित वेळी मी सांगेन. आज एवढे पुरे.

रोज तुमची सकाळची शाळा १२॥ ला सुटते, मग जेवण, होमवर्क नंतर 'बुद्धिबळ खेळ'

राम-शाम-सुधा : हाय क्लास! बुद्धिबळ क्लास!!

■

पाठ क्रमांक २

नाना : राम, शाम, सुधा तुम्ही सर्वांनी गृहपाठ पुरे केलेत का?

राम-शाम-सुधा : होय नाना, आणि आकृती एक प्रमाणे पटावरती सर्व बुद्धिबळ दले मांडून तयार ठेवली आहेत.

राम : पटावरती मोहरी व प्यादी आकृती एक मध्ये दाखविल्याप्रमाणे कशी मांडावयाची ते तुम्ही शिकवले!

शाम : नाना, हे प्यादे दल पहा. ह्यामधील सर्व प्यादी एकाच आकाराची आहेत पण मोहऱ्यांचे आकार असे निरनिराळे का आहेत?

नाना : चांगला प्रश्न आहे. प्राचीन काळी राजे लोक त्यांची चतुरंग सैन्य दले घेऊन रणांगणावर लढाई खेळायचे. ही चतुरंग दले कोणती आहेत ती तुम्हाला सांगता येतील का? (डोळ्यांनी खुणावून राम-शामला विचारतात.)

(राम-शाम विचारात पडतात. नकारार्थी माना डोलावतात)

नाना : सुधा तू सांग बरं!

सुधा : गजदल, अश्वदल, नौदल व पायदळ अशी आहेत चतुरंग दले!

राम-शाम : पण नाना, ही दलं पटावरती नेमकी कशी ओळखायची?

नाना : आकृती एक तयार करताना तुम्ही पटावरती एक एक मोहरे मांडत गेलात की नाही, ती तशी पटावरती मांडत जा आणि मी त्या त्या चतुरंग दलातील मोहोऱ्यांची नावं सांगत जाईन.

राम-शाम : हे बुरूज मांडलेत.

नाना : बुरूज म्हणजे हत्ती म्हणजेच 'गजदल'.

राम-शाम : हे घोडे मांडलेत.

नाना : हे 'अश्वदल' होय.

राम-शाम : हे लंबूनाना मांडलेत.

नाना : त्यांना आता उंट म्हणतात. प्राचीन काळी त्याला 'नौदल' म्हणत असत! हा उंट चतुरंग म्हणजेच शतरंज खेळात कसा शिरला ते मी पुढे सांगेन; आणि राजा

व वजीर कसे असतात, कसे ओळखायचे ते मी तुम्हाला सांगितले आहेच. आता...

राम-शाम : आम्हाला प्यादेदल माहीत आहे पण ही सर्व प्यादी सगळी एकाच आकाराची आहेत, ही मोहरी तशी नाहीत, त्याच्या आकारात फरक का?

नाना : फरक? सांगतो. गजगती, घोडदौड, उंटाची मजल यात फरक दिसतो की नाही? तो फरक नेमका कशामुळे आहे, ते तुम्ही सांगाल? नाही ना सांगता येत! मी सांगतो. हा फरक पडतो तो त्यांच्या निरनिराळ्या चालींमुळे, गतींमुळे!

राम-शाम : पण नाना, हे हत्ती, घोडे, उंट पटावरती कसे काय चालवायचे हो? चाल आणि गती म्हणजे काय?

नाना : पटावरती जेव्हा प्यादे अथवा मोहरे हलते त्याला 'चाल' अथवा 'खेळी' म्हणतात. बुद्धिबळ दल म्हणजे मोहरे वा प्यादे जेव्हा पटावर आडव्या रांगेतील किंवा उभ्या पट्टीतील (म्हणजे स्तंभातील) अथवा तिरक्या कर्णघरातून हलतात, तेव्हा त्यांच्या हालचालीला अनुक्रमे आडवी चाल, उभी चाल आणि तिरकस चाल असे म्हणतात. एका खेळीत, एका दिशेला बुद्धिबळ दल जास्तीत जास्त किती घरे चाल करू शकते, त्यावर त्याची गती अवलंबून असते; तसेच निरनिराळ्या चालींनी जास्तीत जास्त घरे ताब्यात ठेवण्याच्या कुवतीवर त्याचा पल्ला अवलंबून असतो आणि ती घरे त्या बुद्धिबळ दलाच्या माऱ्यात आहेत असे म्हणतात.

गती, पल्ला आणि मारा या सर्व गोष्टी बुद्धिबळ दलाच्या चालीवर आधारलेल्या आहेत. प्रत्येक बुद्धिबळ दलाची हलण्याची चाल व गती वेगवेगळ्या असतात.

राम-शाम : पण नाना, हत्ती, घोडा, उंटाची चाल कशी असते ते सांगता ना?

नाना : सांगतो. त्यासाठी या पटावरील सर्व दले या डब्यातील कप्प्यांमध्ये मोजून ठेवा पाहू.

राम : ही १६ पांढरी दले ठेवलीत या कप्प्यात.

शाम : ही १६ काळी दले ठेवलीत या दुसऱ्या कप्प्यात.

नाना : आता या रिकाम्या पटावरती, प्रत्येक बुद्धिबळ दलाची चाल, गती, पल्ला कशा असतात ते मी समजावून सांगतो.

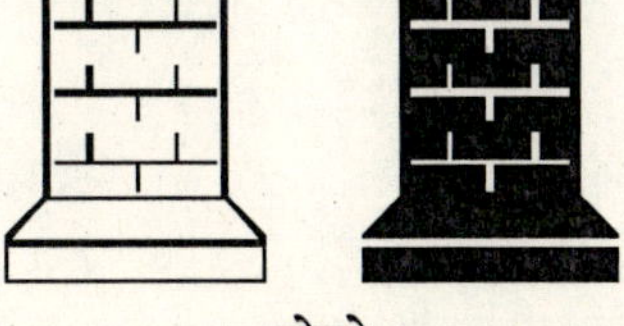

संक्षिप्त नावे

हत्ती 'ह'

ROOK '<u>R</u>'

मोहरे **प्रतीक**

चित्र क्र. १

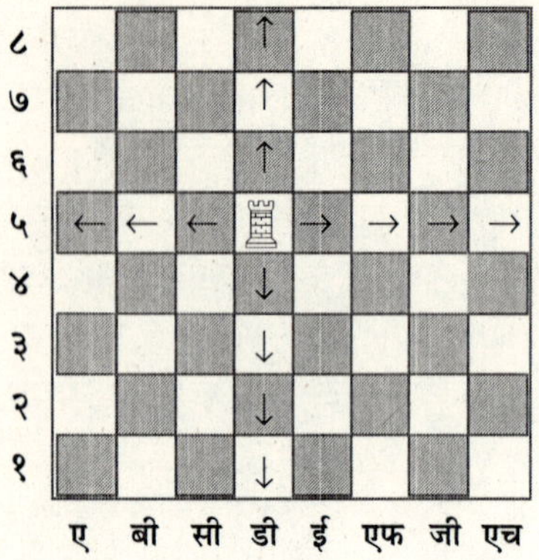

आकृती क्र. ३

एका खेळीत हत्ती आडव्या रांगेतील अथवा स्तंभातील (म्हणजे उभ्या पट्टीतील) कोणत्याही एका घरात हलतो. हत्ती आडव्या अथवा उभ्या चालीने कोणत्याही एका दिशेतील एका घरात जातो. (आकृती ३ पहा) **डी५** मध्ये असणारा हत्ती आडव्या चालीने रांगेतील कोणत्याही एका घरात जातो किंवा उभ्या चालीने डी स्तंभातील कोणत्याही एका घरात जातो.

(आकृती ४ पहा) आपल्या चालीच्या माऱ्यात येणाऱ्या विरोधी बुद्धिबळ दलाला मारून त्याचे पटावरून उच्चाटन करून, हत्ती त्या घरात जातो. जेव्हा त्याची चाल स्वपक्षाच्या बुद्धिदळाने रोखली जाते, तेव्हा तो त्या बुद्धिबळदलाला ओलांडून पलीकडील घरात (जरी ते रिकामे असले तरीही) जाऊ शकणार नाही.

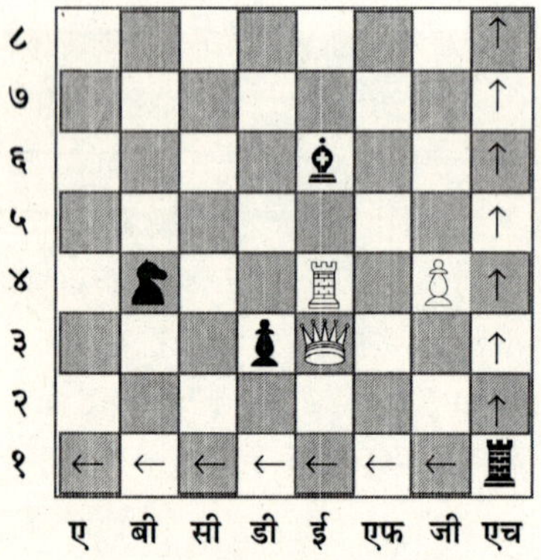

आकृती क्र. ४

नाना : राम आता तू आ. ४ पहा आणि पटावर ती बुद्धिबळ दले दाखविल्याप्रमाणे मांड आणि '**ई४**'चा हत्ती काय काय करू शकतो ते सांग बरं.

राम : (दले त्याप्रमाणे मांडतो) **ई४** चा हत्ती आडव्या चालीने चवथ्या रांगेतील त्याच्या माऱ्याच्या मार्गात येणाऱ्या **बी४** मधला घोडा मारून **बी४** च्या घरात जातो किंवा उभ्या चालीने **ई६** मधल्या उंटाला मारून त्या **ई६** च्या घरात जातो.

नाना : बस येवढेच का? आणखीन तो काय काय करू शकणार नाही? शाम तू सांग बरं!

शाम : **ई४** चा हत्ती विरोधी उंटाला किंवा घोड्याला अथवा स्वपक्षाच्या प्याद्याला किंवा वजीराला ओलांडून पलीकडे जाऊ शकणार नाही.

नाना : हा **ई४** चा हत्ती **डी३** मधल्या विरोधी प्याद्याला मारू शकतो का? ते सांगा?

राम-शाम : नकारार्थी माना डोलावतात. तेव्हा नाना सुधाला डोळ्याच्या खुणेने विचारतात.

सुधा : कारण हत्ती त्याच्या चालीने मारामारी करतो, तेव्हा **डी३** या त्याच्या कर्ण घरातील विरोधी प्यादे तो मारू शकणार नाही.

राम-शाम : पण नाना हत्तीचा 'पल्ला' आणि 'मारा' याबद्दल तुम्ही सांगितले नाही? ते सांगा ना!

नाना : आपण हत्तीच्या आडव्या चालीला '**म**' आणि उभ्या चालीला '**हा**' अशा अक्षरांनी संबोधू. हत्ती आपल्या '**म**' '**हा**' चालीच्या शक्तीबद्दल मी सर्वात शेवटी सांगणार आहे. आता **एच१** मधला हत्ती आडव्या चालीने एका खेळीत जास्तीत जास्त किती घरे जातो ते राम, तू सांग आणि **एच१** मधला हत्ती उभ्या चालीने एका खेळीत जास्तीत जास्त किती घरे जातो ते शाम, तू सांग.

राम : **एच१** चा हत्ती एच स्तंभातील जास्तीत जास्त सात घरे जाऊ शकतो. पण हे कशासाठी?

नाना : मी आताच सांगितले की, एका खेळीत एका दिशेला बुद्धिबळ दल जास्तीत जास्त किती घरे चाल करू शकते त्यावर त्याची गती अवलंबून असते.

राम-शाम : हत्तीची गती सात घरे आहे ना नाना?

नाना : या **एच१** मधील हत्तीचा पल्ला आणि मारा किती घरांवर पोहोचू शकतो व त्याच्या माऱ्यात मग किती घरे येतात ते सुधा, तू सांग बरं!

सुधा : **एच१** मधील हत्तीच्या आडव्या आणि उभ्या चाली मिळून, त्याचा पल्ला एकूण १४ घरांवर पोहोचू शकतो.

नाना : राम आकृती ३ मधील **डी५** च्या हत्तीचा पल्ला कोठपर्यंत पोहचतो?

राम : **डी५** हत्तीचा पल्ला आडव्या चालीने ५ व्या रांगेतील ७ घरे व उभ्या चालीने डी पट्टीतील ७ घरे म्हणजे एकूण १४ घरांवरती पोहोचू शकतो.

नाना : शाम मग ह्या **डी५** च्या हत्तीच्या माऱ्यात किती घरे येतात.

शाम : **डी५** हत्तीचा पल्ला १४ घरांवरती पोहोचतो तेव्हा ती १४ घरे त्याच्या माऱ्यात आहेत.

नाना : शाबास. आता तुम्हाला आकृतीवरूनही सहज सांगता येतं, नाही का? तेव्हा यापुढील मोहऱ्यांच्या चाली मी आकृत्यांमधूनच सांगणार आहे. कारण हे पाठ जे नवोदित खेळाडू वाचतील तेव्हा त्यांनाही ते सहजपणे समजतील. तेव्हा, आता मी उंटाच्या चालींबद्दल सांगणार आहे ते तुम्ही लक्षपूर्वक ऐका व आकृत्याही पहा आणि आकृत्यांमध्ये दाखविल्याप्रमाणे ती बुद्धिबळ दले, पटावरती मांडून, माझ्या सांगण्याची प्रत्यक्ष खात्री करून घ्यावयाची बरं का!

संक्षिप्त नावे

उंट 'उं'

BISHOP 'B'

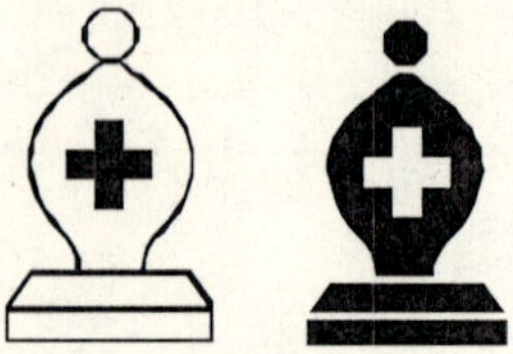

मोहोरे

प्रतीक

चित्र क्र. २

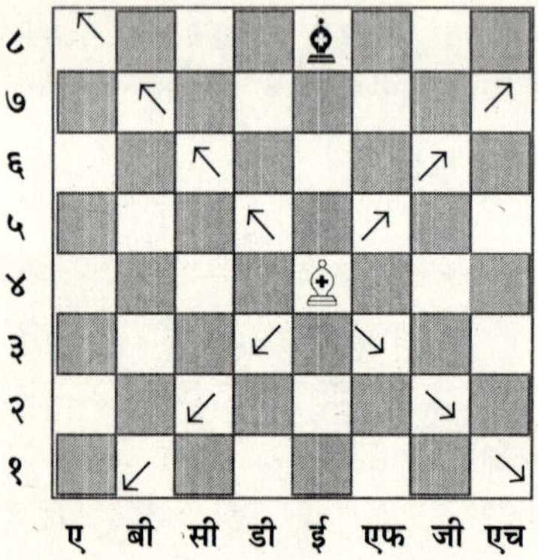

आकृती क्र. ५

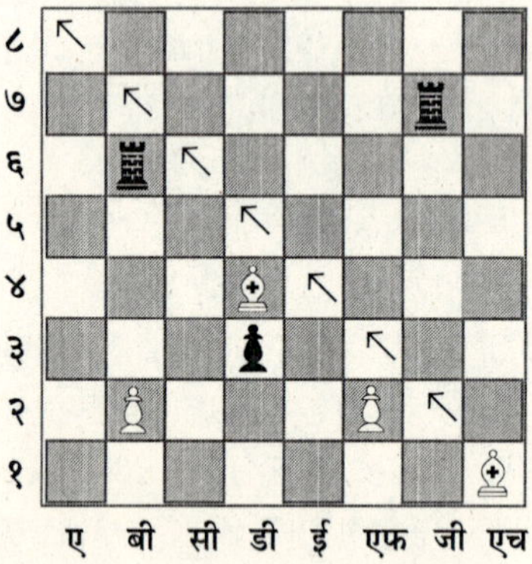

आकृती क्र. ६

उंट एका खेळीत तिरकस चालीने, कर्णघरातून एका दिशेस जातो. तो तिरकस चालीने फक्त एकाच रंगाच्या म्हणजे फक्त पांढऱ्या अथवा फक्त काळ्या रंगाच्या कर्णघरातूनच जाऊ शकतो, म्हणूनच जेव्हा काळ्या कर्णघरातील उंट असतो तेव्हा पांढऱ्या घरातील विरोधी बुद्धिबळ दलांना त्याचे भय नसते आणि जेव्हा पांढऱ्या कर्णघरातील उंट असतो तेव्हा काळ्या घरातील विरोधी बुद्धिबळ दलांना त्याचे भय नसते. (आकृती ५ व ६ पहा.) ह्यावरून कळून येते की, उंट हत्तीइतका सामर्थ्यवान नाही, कारण हत्ती आपल्या **'म हा'** चालीने पांढऱ्या आणि काळ्या घरांवर एकाच वेळी मारा करू शकतो.

उंट तिरकस चालीने कर्णघरातून बाणांनी दाखविलेल्या कोणत्याही एका घरात जातो. **डी४** चा उंट तिरकस चालीने कोणताही एक हत्ती मारून, त्याच्या ऐवजी त्या घरात जाऊ शकतो, परंतु उंट लगतच्या पांढऱ्या घरातील विरोधी प्यादे मारू शकणार नाही.

आकृती ६ मधील **डी४** चा उंट विरोधी हत्तीला किंवा स्वपक्षाच्या

प्याद्यांना ओलांडून पलीकडील घरात जाऊ शकणार नाही.

आपण उंटाच्या ह्या तिरकस चालीला **'न'** ह्या अक्षराने संबोधू. उंट ह्या **'न'** चालीने रिकाम्या पटावरील मधल्या कर्णातील केंद्रस्थ घरातून एकाच रंगाच्या एकूण १३ घरांवर ताबा ठेवू शकतो. (आकृती ५ पहा.) म्हणजे उंटाचा पल्ला १३ घरांवर पोहोचू शकतो. म्हणून ती घरे उंटाच्या माऱ्यात येतात. आकृती ६ मधील **एच१** चा उंट पहा; पटाच्या मधल्या कर्णामधील हा उंट – तो आहे ते घर सोडून – एका खेळीत जास्तीत जास्त सात घरे जातो, म्हणून त्याची गती जास्तीत जास्त सात घरे अशी आहे.

नाना : उंटाच्या चालीबद्दलची सर्व माहिती सांगितली आहे. राम, आ. ५ मधील **ई८** मधल्या काळ्या उंटाचा पल्ला कोठे कोठे पोहोचू शकतो ते सांग?

राम : **ए४ - ई८** या कर्णावरील चार घरांवर पोहोचतो.

नाना : आणखीन काही? शाम तू सांग पाहू.

शाम : **एच५ - ई८** या कर्णावरील तीन घरांवरतीही पोहचू शकतो. म्हणजे...

राम-शाम : म्हणजे एकूण सात घरांवरती पोचतो.

नाना : (आकृती ६ पहा) **डी४** च्या उंटाच्या ताब्यात जास्ती घरे आहेत, की **एच१** च्या? सुधा तू सांग पाहू. त्या उंटांपैकी कोणता उंट जास्त बलवान आहे?

सुधा : **एच१** च्या कोपऱ्यातल्या उंटाचा पल्ला फक्त ७ घरांवरती पोहोचतो तर डी४ या केंद्र घरातील उंटाचा पल्ला एकूण १३ घरांवरती पोचतो तेव्हा. **डी४** या केंद्र घरातील उंट **एच१** च्या उंटापेक्षा जवळ जवळ दुप्पट बलवान आहे.

नाना : शाबास सुधा. मुलांनो आज एवढे पुरे.

राम-शाम : पण नाना तुम्ही गोष्ट सांगणार आहात ना? उंट चतुरंग मध्ये कसा घुसला याची ?

नाना : हो. हो. सांगेन बरं.

■

पाठ क्रमांक ३

राम : सुधाताई आमचे होमवर्क झाले आहे. पण ४ वाजायला आणखी १५-२० मिनिटे उरली आहेत.

शाम : नाना येईपर्यंत आपण भेंड्यांचा खेळ खेळूया.

सुधा : बरं, शहरांच्या गावांच्या नावांच्या भेंड्या लावू. मी, नंतर राम, मग

शाम एकापाठोपाठ सांगायचं! सुरुवात करते मी– मुंबई, ईटारसी, सिंगापूर, रायचूर, रायगड, डभई, इगतपुरी, रावेर....

शाम : परत 'र' च का? दुसरं अक्षर द्याना!

सुधा-राम : हरलास ना, आम्ही सांगतो 'रुद्रप्रयाग' शाम, तुझ्यावरती १ भेंडी चढली बरं का?

सुधा : गया, यादगीर...

शाम : परत परत र च का? आम्ही नाही जा!

राम : आहा रे रडका राऊ...

(दोघांची झोंबाझोंबी, आरडाओरडा चालतो. तो ऐकून नाना येतात.)

नाना : राम, शाम काय गोंधळ घालताहात तुम्ही?

सुधा-राम : आम्ही शहरांच्या नावांच्या भेंड्या खेळत होतो व शाम 'र' ने रखडला मग ओरडायला लागला.

नाना : आता गमतीदार शब्दांची कसरत करायची बर का! त्याला शब्दखेळ म्हणू या.

राम-शाम-सुधा : 'शब्दखेळ'? तो कसा काय खेळायचा?

नाना : सोपा आहे हा खेळ 'चतु' अक्षरांनी सुरू होणारे सांगायचे शब्द आणि त्यांचा उपयोग किंवा अर्थ सांगायचा बरं का! राम नंतर शाम व पुढे सुधा.

करा सुरू हा शब्दखेळ! घालवू नका फुकट वेळ!!

राम : 'चतुर' – चतुर कोल्हा. वा गंमतच गंमतऽ आहे हा शब्दखेळ. अगदी सोपा.

शाम : 'चतुर्थ' – चवथा

सुधा : 'चतुर्दशी' – अनंत चतुर्दशी

नाना : आणखी एक चतुर्दशी आहे. येईल सांगता? (राम शाम घुटमळतात)

सुधा : नरक चतुर्दशी दिवाळीत येते ती!

राम : 'चतुर्भुज' – कैद करणे

नाना : आणखी एक अर्थ आहे (शामला खुणेने विचारतात. शाम मानेनेच नाही म्हणतो. सुधाकडे डोळ्यांनी खुणावतात.)

सुधा : लग्नाच्या बेडीत अडकवणे.

राम : 'चतुष्कोण' – चौकोनी आकृती – चौरस..

शाम : 'चतुष्पाद' – चार पायांचा प्राणी.

सुधा : 'चातुर्मास' – पावसाळ्यातील मान्सूनचे चार महिने.

शाम : 'चतुराई' – दूरदर्शनवर हा कार्यक्रम झाला होता.

नाना : याचं ऐतिहासिक उदाहरण सांगाल का?

सुधा : बिरबलाची चतुराई.

नाना : दक्षिणेकडेही असा बिरबल होऊन गेला. कोण तो सांगा बरं. (सर्वजण नकारार्थी माना डोलावतात.)

नाना : 'तेनाली राम' दक्षिणेकडचा बिरबल.

राम-शाम : आता संपलेत 'चतु'चे शब्द नाना!

नाना : आणखीन एक शब्द आहे सांगा पाहू.

सुधा : 'चतुरंग'

राम-शाम : म्हणजे चार रंग का नाना?

नाना : नाही 'चतुरंग' म्हणजे सैन्याची चार अंगे. म्हणजेच सैन्याची चार दले होत. सुधा सांग पाहू त्यांची नावे.

सुधा : गजदल, अश्वदल, नौदल आणि पायदळ!

राम : नाना, नौदल म्हणजेच आताचे उंटदल ना? मग हा उंट चतुरंग मध्ये कसा शिरला ते तुम्ही सांगणार होता.

शाम : हा चतुरंग खेळ कोणी शोधून काढला हो नाना?

नाना : सांगतो, सर्व काही हळू हळू सांगतो. भारतीय विचारवंत म्हणतात की चतुरंगाचा शोध रावणाची पत्नी मंदोदरी हिने लावला. रावणाला युद्ध खेळण्याची खुमखुमी. त्यामुळे तो सतत कोणत्या ना कोणत्यातरी युद्ध मोहिमेवर असे. त्यामुळे रावणाला राजमहालात खिळवून ठेवून त्याची युद्धपिपासू वृत्ती शमविण्यासाठी मंदोदरीने चतुरंग (की बुद्धिबळ) खेळ शोधून काढला.

राम-शाम : 'चतुरंग' कसे खेळत असत?

नाना : चतुरंग खेळ फाशाने चार खेळाडूंमध्ये खेळत व त्यात फाशाने दान टाकावे लागे.

राम-शाम : फाशाने दान टाकायचे म्हणजे काय? चार खेळाडूत तो कसा काय खेळत असत?

नाना : चतुरंग या प्राचीन खेळात चार खेळाडू आणि चार रंगाच्या (काळ्या, हिरव्या, तांबड्या व पिवळ्या) सोंगट्या असत. प्रत्येक खेळाडूकडे राजा, हत्ती, घोडा, नौका आणि चार प्यादी अशा आठ आठ सोंगट्या असत. पटात (बहुधा हा सारीपाट असावा) चौसष्ट घरे असत. चार खेळाडूंपैकी एकमेकांसमोरचे खेळाडू भागीदार होऊन त्यांच्याकडे हिरव्या-काळ्या आणि तांबड्या-पिवळ्या सोंगट्या येत. पटाच्या चार बाजूला पहिल्या ओळीत राजा, हत्ती, घोडा, नौका (किंवा रथ) व पुढच्या ओळीत समोर चार प्यादी अशी मांडणी करून, फासे टाकून खेळत असत. राजा, हत्ती, घोडा, नौका आणि प्यादी यांना अनुक्रमे ५, ४, ३, २, व १ असे गुण दिले जात. दान पडेल त्याप्रमाणे प्यादे, हत्ती, घोडा,

नौका (रथ) यांची खेळी असे. घोडा, हत्ती, राजा यांच्या चाली सध्याच्या बुद्धिबळाप्रमाणेच होत्या. रथ किंवा नौका किंवा उंट या मोहऱ्यांची चालही तिरपी असे. परंतु ते उडी मारून दोनच घरे जात असे. या सर्व खेळ्या दान पडेल त्याप्रमाणे खेळावयाच्या असल्याने हळू हळू हा खेळ पूर्णपणे द्यूतमय होऊ लागला.

राम-शाम : हा चतुरंगाचा खेळ द्यूतमय म्हणजे काय? तसे झाल्याने नेमके काय घडले हो?

नाना : द्यूतमय म्हणजे जुगार. या चतुरंग खेळाचा द्यूताचा प्रकार इतक्या भयानक अवस्थेला पोहोचला होता की खेळाडू आपली स्थावर-जंगम मालमत्ता या खेळावर पणाला लावीत. एवढेच नव्हे तर ती संपल्यावर शेवटी स्वत:चे हाताचे एक बोट, सबंध हात, पाय वगैरे पणाला लावीत, व खेळ हरल्यास ते अवयव कापून देत असत. बलराम आणि रुक्मी; शकुनी-दुर्योधन व धर्मराजा यांच्या द्यूताच्या कथा प्रसिद्ध आहेत. पांडवांना वनवास व द्रौपदीवर वस्त्रहरणाचा प्रसंग कसा आला हे तुम्हाला माहित आहे. अशा तऱ्हेने चतुरंगाचा (द्यूताचा) निव्वळ जुगार बनू लागला होता.

राम-शाम-सुधा : पण नाना आताही या खेळात जुगार आहे का हो?

नाना : नाही. पुढे मनू आणि गौतम बुद्धाच्या कडक धोरणाने चतुरंगामधून फाशाचे उच्चाटन कायमचे करण्यात आले.

राम-शाम-सुधा : मग हा चतुरंग कसा काय खेळत?

नाना : चौघांऐवजी हा खेळ दोघांमध्ये खेळला जाऊ लागला. प्रत्येकाचे दोन हत्ती, दोन नौका (किंवा रथ) म्हणजेच आताचे उंट, दोन घोडे, एक राजा व एक वजीर व आठ प्यादी असे चतुरंगाचे बुद्धिबळामध्ये परिवर्तन साधारणपणे सहाव्या-सातव्या शतकामध्ये घडले असावे. मात्र या खेळाचे नाव चतुरंग हेच राहिले.

राम-शाम-सुधा : पण नाना, प्यादी आणि मोहरी कशी काय चालवीत असत?

नाना : मोहऱ्यांच्या आणि प्याद्यांच्या हालचाली निश्चित करण्यात आल्या, फासे वापरण्यावर बंदी आल्याने खेळातील दैवाधीनता संपुष्टात आली व केवळ बौद्धिक कौशल्यासच प्राधान्य आले. परंतु, प्राचीन चतुरंग आणि आता जगात खेळतात तसा प्रचलित आंतरराष्ट्रीय बुद्धिबळ खेळ यामध्ये फरक आहे.

राम-शाम-सुधा : यामध्ये नेमका फरक काय आहे ते सांगा ना!

नाना : ते मी उद्या सांगेन. आता काल आपण कोणकोणत्या दलांच्या चाली करावयास शिकलो?

राम-शाम : हत्ती आऽणि उंटाच्या चाली.

नाना : उंटाच्या चाली आकृत्यांमध्ये दाखविल्याप्रमाणे पटावर प्रत्यक्ष मांडून खात्री करून घेतल्यात ना? त्यात काही शंका?

राम-शाम : होय नाना. पण शंका नाहीत. आता पुढे सांगा ना.

नाना : आता वजीराची चाल कशी असते तेही आकृत्यांमध्ये तुम्हाला पटापट सांगतो. म्हणजे वेळ जाणार नाही; तसेच हे धडे जे नवोदित खेळाडू वाचतील त्यांनाही उपयोगी पडतील.

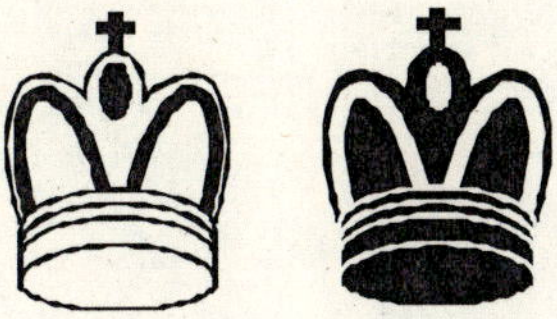

संक्षिप्त नावे

वजीर 'व'

QUEEN 'Q'

चित्र क्र. ३

वजीर म्हणजे हत्तीची अधिक, वजीर ज्या घरात आहे त्या घराच्या रंगाच्या उंटाची मिळून होणारी संयुक्त चाल, पल्ला आणि गतीचे एकवटलेले सामर्थ्य होय. ह्याचे स्पष्टीकरण पुढे दिले आहे :-

वजीर एका खेळीत हत्तीसारखा **'म'** ह्या आडव्या चालीने रांगेतील कोणत्याही एका घरात जातो. किंवा हत्तीसारखा **'हा'** ह्या उभ्या चालीने पट्टीतील कोणत्याही एका घरात जातो, किंवा कोणत्याही रंगाच्या कर्णघरातील उंटासारखा **'न'** ह्या तिरकस चालीने कर्णघरातील कोणत्याही एका घरात जातो. (आकृती ७ पहा.)

आकृती ७ मध्ये वजीर बाणांनी दाखविल्याप्रमाणे कोणत्याही एका घरात, आडव्या किंवा उभ्या अथवा तिरक्या चालीने जातो.

आकृती ८ मध्ये वजीर, हत्तीच्या चालीने उंट किंवा घोडा मारून त्याच्या ऐवजी तो त्या घरात जाऊ शकतो. वजीर स्वपक्षाच्या प्याद्यांना किंवा हत्तीला तसेच विरोधी उंटाला किंवा घोड्याला ओलांडून पलीकडे जाऊ शकणार नाही. आकृती ९ पहा.

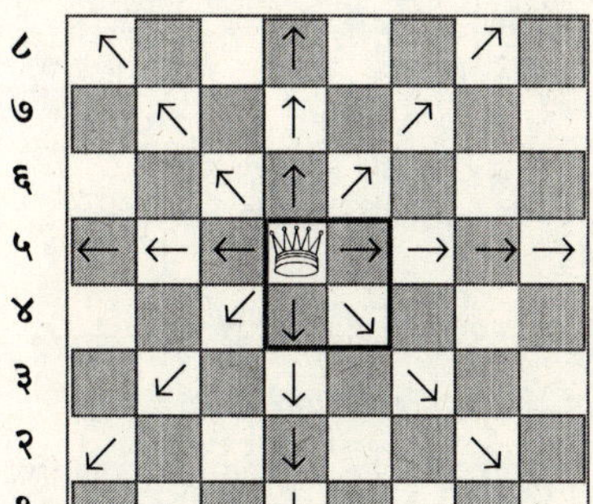

आकृती क्र. ७

वजीराची हलण्याची चाल

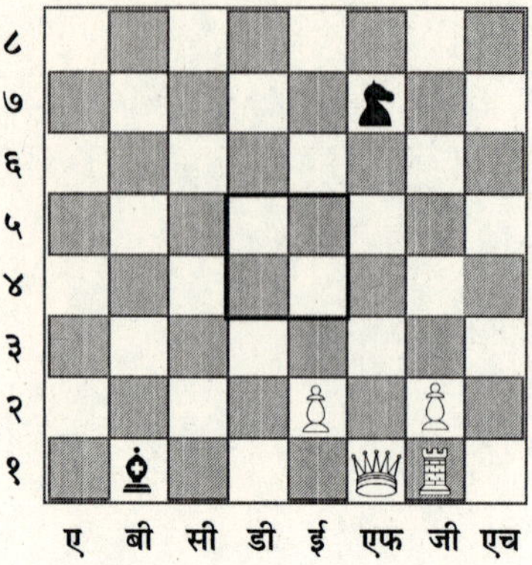

आकृती क्र. ८

वजीराची हत्तीच्या चालीने मारामारी

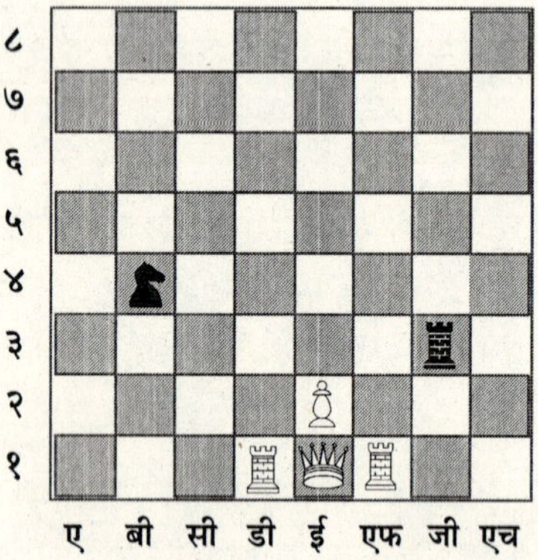

आकृती क्र. ९

वजीराची उंटाच्या चालीने मारामारी

वजीर, उंटाच्या चालीने घोडा किंवा हत्ती मारून त्याच्याऐवजी त्या घरात जाऊ शकतो. स्वपक्षाच्या हत्तींनी आणि प्याद्याने त्याची आडवी आणि उभी चाल रोखली आहे तेव्हा तो त्यांना ओलांडून पलीकडे जाऊ शकणार नाही. आकृती १० पहा. वजीर, हत्तीच्या **'म हा'** चालीने उंट किंवा घोडा मारतो. अथवा उंटाच्या **'न'** चालीने हत्ती मारतो. आणि त्याच्याऐवजी त्या घरात (तो) जातो. वजीर विरोधी उंटाला किंवा घोड्याला अथवा हत्तीला ओलांडून पलीकडे जाऊ शकणार नाही.

आकृती ७ आणि १० वरून पुढील समीकरण मांडता येते.

वजीराची चाल आणि गती =

[(हत्तीची) + (उंटाची)] संयुक्त चाल आणि गती आहे

[(म हा) + (न)] संयुक्त चाल आणि गती आहे.

ह्या **म हा न** चालीने आणि गतीने, वजीर मोकळ्या पटावरील केंद्रस्थ घरातून काळ्या आणि पांढऱ्या मिळून एकूण २७ घरांवर ताबा ठेवू शकतो; म्हणजे वजीराचा पल्ला २७ घरांवर पोहोचू शकतो आणि ती घरे त्याच्या माऱ्यात येतात. रांगेतील आणि उभ्या पट्टीतील आणि कर्णातील घरांवर एकाच वेळी ताबा ठेवण्याच्या त्याच्या **म हा न** सामर्थ्यामुळे राजा केवळ वजीराच्या मदतीने विरोधी एकाकी राजावर सक्तीने मात करू शकतो; म्हणूनच डावाच्या शेवटापर्यंत निदान वजीर (किंवा हत्ती) पटावर ठेवण्याचा प्रयत्न प्रत्येक खेळाडू करतो.

राम-शाम : आता नाना राजाबद्दल सांगाना?

नाना : बरं. राजाच्या चालीबद्दल मी सांगेन पण त्याआधी हा बुद्धिबळाचा

स्वाध्याय (म्हणजे होमवर्क) पुढील आकृती ११ मध्ये पहा. त्यावर प्रश्नही विचारले आहेत ते तुम्ही सोडवायचे आहेत ते आधी पहावयाचे.

१) **डी८** च्या घरातल्या हत्तीची गती किती व त्याच्या माऱ्यात किती घरे येतात?

२) **सी१** मधील उंटाच्या माऱ्यात जास्ती घरे येतात की, बी ३ मधील उंटाच्या माऱ्यात जास्ती घरे येतात? कोणत्या घरातील उंट जास्ती बलवान आहे? व का? उंट **डी५** मध्ये हलविला तर तो बलवान होईल का?

३) उंट आणि हत्ती या मध्ये वरचढ कोण आहे? का?

४) **ई५** मधील वजीर, की **ए५** मधला वजीर जास्तीत जास्त बलवान आहे? का? आणखी कोण कोणत्या घरात वजीर गेला असता बलवान होतो? त्या घरांना काय म्हणतात?

नाना : आता मला वेळ थोडा उरलाय, तेव्हा मी राजाच्या चाली पुढील बैठकीत समजावून देतो. या प्रश्नांची उत्तरे मी एका कागदावर लिहून ठेवली आहेत परंतु तुम्ही तुमची उत्तरे लिहा आणि ती मग उद्या ताडून पहा.)

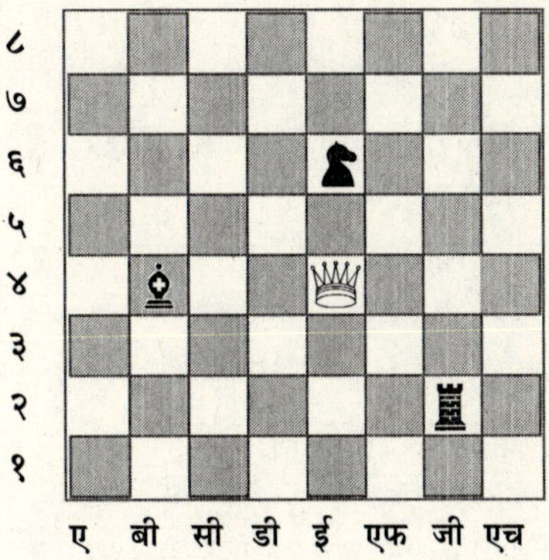

आकृती क्र. १०

वजीराची संयुक्त चालीने मारामारी

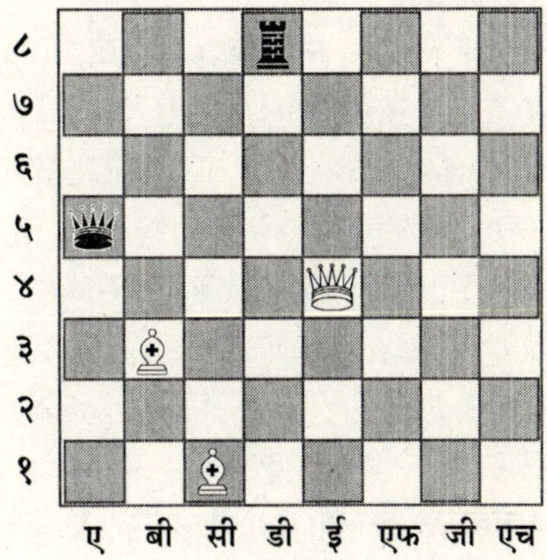

आकृती क्र. ११

आकृती क्र. ११ पहा.

उत्तर क्र. १ : रांगेत अथवा पट्टीत एकूण आठ घरे असतात, तेव्हा हत्तीची गती, (हत्ती आहे ते घर सोडून) एका खेळीत, जास्तीत जास्त सात घरे अशी आहे. तेव्हा **'डी८'** मधील हत्तीची गती **'डी'** पट्टीमध्ये एका खेळीत सात घरे अशी आहे. **'डी८'** मधील हत्ती आपल्या आडव्या चालीने मोकळ्या रांगेतील ७ घरांवर व उभ्या चालीने मोकळ्या **'डी'** पट्टीतील सात घरांवर अशा काळ्या आणि पांढऱ्या एकूण १४ घरांवर ताबा ठेवू शकतो. म्हणजे हत्तीचा पल्ला १४ घरांवर पोहचू शकतो,

आणि ती घरे त्याच्या माऱ्यात येतात.

उत्तर क्र. २ : पटाच्या कडेपट्टीतील **सी१** मधील उंट **'सी१ - एच६'** या कर्णातील ५ घरांवर आणि **'सी१-ए३'** या कर्णातील २ घरांवर अशा एकूण ७ घरांवर मारा करू शकतो; परंतु मध्यवर्ती **'बी३'** या घरातील उंट **'ए२ - जी८'** या कर्णातील ६ घरांवर आणि **'डी१ - ए४'** या घरातील ३ घरांवर, अशा एकूण ९ घरांवर मारा करतो; तेव्हा बी ३ मधील उंट **'सी१'** मधील उंटापेक्षा सव्वा पटीने जास्त बलवान आहे.

'बी३' मधला उंट **'डी५'** या केंद्रघरात हलविल्यावर तो **ए२ - जी८** या कर्णातील ६ घरांवर आणि **ए८ - एच१** या मधल्या मोठ्या कर्णातील ७ घरांवर अशा एकूण १३ घरांवर मारा करतो, तेव्हा तो कडेपट्टीतील **'सी१'** मधील उंटापेक्षा जवळजवळ दुपट्ट घरांवर मारा करतो. म्हणून तो **'सी१'** मधील उंटापेक्षा जवळजवळ दुपट्ट बलवान आहे.

उत्तर क्र. ३ : उंट आणि हत्ती यामध्ये हत्ती वरचढ आहे. कारणे पुढे दिली आहेत. उंट तिरकस चालीने फक्त एकाच रंगाच्या म्हणजे पांढऱ्या अथवा फक्त काळ्या रंगाच्या कर्णघरातूनच जाऊ शकतो. म्हणूनच जेव्हा काळ्या घरातील उंट असतो, तेव्हा पांढऱ्या घरातील विरोधी बुद्धिबळ दलांना त्याचे भय नसते. मोकळ्या पटावर **डी४, ई५, ई४, डी५** या चार केंद्रघरातूनच उंट फक्त एकाच रंगाच्या १३ घरांवर मारा करू शकतो. त्याच्या उलट, हत्ती मोकळ्या पटावरील कोणत्याही घरातून आपल्या **'म'** – या आडव्या किंवा **'हा'** या उभ्या चालीने पांढऱ्या आणि काळ्या अशा एकूण १४ घरांवर एकाच वेळी मारा करू शकतो. तेव्हा रांगेतील आणि पट्टीतील काळ्या आणि पांढऱ्या घरांवर एकाच वेळी ताबा ठेवण्याच्या त्याच्या **म हा** सामर्थ्यामुळे, राजा केवळ एकाच हत्तीच्या सहाय्याने एकाकी विरोधी राजावर मात करू शकतो. परंतु एका उंटाच्या सहाय्याने राजा एकाकी विरोधी राजावर मात करू शकत नाही.

(उंटाचे तौलनिक मूल्य **'३'** आहे, आणि हत्तीचे तौलनिक मूल्य **'५'** आहे.) याबद्दल मी पुढे सांगेन.

उत्तर क्र. ४ : **ए५** मधला (काळा) वजीर, फक्त २१ घरांवर मारा करू शकतो. याउलट **ई४** मधला (पांढरा) वजीर एकूण २७ घरांवर मारा करू शकतो. कारण **ए५** मधला वजीर पटाच्या कडेपट्टीत असल्याने त्याचा मारा तोकडा पडतो. याउलट **ई४** या केंद्र घरात असलेल्या वजीराचा मारा चौफेर होऊ शकतो. म्हणूनच तो जास्त बलवान आहे. **ई४** प्रमाणे **डी४, डी५, ई५** या केंद्रघरांमध्ये वजीर असेल तर तोही जास्त बलवान होतो. आकृती ८ मध्ये ही (केंद्र) घरे दाखविली आहेत. ती पहा. त्यांना केंद्रघरे म्हणतात.

■

पाठ क्रमांक ४

नाना : मुलांनो तुम्हाला आवडतो खाऊ नि खेळ !
खेळण्यात जातो मजेत वेळ!!
हूतूतू, खोखो, क्रिकेट आहेत मैदानी खेळ!
तर पत्ते, सापशिडी, कॅरम आहेत बैठे खेळ!!
पण बैठ्या खेळांचा राजा आहे बुद्धिबळ खेळ!
प्राचीन काळी त्याला म्हणत चतुरंग खेळ!!
'चतुरंग'चा जन्म झाला आपल्या भारतात!
भारतातून तो पसरला साऱ्या जगतात!!
सिंहासन बत्तीशी व काही पुराणातही
याचे उल्लेख सापडतात!
इ.स. पाचव्या शतकापासून या खेळाचे निश्चित
उल्लेख सापडतात!

भारतातून हा खेळ अफगणिस्थानमार्गे इराण अरबस्थान मार्गे युरोपमध्ये गेला आणि अरबस्थानमध्ये वाळवंटच वाळवंट. वाळवंटातील जहाज म्हणजे उंट! आणि चतुरंगदलातील 'नौदला' ऐवजी बहुधा हा 'उंट' आपल्या चतुरंगमध्ये शिरला असावा! तसेच काश्मीरमार्गे चतुरंगचा खेळ चीनमध्ये जाऊन तेथून कोरिया, जपान इ. ठिकाणी प्रसृत झाला असावा!! रशियात तो तिबेट पर्शियामागे गेला असण्याचा संभव आहे. पर्शियन 'छतरंग', अरबी 'शतरंज', मलायी 'छतोर', मंगोर 'शतर' इ. मूळ संस्कृत चतुरंगाचीच विविध रूपे होत.

पाचव्या शतकापासून ते पंधराव्या शतकापर्यंत भारतात बुद्धिबळाच्या खेळात अनेक परिवर्तने होत गेली. याच काळात तो जगभर प्रसृतही होत गेला.

हा खेळ युद्धसदृश असल्याने राजेरजवाड्यांमध्ये तो अत्यंत लोकप्रिय होता. कित्येक राजांनी व सरदारांनी आपल्या पदरी निष्णात बुद्धिबळपटू बाळगले होते. मोगल साम्राज्यकाळात उत्तर भारतात हा खेळ फारच लोकप्रिय झाला.

मोगल बादशहा जहांगीर याला बुद्धिबळाचे फारच वेड होते. त्यासाठी त्याने एक भला मोठा प्रासादच बांधला होता. या प्रासादाच्या जमिनीत पांढऱ्या व काळ्या रंगाच्या संगमरवरी फरश्यांचा मोठा पट केलेला होता व त्यावर राजा आपल्या राण्यांसमवेत 'जिवंत मोहरी' वापरून बुद्धिबळ खेळे. तरुण मुलींना (बुद्धिबळदलांसारखे) निरनिराळे योग्य वेष घालून पटावरील घरामध्ये उभे करण्यात येई व राजा राणी खेळी करतील त्या आदेशानुसार त्यांना एका घरातून दुसऱ्या घरात हलावे लागे. असे होते ऐतिहासिक काळातील मोगल राजांचे 'शतरंज प्रेम!' भारतामधील इतर राजांच्याही बऱ्याच मनोरंजक गोष्टी आहेत, त्या मी यथावकाश एक एक सांगणारच आहे.

आता आपण वळू या आपल्या बुद्धिबळ खेळातील 'राजाकडे'.

संक्षिप्त नावे

राजा 'रा'

KING '<u>k</u>'

मोहोरे **प्रतीक**

चित्र क्र. ४

एका खेळीत राजा लगतच्या कोणत्याही उभ्या पट्टीतील किंवा रांगेतील अथवा कर्णातील एका घरात हलू शकतो, म्हणजे राजा कोणत्याही दिशेस म्हणजे वर, किंवा खाली अथवा डावी किंवा उजवीकडे असणाऱ्या कोणत्याही दिशेतील एका घरात हलू शकतो.

आकृती १२ आणि १३ पहा : राजा आडव्या किंवा उभ्या अथवा तिरकस चालीने लगतच्या कोणत्याही एका घरात हलू शकतो, परंतु ते घर विरोधी बुद्धिबळाच्या माऱ्यातील नसावे.

आकृती १३ आणि १४ पहा : राजा लगतच्या घरातील बिनजोर विरोधी बुद्धिबळाचा बळी (हवा असल्यास) घेऊ शकतो आणि त्याचे पटावरून उच्चाटन करून, तो त्या घरात जाऊ शकतो.

राजा टिंबांनी दाखविलेल्या कोणत्याही दिशेतील एका घरात, आडव्या किंवा उभ्या अथवा तिरकस चालीने हलतो. ह्यावरून दिसून येईल की, राजाची चाल आणि गती लगतच्या एका घरापुरतीच आहे. परंतु राजाचा पल्ला (टिंबांनी

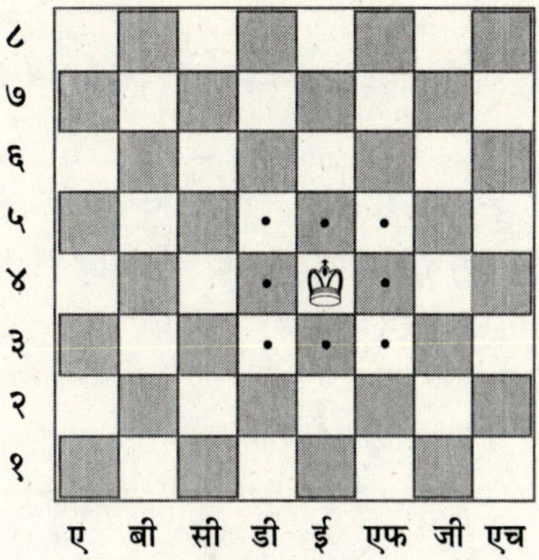

आकृती क्र. १२

राजा कसा हलतो

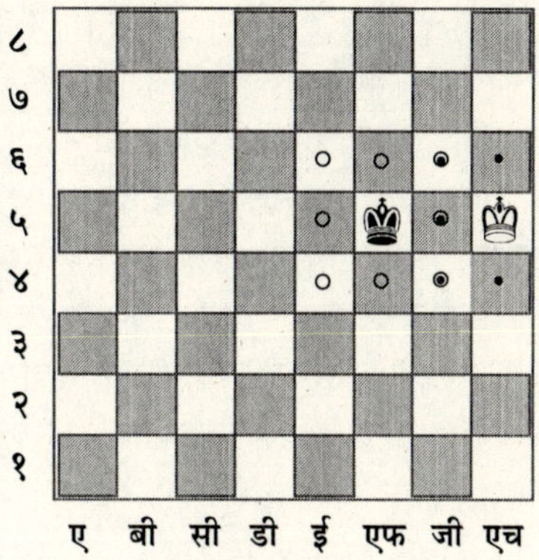

आकृती क्र. १३

विरोधी राजांची हालचाल

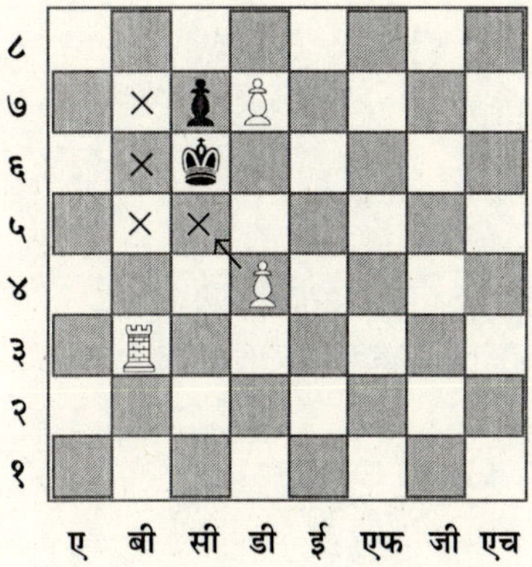

आकृती क्र. १४

राजाच्या चालीवरील बंधने

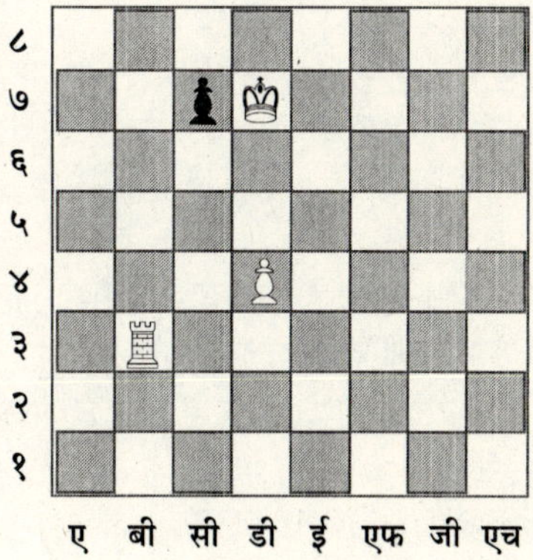

आकृती क्र. १५

राजा कसा बळी घेतो

दाखविलेल्या) लगतच्या आठ घरांवर पोहचू शकतो, म्हणून त्याच्या माऱ्यात लगतची आठ घरे आहेत.

आकृती १३ पहा : पांढऱ्या राजाचा मारा टिंबांनी दाखविलेल्या पाच घरांवर होऊ शकतो, तर काळ्या राजाचा मारा वर्तुळांनी दाखविलेल्या आठही घरांवर होऊ शकतो. परंतु वर्तुळांमध्ये टिंब असणाऱ्या **जी४, जी५** व **जी६** ह्या तिन्ही घरांवरती दोन्ही विरोधी राजांचा मारा होऊ शकतो म्हणून त्यांना ह्या तिन्ही घरात एकमेकांशेजारी जाता येणार नाही म्हणूनच काळा राजा उरलेल्या पाच घरात हलू शकतो तर पांढऱ्या राजाला हलण्यास **एच४** व **एच६** अशी फक्त दोनच घरे राहतात.

आकृती १४ पहा : राजा विरोधी हत्तीच्या माऱ्यातील ह्या × × × चिन्हांकित लगतच्या तिन्ही घरात तसेच विरोधी **डी४** च्या प्याद्याच्या माऱ्यातील **सी५** ह्या चिन्हांकित घरात जाऊ शकणार नाही.

आकृती १५ पहा : **डी७** मधील पांढरा राजा **सी७** मधील विरोधी प्यादे मारून, राजा त्याच्याऐवजी त्या घरात जातो. **डी४** मधील विरोधी प्यादे मात्र राजा मारू शकणार नाही कारण ते राजाच्या माऱ्या बाहेरचे आहे.

राजाचा बळी घेत नसतात. राजा जरी मरू शकणार नसला तरी त्याच्या सुरक्षिततेवरच बुद्धिबळाचा डाव अवलंबून असतो. म्हणजे राजा जोपर्यंत सुरक्षित आहे, तोपर्यंत डावही सुरक्षित असतो, कारण बुद्धिबळ खेळाच्या नियामांनुसार राजाशिवाय हा खेळ खेळताच येत नाही. राजाच्या सुरक्षिततेसाठीची किल्लेकोटची चाल, शह, मात वगैरेची माहिती पुढे देईन.

■

पाठ क्रमांक ५

राम-शाम : मोगल बादशहा जहांगीरची गोष्ट नानांनी सांगितली, आता आज ते कोणत्या राजाची गोष्ट सांगणार आहेत, सुधाताई तुला माहीत आहे का?

सुधा : नाही! ते पहा आलेच नाना....

(नाना येतात व सर्व मुलांकडे पहातात व त्यांची उत्सुकता जाणून पुढची गोष्ट सांगावयाच्या आधी ते विचारतात..)

नाना : मुलांनो, पश्चिम किनाऱ्यावरचे सर्वात मोठे शहर कोणते व ते कशाकरता प्रसिद्ध आहे सांगा.

राम : अहो मुंबई.

शाम : हे सर्वात मोठे बंदर आहे.

सुधा : व महाराष्ट्राची राजधानी आहे.

नाना : आता या पश्चिम किनाऱ्यावरती आणखी कोणकोणती राज्यं आहेत, त्यांच्या राजधानींची व बंदरांची नावं सांगा पाहू.

राम : गोवा राज्य आहे.

शाम : पणजी बंदर व राजधानी आहे. त्यानंतर...

सुधा : केरळ राज्य आहे, त्रिवेंद्रम ही राजधानी आहे व बंदरपण आहे.

नाना : आणखी एक राज्य आहे ना ते सांगा– नाही ना माहीत मी सांगतो. कर्नाटक राज्य आहे व कारवार बंदर आहे त्याची राजधानी तुम्हाला माहीत आहे का?

राम-शाम : अहो बंगलोर!

नाना : आता केरळ राज्यात एक मोठे बंदर आहे त्याचे नाव सांगा पाहू. सर्वजण नकारार्थी माना डोलावतात.

नाना : कोचीन बंदर. बरं का मुलांनो हे आहे उत्तर केरळ राज्यात. आता मी गोष्ट सांगणार आहे ती १५ व्या शतकात केरळ राज्यात घडलेली आहे. उत्तर केरळमधील कोलाथनाडवर राजा उदयवर्माचे राज्य होते. राजाला बुद्धिबळ खेळाचे फार वेड होते. दिवस रात्र तो बुद्धिबळ खेळत बसे.

एकदा, एक डाव हरण्याच्या बेतात होता राजा. उदयवर्माची राणी सुरुवातीपासूनच पहात होती डाव त्यांचा! ती अगदी एकाग्र चित्ताने व शांत मनाने तो डाव पहात होती! आणि सतर्क विचार करता करता तिला तो डाव वाचविण्याची व तसेच जिंकण्याची खेळी सुचली. पण दोघांचा डाव चालू असताना मध्येच बोलायचे कसे? असा तिला पडला पेच! म्हणून तिने एक शक्कल लढवली. ती एक गाणं गुणगुणायला लागली. तिने त्या गाण्यातून अप्रत्यक्षपणे, राजाला डाव कसा जिंकावयाचा या विषयी खेळी सुचविल्या, आणि राजा त्याप्रमाणे खेळला व त्याने डाव जिंकला. राजा एवढा खूष झाला की त्याने ताबडतोब राजकवी चेरुशेरी यास महालात बोलावून घेतले व राणीने ज्या मंजिरी वृत्तात गाणे गुणगुणले होते त्यास मंजिरी वृत्तामध्ये कृष्णगाथा रचण्यास त्यास फर्माविले. गोष्ट संपली, आता वळू आपल्या मुख्य विषयाकडे.....

नाना : राम, शाम या आधी राजाच्या चालीविषयी समजावून दिले होते. राजा हे सर्वात मूल्यवान मोहरे असल्याने आणि त्याच्या सुरक्षिततेवरच सर्व बुद्धिबळाचा डाव अवलंबून असतो. तेव्हा राजाला विरोधी बुद्धिबळ दलांपासून भक्कम संरक्षण द्यावे लागते. राजाच्या संरक्षणाचा योग्य असा प्रदीर्घ आणि परिणामकारक उपाय म्हणजे किल्लेकोटची चाल करून राजाला सुरक्षित अशा दुर्गाश्रयात हलविणे ही होय. याविषयी मी नंतर सांगणार आहे. आता मी सांगणार आहे, तुम्हाला आवडणाऱ्या घोड्याबद्दल.....

संक्षिप्त नावे

घोडा 'घो'

KNIGHT '<u>N</u>'

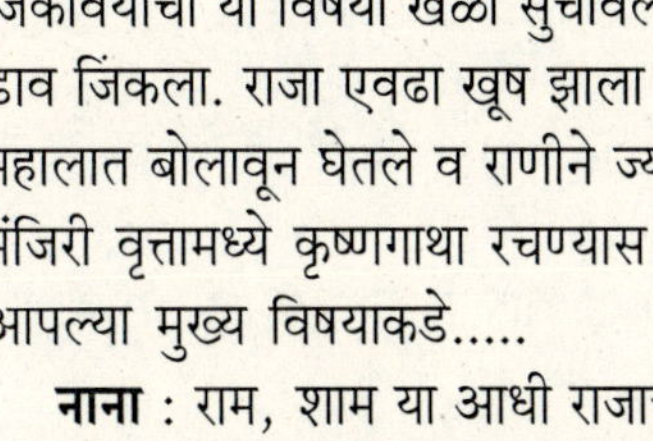

मोहोरे

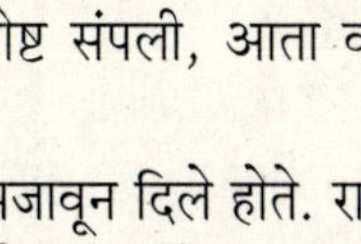

प्रतीक

चित्र क्र. ५

राम नि शाम यांना घोड्याबद्दल खूपच कुतूहल वाटायचे. ते हळूहळू चर्चा करतात. त्यांच्या मते सर्व मोहऱ्यात रुबाबदार आहे हे घोड्याचे मोहरे!!

तरीही हत्ती म्हणजे सरळ जाणारे मोहरे!

पण हत्ती म्हणजे नेमके काय? तोफ की रणगाडे?

काहीच न उलगडणारे आहे हत्तीचे कोडे!!

परंतु या घोड्याची घोडदौड करते शत्रूंची लांडगेतोड!

चाल त्याची कशी लयबद्ध पाहून सारे होतात कसे मुग्ध!!

डोळ्यासमोर जणू येतात झुंझार घोडे

झाशीच्या राणीला घेऊन बुरूजावरून उडी मारून वेढा पार करणारे घोडे!

हळदीघाटच्या लढाईत राणाप्रतापला चौखूर धावून वाचवणारे घोडे चेतक!

पहिल्या बाजीरावांना युद्धाच्या धुमश्चक्रीत घेऊन जाणारे घोडे अबलख!!

असे हे भर युद्धाच्या धुमश्चक्रीत, अडथळ्यांवरून उड्डाण करून, शूरवीरांना लढाईत साथ देऊन त्याचे प्राण वाचवणारे घोडे. असे विचार ते एकमेकांत सांगतात.

राम-शाम : पण हे घोडे पटावर खेळवायचे कसे? ते पटावरही खरेच का उडी मारते? या शंकाकुशंकांचे निराकरण करून घेऊ आपण नानांचेकडून.

(नाना परिपत्रक वाचून बाजूला ठेवतात व मुलांकडे वळतात.)

नाना : मुलांनो, घोडे हातात धरून कसला विचार करताहात?

राम-शाम : नाना, हा घोडा पटावर कसा काय चालवायचा? तो खरंच पटावरही उडी मारतो?

नाना : सांगतो, तुम्ही डावाच्या सुरुवातीची आकृती क्र.१ प्रमाणे सर्व मोहरी व प्यादी ठेवा पाहू पटावर. सुधा तू त्यांना मदत कर.

राम-शाम-सुधा : (सर्व काळी व पांढरी बुद्धिबळदले त्वरेने पटावर मांडतात.) हं नाना ही पहा आकृती १ प्रमाणे सर्व दले मांडली आहेत.

नाना : आता सांगा पाहू घोडे कोणकोणत्या घरात आहेत त्यांची नावे.

राम : एक पांढरा घोडा **जी१** मधे, दुसरा **बी१** मधे.

शाम : एक काळा घोडा **जी८** तर दुसरा आहे **बी८** मधे.

राम-शाम : पण हे घोडे ही सर्व मोहरी प्याद्यांच्या मागे आहेत. त्यांच्या स्वगृहात आणि प्याद्यांना ओलांडून ती पुढे जाणार नाहीत असे तुम्ही सांगितलेत ना नाना! मग डाव सुरू हो कसा करणार, हे घोडे असेच चालवणार?

नाना : डावाची सुरुवात घोड्यानेही करता येते. हा **जी१** मधला घोडा 'अडीच घरांच्या चालीने' असा उडी मारून या **एफ३** चे घरात असा येतो. तर **जी८** चा घोडा अडीच घरांच्या चालीने असा उडी मारून **एफ६** चे घरात असा येतो.

(नाना वरीलप्रमाणे प्रात्यक्षिक करून दाखवितात व सांगतात.)

नाना : घोड्याच्या चालीचे बरेच मनोहर पैलू आहेत. घोडा हेच एकमेव मोहरे आहे की जे स्वपक्षाच्या किंवा विरोधी बुद्धिबळांवरून उडी मारून जाऊ शकते; किंवा मारामारी करू शकते. असे हे उड्डाण चालीचे गूढ सामर्थ्य राजा, वजीर, हत्ती आणि उंटामध्ये नाही.

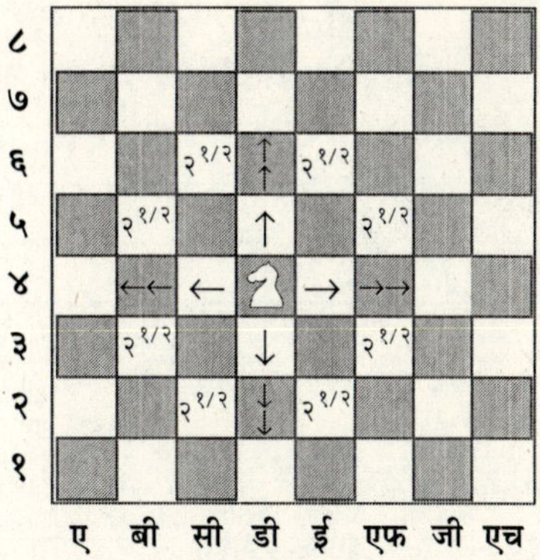

आकृती क्र. १६

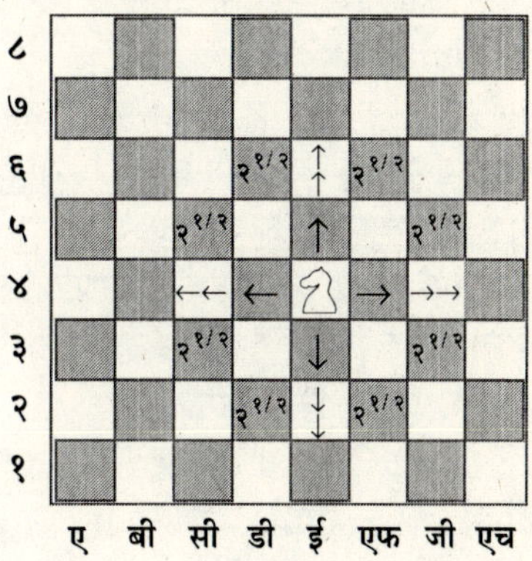

आकृती क्र. १७

घोड्याची चाल २$^{१}/_{२}$ घरांची असते. घोडा प्रथम उजवीकडील किंवा डावीकडील अथवा वर खाली असलेल्या लगतच्या घरातून (हे पहिले घर) त्याचे पुढील दुसऱ्या घरातून (हे दुसरे घर) नंतर दिशा बदलून दुसऱ्या घरालगतच्या घरात जातो; (हे अर्धे घर) – हे अंतिम घर पहिल्या घराला लागून असलेले कर्णघर असते. (आकृती १६ आणि १७ पहा) घोडा ही अडीच (२$^{१}/_{२}$ घरांची) चाल एका खेळीत एक वेळा करतो. घोडा ह्या चालीने अंतिम घरातील विरोधी बुद्धिबळाला मारून (त्याचे पटावरून उच्चाटन करून) त्याच्याऐवजी त्या घरात जातो. अंतिम उड्डाणाच्या घरात जेव्हा स्वपक्षाचे बुद्धिबळ दल असते तेव्हा घोडा त्या घरात जाऊ शकत नाही.

काळ्या घरातील घोड्याची उड्डाण चाल. काळ्या घरातील घोड्याची अंतिम उडी पांढऱ्या घरात पडते.

आकृती १७ पहा : पांढऱ्या घरात घोड्याची उड्डाण चाल. पांढऱ्या घरातील घोड्याची अंतिम उडी काळ्या घरात पडते. आकृती १६ आणि १७ मधील घोड्याच्या उड्डाण चालीतील वैशिष्ट्ये:-

१) घोड्याच्या उड्डाणातील २$^{१}/_{२}$ घरे :

उ) एका लघुबाणाने दाखविलेले – 'पहिले घर'

ड्डा) दोन लघुबाणांनी दाखविलेले – 'दुसरे घर'

ण) नंतर दिशा बदलून २$^{१}/_{२}$ ह्या आकड्याने दाखविलेले – 'अर्धे घर'

अशी एकूण अडीच ($२^{१}/_{२}$) घरे

२) घोड्याच्या अडीच ($२^{१}/_{२}$ घर) चालीचे प्रमाण नेहेमीच सारखे असते म्हणून एक खेळीत त्याची गती फक्त $२^{१}/_{२}$ घरांची असते; त्यामुळे घोड्याला पहिल्या आडव्या पट्टीतून (किंवा रांगेतून) आठव्या पट्टीत (किंवा रांगेत) जाण्यास कमीत कमी चार चाली (खेळ्या) कराव्या लागतात. म्हणूनच मोहऱ्यांमध्ये घोडा मंदगती वाटतो. परंतु त्याला उड्डाण चालीचे वरदान मिळाल्याने तो वरचढ ठरण्याचा संभव असतो.

३) $२^{१}/_{२}$ ह्या आकड्याने दाखविलेल्या ८ घरांवर घोड्याचा ताबा असतो. परंतु, अशा ८ घरांवरील ताबा, घोडा जेव्हा पटावरील केंद्रस्थानात असतो तेव्हाच मिळू शकतो, आणि तो जेव्हा पटाच्या कडेला जाईल तेव्हा त्याचा ताबा कमी घरांवर बसतो आणि त्याच्या ताब्यात कमी घरे येतात.

नाना : राम तू आकृती १६ पहा आणि सांग पाहू पांढरा घोडा कोणत्या घरात आहे व तो कोणकोणत्या घरांमध्ये उड्डाण चालीने जातो व तेव्हा एकूण किती घरे त्याच्या ताब्यात आहेत?

राम : पांढरा घोडा **डी४** मध्ये आहे. तो **बी३, बी५, सी२, सी६, ई२, ई६,** व **एफ३** आणि **एफ५** या घरांमध्ये उड्डाण चालीने जातो व तेव्हा एकूण आठ घरे त्याच्या ताब्यात आहेत.

नाना : शाम तू आकृती १७ पहा आणि सांग पाहू घोडा कोणत्या घरात आहे व तो कोणकोणत्या घरांमध्ये उड्डाण चालीने जातो. तेव्हा त्याच्या ताब्यात म्हणजे माऱ्यात एकूण किती घरे येतात.

शाम : काळा घोडा **ई४** या पांढऱ्या घरात आहे तो **सी३, सी५, डी२, डी६, एफ२, एफ६, जी३, जी५** अशा एकूण आठ घरात उड्डाण चालीने जातो जेव्हा त्याच्या ताब्यात ही आठ घरे येतात तेव्हा ही आठ घरे त्याच्या माऱ्यात येतात.

नाना : राम आणि शाम आणखी कोणती ठळक बाब आहे ती तुम्ही सांगा पाहू. (डोळ्यांनी विचारतात - ते नकारात्मक माना डोलावतात तेव्हा)

नाना : सुधा तू सांग पाहू.

सुधा : काळ्या घरात असणाऱ्या घोड्याची अंतिम उडी पांढऱ्या घरात पडते, तर पांढऱ्या घरात असणाऱ्या घोड्याची अंतिम उडी काळ्या घरात पडते.

नाना : प्रथम पट मोकळा करा पाहू. घोडा जर ए१ मध्ये असेल तर किती घरांवर मारा करतो, राम तू सांग बरे. पटावर घोडा ठेव आणि सांग पाहू.

राम : हा घोडा ए१ मधे ठेवला पहा. हा घोडा एक, दोन, अडीच **सी२** मधे व एक, दोन, अडीच **बी३** मधे म्हणजे फक्त दोनच घरांवरती मारा करतो.

नाना : शाम तू घोडा एच१ मधे ठेव आणि सांग पाहू तो कोणत्या घरांवरती मारा करतो.

शाम : हा घोडा एच१ मधे ठेवला पहा. **एफ२ व जी३** या फक्त दोन घरांवरतीच मारा करतो.

नाना : आकृती १६ व १७ पहा पाहू हे घोडे कोणकोणत्या घरात उभे आहेत आणि ते एकूण किती किती घरांवरती मारा करतील?

राम : **ई४** घोडा एकूण (१, २, ३,....८) म्हणजे एकूण आठ घरांवरती मारा करतो आणि

शाम : **डी४** चा घोडाही आठ घरांवरती मारा करतो.

नाना : राम, शाम आता लक्षात आले ना की पटाच्या कोपऱ्यात असणारा घोडा फक्त दोन घरांवरती मारा करतो आणि......

राम-शाम : पटाच्या मध्यात असणारे घोडे एकूण आठ-आठ घरांवरती मारा करतात होय की नाही नाना?

नाना : अगदी बरोबर! म्हणजे पटाच्या मध्यात असणारा घोडा पटाच्या कोपऱ्यात असणाऱ्या घोड्याहून किती पट बलवान आहे बरे?

राम-शाम : चार पटीने बलवान आहे.

नाना : म्हणजे पटाच्या कोपऱ्यात असणारा घोडा केवळ एक चतुर्थांश (१/४) आहे. म्हणजे केवळ पाव पट आहे. हाच घोडा जर **बी२** किंवा **जी२** मधे ठेवला तर किती घरांवर त्याचा मारा होतो सुधा तू सांग पाहू.

सुधा : एकूण चार घरांवरती मारा करतो.

नाना : म्हणजे एक घर वर सरकताच घोडा चार घरांवरती मारा करतो म्हणजे हा घोडा **ई४** किंवा **डी४** मधील घोड्याच्या निम्मा आहे नाही का? अर्धा घोडा होय!

राम-शाम : म्हणजे हा अर्धवट रावच?

नाना : थोडक्यात सांगावयाचे झाल्यास कोणतेही मोहरे कोपऱ्यातील घराहून ते जसजसे पट-मध्यावरील घरात जाते तसतसे ते जास्त जास्त बलवान होत जाते. तेव्हा या पट-मध्यावरील घरांची नावे सांगा पाहू.

राम : **ई४** व

शाम : **डी४** ही आहेत.

नाना : आणखी दोन घरे आहेत. सुधा, तू सांग?

सुधा : **ई५** व **डी५** ही आहेत.

नाना : या **ई४, ई५** आणि **डी४, डी५** या घरांना 'केंद्रघरे' म्हणतात. याचे बुद्धिबळाचा डाव खेळताना खूप महत्त्व असते. ते मी सविस्तर पुढे सांगणार आहे.

राम : नाना प्रतिस्पर्ध्याचे बुद्धिबळ दल जर घोड्याच्या पुढील घरात असेल तर त्याला घोडा मारतो का हो? (पांढरा घोडा असणाऱ्या **ई४** घरापुढील घरात काळा हत्ती ठेवतो.) आता सांगा नाना?

नाना : नाही. घोड्याची उडी ज्या अंतिम घरात पडते त्या घरात जर विरोधी बुद्धिबळ दल असेल तरच घोडा ते मारून, त्याला पटाबाहेर काढून, त्याच्याऐवजी त्या घरात घोडा असा जातो **डी६** किंवा **एफ६** मधे असा जातो. (प्रात्यक्षिक दाखवतात)

शाम : म्हणजे नाना **ई५** मधला काळा हत्ती या पांढऱ्या घोड्याच्या उड्डाणाला अडथळा आणत नाही का?

नाना : नाही, घोडा ज्या घरातून चाल करून उड्डाण करून, जेथे अंतिम झेप टाकतो त्यामध्ये येणाऱ्या मध्यस्थित घरातील विरोधी बुद्धिबळ दलांना तो मारू शकणार नाही. तसेच त्या मध्यस्थित घरातील विरोधी किंवा स्वपक्षाच्या बुद्धिबळ दलांचा अडथळा त्याच्या उड्डाणाला होणार नाही.

राम-शाम : ही मध्यस्थित घरे म्हणजे नेमकी कोणती?

नाना : आता या **ई४** मधल्या पांढऱ्या घोड्या लगतच **ई५** या घरात काळा हत्ती असतानाही त्याची अंतिम उडी **डी६** किंवा **एफ६** मधे पडते की नाही, (दोघेही हो हो करून माना डोलावतात) तेव्हा हे **ई५** घोड्याच्या उड्डाणाला त्यांचा अडथळा होणार नाही. याप्रमाणे इतर अंतिम उड्डाणाच्या घरातही तो विना अडथळा जाऊ शकतो. पण त्याच्या अंतिम उड्डाणाचे घरात जर विरोधी बुद्धिबळ दल उदा. येथे **डी६** मधे काळा उंट किंवा **एफ६** मधे काळा हत्ती असेल तर हा **ई४** चा पांढरा घोडा त्या काळ्या उंटाला किंवा काळ्या हत्तीला मारून त्याला पटाबाहेर ठेवून त्याचे ऐवजी घोडा त्या घरात असा ठेवतात. (नाना प्रात्यक्षिक करून दाखवतात)

राम-शाम : म्हणजे नाना या घोड्याभोवती बुद्धिबळ दलांचा वेढा पडला असतानाही तो असे मारू शकतो किंवा जाऊ शकतो ना नाना?

नाना : होय बरे! ही आकृती १८ पहा. हा **सी३** मधे असलेला (पांढरा) घोडा बुद्धिबळ दलांच्या वेढ्यात अडकलेला आहे पहा. तरी सुद्धा तो या '.' टिंबानी दाखविलेल्या घरात उड्डाण करून जातो.

स्वाध्याय पाठ

आकृती १८ पहा.

प्रश्न १ : पांढरा घोडा कोण कोणत्या घरात जातो त्यांची नावे सांगा.

प्रश्न २ : काळा घोडा कोणकोणत्या घरात जातो व कोणत्या घरात जाऊ शकणार नाही व का? त्या घरांची नावे सांगा.

(मुलांनो ह्या स्वाध्याय पाठाची उत्तरे लिहून ठेवा व मी लिहून ठेवलेल्या उत्तराबरोबर ताडून पहा.)

आता आकृती १८ व आकृती १९ पहा.

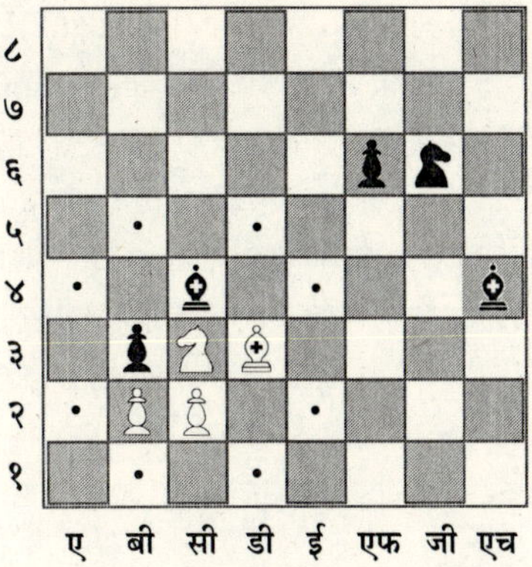

आकृती क्र. १८

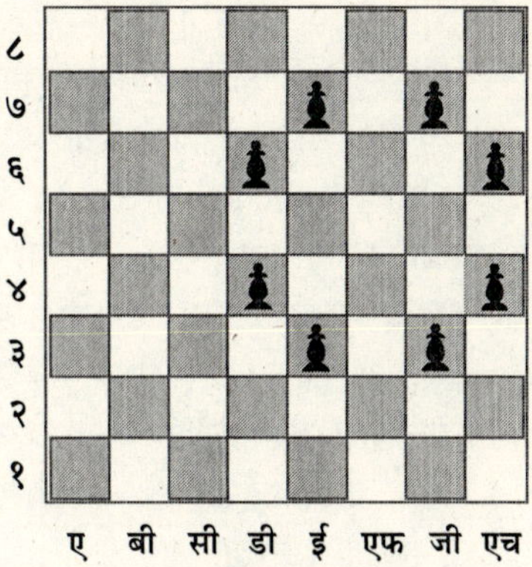

आकृती क्र. १९

नाना : आता आकृती १९ पहा आणि सांगा पाहू या आठ काळ्या प्याद्यांना मारावयाचे झाल्यास घोडा नेमका कोणत्या घरात चालवावा लागेल?

शाम : नाना, घोडा **एफ५** मधे चालवावा लागेल.

राम : पण नाना बुद्धिबळ दलांवरून उड्डाण करणाऱ्या घोड्याला मारावयाचे कसे हो?

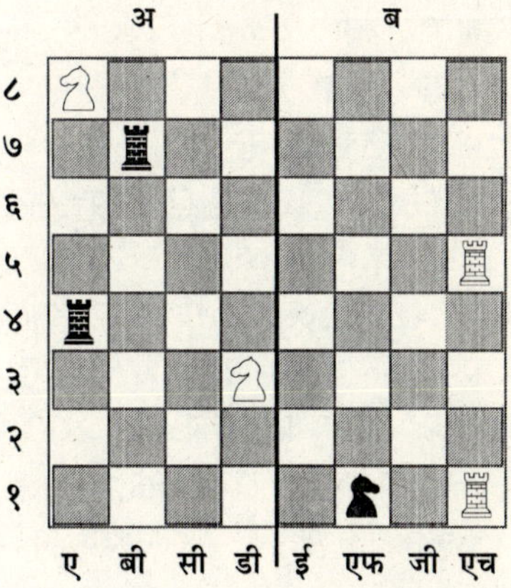

आकृती क्र. २०

नाना : सांगतो. ही आकृती २०अ पहा. घोड्याला मारावयाचे झाल्यास, त्याच्यावरती एकाच वेळी मर्मघातक हल्ला चढवून त्याचवेळी त्याच्या सर्व पलायन घरांवरतीही मारा जारी ठेवावयाचा म्हणजे अशा प्रकारे त्याला (जेरबंद) गारद करता येते. या आकृती २०अ मध्ये **ए४** च्या काळ्या हत्तीने **ए८** मधील घोड्यावरती मर्मभेदक हल्ला चढविला आहे. तर **बी७** च्या हत्तीने घोड्याच्या **बी६** व **सी७** या घरांवरती मारा जारी ठेवला असल्याने **ए८** मधील घोड्याला सुटकेसाठी मार्ग नसल्याने **ए४** चा काळा हत्ती घोडा मारतो. या अशा स्थितीत नेमकी कोणती बाब प्रकर्षाने स्पष्ट दिसून येते? येईल का सांगता तुम्हाला?

(नाना डोळ्यांनी विचारतात– दोघेही नकारात्मक माना डोलावतात) तेव्हा, ते सुधा तू सांग बरे!

सुधा : घोडा पटाच्या कोपऱ्यातील घरात असतो तेव्हा तो कमकुवत होतो.

नाना : कोपऱ्यातील घरात तो कमकुवत असतो; तो मंदगतीही आहे हे खरे आहे, पण तो पट मध्यवर्ती घरात असतो तेव्हा तो अत्यंत सफाईदारपणे शत्रू दलांवरती अचानक मारा करतो. केंद्र घरात असताना तो एकूण आठ घरांवरती एकाचवेळी चौफेर मारा करतो. हे आपण पाहिले आहे आणि जेव्हा घोडा अचानकपणे दोन शत्रू दलांवरती हल्ला चढवितो तेव्हा त्याला द्विघाती हल्ला म्हणतात. आकृती २०ब पहा. या प्रमाणे स्थिती पटावर मांडा पाहू आणि सांगा काळा घोडा नेमक्या कोणत्या घरात हलविला असता तो एकाचवेळी दोन्ही हत्तींवर द्विघाती हल्ला करू शकेल.

राम : घोडा **जी३** मधे चालविला की तो दोन्ही हत्तीवरती एकाच वेळी द्विघाती हल्ला चढवतो.

नाना : शाम तू आकृती २०अ प्रमाणे पटावरती दले मांड पाहू. (बाकी दले काढून टाक) आणि सांग, घोडा नेमक्या कोणत्या घरात हलविला असता तो द्विघाती हल्ला चढवतो.

शाम : पांढरा घोडा **'सी५'** मध्ये चालविला की तो दोन्ही काळ्या हत्तींवर द्विघाती हल्ला चढवतो.

नाना : वा, उत्तम! (असे प्रशंसोद्‌गार काढतात.)

राम-शाम : (तरीही बुचकळ्यातच पडतात, आणि विचारतात;) कोणते मोहरे बलवान आहे - घोडा की हत्ती? त्यांचे मते पटाईत घोडा सफाईदारपणे उड्डाण चाल करतो तो हट्टी हत्तीहून बलशाली असायला हवाय. कारण या वाकड्या सोंडेच्या हत्तीची चाल अगदी सरळच असते की. नाही नाना?

नाना : कधी कधी काही स्थितीत (वर आ. २०ब प्रमाणे) घोडा हत्तीहून बलवान होऊ शकतो परंतु हत्ती मात्र घोड्याहून सदोदित सामर्थ्यवान असतो कारण हत्ती हे जलद चाल करून जाणारे मोहरे आहे. तो पटावरील कोणत्याही घरात केवळ दोन चालीत जातो. आता मला सांगा या **ए८** च्या घोड्याला **एच१** मधील घरात जाण्यासाठी एकूण किती चाली कराव्या लागतील बरे?

राम-शाम : घोड्याची चाल अडीच घरांची तेव्हा त्याप्रमाणे ते चाली करतात. परंतु उलट सुलट चाली करूनच ते दमतात आणि नकारात्मक माना डोलावतात.

नाना : सुधा तू सांग बरे.

सुधा : हा **'ए८'** मधला घोडा **बी६** मधून **डी५** मध्ये जाऊन **ई३** मधून **एफ१** येथून **जी३** मध्ये जाऊन **एच८** मध्ये घुसतो. तेव्हा घोड्याला अशाप्रकारे एकूण सहा चाली कराव्या लागतात नाना.

नाना : तेव्हा कळले का मुलांनो मंदगती घोड्याहून जलदगती हत्ती जास्त शक्तीशाली आहे; तसाच हत्ती एकाच वेळी काळ्या व पांढऱ्या घरांवरती ताबा

ठेवून मारा करू शकतो. म्हणूनच हत्ती व वजीर ही मोठी बुद्धिबळ दले आहेत व घोडा व उंट ही लहान बुद्धिबळ दले आहेत.

राम-शाम : आता चतुरंग दलातले उरले आहे प्यादे दल, त्याबद्दलची माहिती व गोष्ट सांगणार नाना?

नाना : होय बरं बाळांनो!

स्वाध्याय पाठाचे उत्तर (आ. १८ पहा)

१) पांढरा घोडा ए२, ए४, बी१, बी५, डी१, डी५, ई२, ई४, अशा या आठ घरात विनाअडथळा जातो.

२) काळा घोडा एफ४, ई५, ई७, एफ८, एच८ या पाच घरात जाऊ शकतो, परंतु तो या एच४ या घरात जाऊ शकणार नाही कारण त्या घरात त्याच्याच पक्षाचा उंट आहे म्हणून.

■

पाठ क्रमांक ६

राम : आज नाना सांगणार आहेत

शाम : अरे 'प्यादे' विषयी!!

राम : प्याद्याचे काय वायदे!

शाम : प्याद्याचे काय कायदे??

सुधा : प्याद्याचे फायदेच फायदे!!

(नाना येताना हे सारे ऐकतात.)

नाना : सांगतो बरं प्याद्याचे वायदे, कायदे नि फायदे!! सारे काही! मुलांनो मग ऐका प्याद्याची ही कविता!!

प्यादे म्हणते वजिराला
माहित आहे का तुम्हाला
प्याद्याचा फर्जंद होतो
डावात चैतन्य ओततो!!
मी सुकुमार, साधी सरळ माझी चाल
मारतो हळूच, तिरके न करता हाल!!
शक्तिशाली तुम्ही, आडव्या, उभ्या, तिरक्या चालीने

धावून शत्रूवर, घालता घाव किती त्वेषाने!!
टाकतो पाऊल मी एक, एक
माघार मला ना कधीही ठाऊक
नाही भीत मी कदापी मरणाला
पाठ न दावी मी कधीही शत्रूला!!
जा, ये करता तुम्ही वेगात चौसष्ट घरात
बदल पडतो का कधी तरी तुमच्या रूपात!!
आठव्या घरात टाकता पाऊल मी
रूप घेतो हिरीरीने तुमचे मी!!
ओततो डावात चैतन्य मी
विजयाची संधी मिळवून देतो मी!!
प्यादे म्हणते वजीराला
माहित आहे का तुम्हाला??
प्याद्याचा फर्जंद होतो
डावात चैतन्य ओततो!!

संक्षिप्त नावे

प्यादे	**'प्या'**
PAWN	**'P'**

प्यादे **प्रतीक**

चित्र क्र. ६

नाना : तेव्हा मुलांनो काय म्हणते प्यादे?
ऐकलेत ना तुम्ही त्याचे वायदे!!
कायदेशीर चालण्याचे कायदे डावात चैतन्य ओतण्याचे फायदे!!
राम-शाम : नाना, कविता आहे छान त्याला देतो आम्ही मान!
पण हे पटावर पटवून द्याना!
ह्या वायदे, कायदे नि फायद्यांना!!
नाना : हं, सांगतो सारे काही नीट
कळेल मग साधे प्यादे आहे कसे धीट!!

बुद्धिबळाच्या चतुरंग दलात पायदळाचा समावेश केलेला आहे. पायदळ म्हणजे प्यादे दल आणि प्यादे म्हणजे (खड्‌गधारी) शिपाई आहे.

प्याद्याची प्रमाण हलण्याची चाल म्हणजे त्याच्या उभ्या पट्टीतील (स्तंभातील) समोरच्या रिकाम्या घरात जाणे; परंतु एकदा पुढे गेलेले प्यादे मागे घेता येत नाही.

प्यादे केव्हाही माघारी फिरत नाही, किंवा दुसऱ्या कोणत्याही दिशेस जात नाही. प्याद्याच्या समोरील (लगतच्या) घरात जेव्हा स्वपक्षाचे बुद्धिबळ असते तेव्हा त्याची चाल तात्पुरती रोखली जाते; आणि प्यादे (तात्पुरते) पुढे जाऊ शकत नाही. त्याचप्रमाणे त्याचेपुढील घरात जेव्हा विरोधी बुद्धिबळ असते तेव्हासुद्धा प्याद्याची चाल (तात्पुरती) रोखली जाते; कारण प्यादे इतर मोहऱ्यांप्रमाणे चालीत येणाऱ्या विरोधी बुद्धिबळाला मारू शकत नाही.

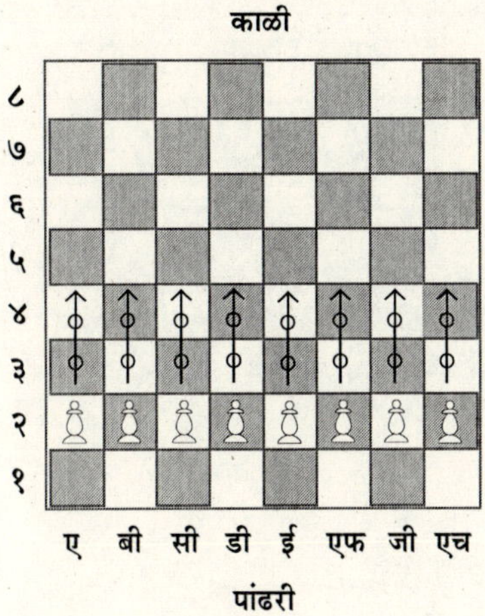

आकृती क्र. २१

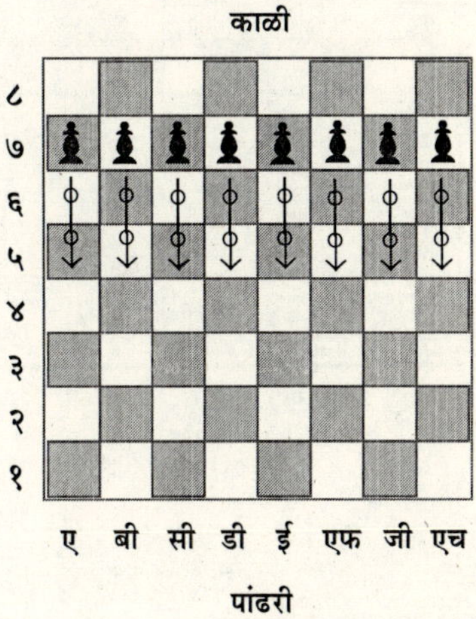

आकृती क्र. २२

स्वगृहातून केलेली प्याद्याची पहिली चाल

प्याद्याची एक महत्त्वाची ऐच्छिक चाल आहे. तेव्हा कोणतेही प्यादे त्याच्या स्वगृहात (आकृती १ पहा) असते तेव्हा त्या (प्याद्या)ला त्याचे अगदी पहिल्या खेळीत (ती डावाची पहिली खेळी असतेच असे नाही) त्याचे समोरील पहिल्या अथवा एकदम (एका खेळीत) दुसऱ्या घरात जाण्याची मुभा असते. (आकृती २१ आणि २२ पहा) प्याद्याच्या पहिल्या चालीनंतर त्याची पटावरील पुढील चाल नेहमीच्या प्रमाण चालीसारखी म्हणजे एका खेळीत एक घर पुढे जाणे अशी असते. आकृती २१ आणि आकृती २२ पहा. चित्र क्र. ७ पहा.

आकृती २१ आणि २२ मध्ये खेळाच्या सुरुवातीची प्याद्यांची मांडणी दाखविली आहे. आठही प्यादी त्यांच्या स्वगृहात एका रांगेत उभी आहेत. स्वगृहातील

खेळीत एक घर अथवा एकदम दोन घरे पुढे जाते. ही दोन्हीही घरे रिकामी असावी लागतात.

ही घरे बाणांतील गोलांनी अशी दाखविली आहेत.

चित्र क्र. ७

काळी

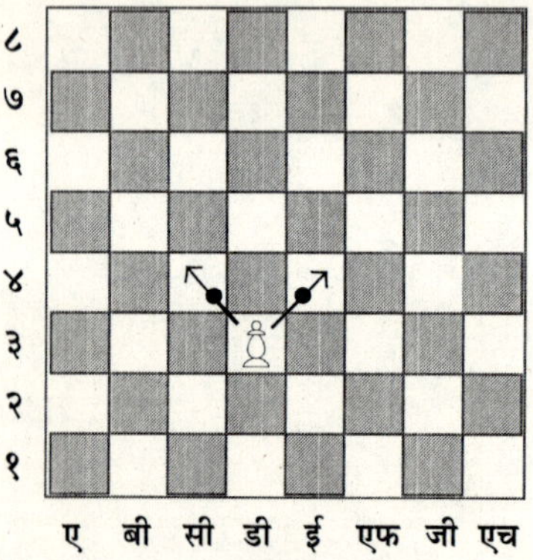

पांढरी

आकृती क्र. २३

काळी

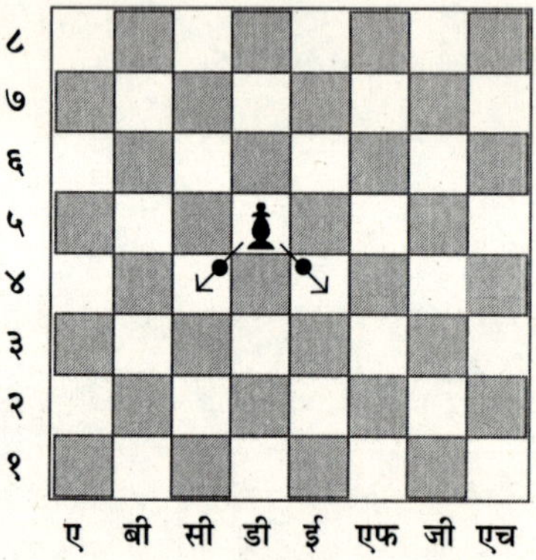

पांढरी

आकृती क्र. २४

प्रत्येक प्यादे, एका खेळीत प्यादे त्याचे समोरून डावीकडील अथवा उजवीकडील कोणत्याही एक कर्ण घरातील विरोधी बुद्धिबळ दल मारू शकते. आकृती २३ व आकृती २४ पहा.

आकृती २३ किंवा २४ मधील प्यादे दोन बाणांतील गोलांनी दाखविलेल्या कोणत्याही एका कर्णघरातील विरोधी बुद्धिबळदलाला मारू शकते; म्हणजे ही दोन कर्णघरे त्या प्याद्याच्या माऱ्यातील आहेत. बाणातील दाखविलेल्या ह्या चिन्हांकित कर्णघरात प्यादे त्याच्या प्रमाण चालीने केव्हाही जाऊ शकत नाही. परंतु त्या कर्णघरात जेव्हा विरोधी बुद्धिबळदले असतात तेव्हा त्यांपैकी कोणत्याही एका कर्णघरातील विरोधी बुद्धिबळदलाला मारून (त्याचे पटावरून उच्चाटन करून) ते (प्यादे) त्याच्याऐवजी जाते. ह्यावरून एक गोष्ट स्पष्ट होते की, विरोधी बुद्धिबळदलाला मारताना होणारी प्याद्याची मारण्याची तिरकी चाल ही प्याद्याची नेहमीच्या सरळ चालीहून अगदी निराळी आहे.

प्याद्याची मारण्याची ही तिरकी चाल अपवादात्मक आहे, कारण इतर सर्व बुद्धिबळदले (म्हणजे मोहरी) त्यांच्या चालीनेच मारामारी करतात. यासाठी 'प्यादे सरळ चालते आणि तिरके मारते' ही गोष्ट नेहमी लक्षात ठेवावी.

सर्वसाधारणपणे प्याद्याची हलण्याची चाल एक घर पुढे (त्याच्या पहिल्या खेळीखेरीज) अशी असते; आणि त्याचे तौलनिक मूल्य एक मानले आहे. हलण्याच्या चालीने प्याद्याला फक्त एक घर मिळते; परंतु मारामारी करताना प्याद्याला दोहोंपैकी एक कर्ण-घर मिळते; आणि प्याद्याच्या मारामारीच्या ह्या वैशिष्ट्यामुळेच प्याद्याची शक्ती मारामारीत वृद्धिंगत होते. नवोदित खेळाडू ही गोष्ट नेमकी विसरतात, आणि खेळण्याच्या भरात बऱ्याच वेळा ते आपली मोहरी जेव्हा विरोधी प्याद्याच्या माऱ्यातील कर्णघरात नजरचुकीने ठेवतात, तेव्हा ती (मोहरी) अगदी अल्प मोलात किंवा फुकटात मारली जातात. असा घोटाळा होऊ नये म्हणूनच नेहमी लक्षात ठेवावे की : (चित्र क्र. ८ पहा.)

प्याद्याची 'हलण्याची चाल' सरळ ↑ असते.

परंतु प्याद्याची 'मारण्याची चाल' तिरकी ↖ ↗ असते.

चित्र क्र. ८

प्याद्यांची मारामारी

प्रमाण चालीने पांढरी प्यादी काळ्या बाजूकडे जातात तर काळी प्यादी पांढऱ्या बाजूकडे जातात.

एक अलिखित नियम (कन्व्हेन्शन) :

पुस्तकात किंवा वर्तमानपत्रात बुद्धिबळाची आकृती देतात तेव्हा त्या आकृतीत डावाच्या सुरुवातीला आकृती क्र. १ मध्ये दाखविल्याप्रमाणे वरच्या बाजूस काळी बुद्धिबळ दले असतात तर खालच्या बाजूला पांढरी बुद्धिबळ दले असतात. पांढरी प्यादी खालून वर चालवतात तर काळी प्यादी वरून खाली चालवतात. असा हा अलिखित नियम (कन्व्हेन्शन) आहे. प्याद्याच्या मारामारीची वैशिष्ट्ये पुढील आकृती २५ व आकृती २६ मधून दाखविली आहेत ती पहा.

आकृती २७ आणि २८ खाली प्याद्यांची खेळी लिहिताना बराच मजकूर

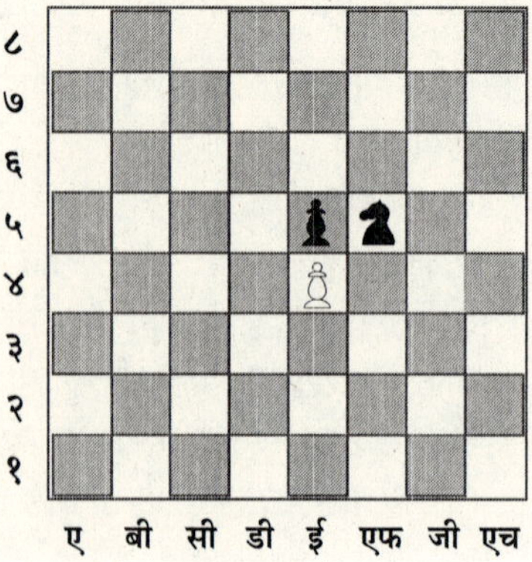

आकृती क्र. २५

प्याद्यांनी एकमेकांची चाल रोखली आहे. परंतु पांढऱ्या प्याद्याला मारण्याची संधी लाभली आहे.

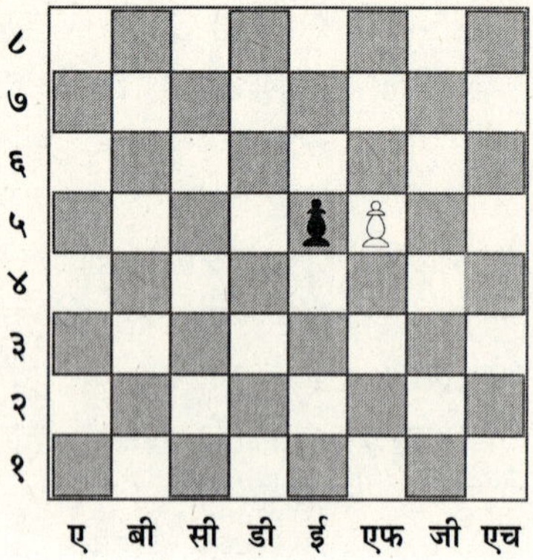

आकृती क्र. २६

पांढऱ्या प्याद्याने मारामारी पुरी केली आहे. पांढरे प्यादे घोडे मारून घोड्याच्या घरात गेले आहे.

काळी

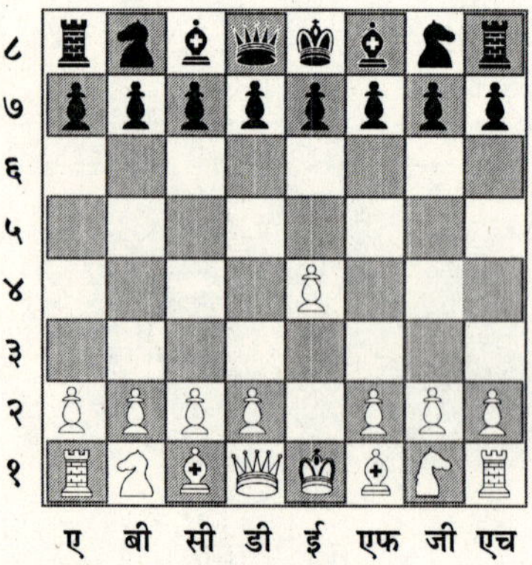

पांढरी

आकृती क्र. २७

पांढऱ्याने राजापुढील प्यादे दोन घरे पुढे सारून डाव सुरू केला आहे. अशा रीतीने राजाचे प्यादे पुढे चालवून पांढऱ्याने आपल्या वजीराचा आणि उंटाचा मार्ग एका खेळीत मोकळा केला आहे.

काळी

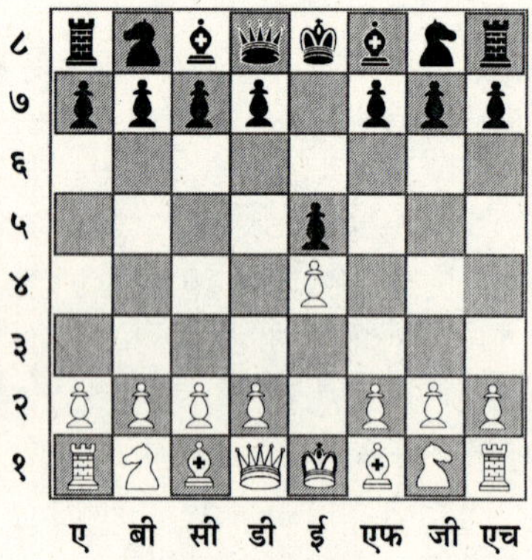

पांढरी

आकृती क्र. २८

ह्याला उत्तर म्हणून काळ्यानेही आपल्या राजापुढील प्यादे दोन घरे पुढे चालवून आपल्या वजीराचा आणि उंटाचा मार्ग तर खुला केलाच आहे, त्याशिवाय पांढऱ्या प्याद्याची चाल रोखली आहे.

लिहावा लागला आणि वेळही फुकट दवडावा लागला; हे सारे टाळण्यासाठी एक सुटसुटीत पद्धत आहे; ती म्हणजे बैजिक पद्धत होय. यामध्ये प्याद्यांची चाल लिहिताना 'प्या' हे अक्षर गाळतात.

राम-शाम : आकृती क्र. 'एक' मध्ये पांढरी आठ प्यादी तर काळी आठ प्यादी ही आहेत. पण एखादे विशिष्ट प्यादे ओळखायचे कसे नाना?

नाना : एखाद्या विशिष्ट प्याद्याचे नाव द्यावयाचे झाल्यास ते प्यादे कोणत्या उभ्या पट्टीत (म्हणजे स्तंभात) अथवा घरात उभे आहे त्याचे नाव त्याला देतात. उदा. '**एफ**' प्यादे, '**जी४**' प्यादे वगैरे याशिवाय डाव सुरुवातीच्या आकृती क्र. एक मध्ये दाखविल्याप्रमाणे प्यादे ज्या ज्या मोहऱ्यासमोर उभे असते त्या त्या मोहऱ्याचे नाव त्या प्याद्याला देतात.

उदा. '**व**' प्यादे ('**डी**' प्यादे), '**रा**' प्यादे ('**ई**' प्यादे)

'**ह**' प्यादे ('**ए**' किंवा '**एच**' प्यादे)

'**घो**' प्यादे ('**बी**' प्यादे किंवा '**जी**' प्यादे)

'**उं**' प्यादे ('**सी**' किंवा '**एफ**' प्यादे)

आता डाव सुरुवातीची स्थिती पटावरती मांडा पाहू (राम व शाम तशी मांडतात.)

नाना : आता आकृती २७ खाली जो मजकूर लिहिलाय तो वाच आणि प्यादे चालव. त्याचे खेळी लेखन करता येते का ते सांग?

राम : नाना हे '**ई२**' मधले प्यादे एकदम दोन घरे पुढे चालवून '**ई**४' मधे नेलेय. असेचना?

नाना : हे बोलणे ठीक आहे. पण त्याचे खेळी लेखन फक्त १. ई४,...; असे करतात. (प्यादेचे 'प्या' अक्षर गाळतात)

राम-शाम : हे कळले पण नाना, '**ई४**' पुढे ही तीन टिंब कशासाठी हो?

नाना : खेळी लेखन करताना प्रथम खेळी क्रमांक लिहावयाचा नंतर पूर्ण विराम देऊन, त्यापुढे पांढऱ्याची खेळी नोंदवितात. नंतर ',' स्वल्पविराम देऊन त्या पुढे काळ्याची खेळी नोंदवितात मग ';' अर्ध विराम देतात म्हणजे मग ती खेळी नोंद पुरी होते.

अशा रीतीने प्याद्यांची एकमेकांची चाल रोखून त्याच्या पुढील माऱ्यातील कर्णघरांवर मारक दृष्टी ठेवली आहे. म्हणूनच डावाच्या सुरुवातीच्या या दोन्ही चाली चांगल्या असतात. यासाठीच डावाची सुरुवात अशा तऱ्हेने प्यादे पुढे चालवून करण्याची शिफारस केली आहे. तसे पाहिले तर डावाची सुरुवात प्यादे किंवा उड्डाण चालीचा घोडाच करू शकतात कारण इतर सर्व मोहऱ्यांचे मार्ग रोखलेले असतात.

राम-शाम : पण नाना ती तीन टिंबे?

नाना : सांगतो. खेळी लेखन करताना, जेव्हा पांढऱ्याच्या अथवा काळ्याच्या

खेळीचा उल्लेख करावयाचा नसतो तेव्हा '...' अशी तीन टिंबे वापरतात. आता शाम तू आ. २८ खालील मजकूर वाच व त्याचे खेळी लेखन कर पाहू.

शाम : हो. '**ई५**'

नाना : मी आता काय सांगितले ते विसरलास का? सुधा तू याचे खेळी लेखन सुधारून दे पाहू.

सुधा : १..., ई५; असे काळ्याचे खेळी लेखन होते.

नाना : आता एवढे पुरे.

राम-शाम : पण नाना प्राचीन चतुरंग आणि आताचे बुद्धिबळ याबद्दल सांगणार होता ना?

नाना : आता प्राचीन चतुरंगाची माहिती सांगतो.

प्राचीन चतुरंगामध्ये पुढील बंधने होती.

१) प्याद्याची एक घर चालण्याची क्षमता,

२) प्यादे अंती ज्या मोहऱ्याच्या घरात पोहोचेल त्याच मोहऱ्यात त्याचे बढतीचे रूपांतर करण्याचे बंधन,

३) प्यादे वाटमारीचा अभाव,

४) शह दिल्याशिवाय राजा न हलणे,

५) राजाला किल्लेकोटची चाल करून दुर्गाश्रयाची (कॅसलिंगची) अनुपस्थिती,

६) वजीराच्या चालीवर बंधने.

अशा जाचक बंधनामुळे प्राचीन चतुरंगातील चैतन्यावर दडपण आले. तशात प्राचीन चतुरंगामध्ये एका बाजूची सर्व मोहरी मारली गेली, म्हणजे 'बुर्जी' होण्याचा एक कनिष्ठ प्रकारचा डाव होत असे, तसेच 'जोरजोरी', 'मारामारी' अशा प्रकारच्या गौण डावांनाही मान्यता होती. जोरजोरीत पटावरील बुद्धिबळाला स्व-पक्षाचा जोर असेल तर ते मारता येत नसे.

प्राचीन चतुरंगात श्रेष्ठ विजय संपादन करण्याचे कौशल्य वाखाणण्यासारखे होते. यामध्ये शत्रूचे एक तरी मोहरे पटावर ठेवून 'प्यादेमात' करण्याची पराकाष्ठा करावयाची असते. उदा. 'हुचमल्ली' म्हणजे विरोधी उंटाला पटावर राखून ठेवून केलेली प्यादेमात, 'घोडमल्ली' म्हणजे विरोधी घोड्याला राखून ठेवून केलेली प्यादेमात; 'गजमल्ली' म्हणजे विरोधी हत्तीला राखून ठेवून केलेली प्यादेमात, 'राजहंसी' किंव 'वजीरमल्ली' म्हणजे विरोधी वजीराला राखून ठेवून केलेली प्यादेमात होय. अशा तऱ्हेने उच्च प्रतीची मात करून श्रेष्ठ विजय संपादन करण्याच्या मोहात पडल्याने प्राचीन चतुरंगाच्या शास्त्रोक्त वाढीला खीळ बसत गेली आणि तो मागे पडला; तसेच त्यावर फारशी ग्रंथ निर्मिती झाली नाही.

आज एवढे पुरे झाले. आताच्या ''प्रचलित आंतरराष्ट्रीय बुद्धिबळा'' संबंधी

मी पुढच्या बैठकीत सांगणार आहे. ही प्याद्याची कविता घ्या व वाचा, विचार करा आणि तुमच्या शंका-कुशंका पुढच्या बैठकीत विचारा बरं का मुलांनो! ■

पाठ क्रमांक ७

राम : अरे शाम !
प्याद्याचा फर्जंद होतो,
डावात चैतन्य ओततो
म्हणजे नेमके काय हे
हे तुला सांगता येईल काय?
शाम : नाही रे माहीत मला
नानांना हवे विचारायला!!
(नाना व सुधा येताना हे सारे ऐकतात.)
राम : अहो नाना! प्याद्याचा फर्जंद होतो?
शाम : आणि डावात चैतन्य ओततो!!
राम-शाम : म्हणजे नेमके काय नाना ते सांगाल काय?
नाना : सांगतो! प्याद्याचा फर्जंद होतो
म्हणजे साधा सैनिक प्रधानपद मिळवितो!
याची घडलेली उदाहरणे माहीत आहेत का?
आपल्या मराठेशाहीत घडलेले उदाहरण ऐका!!
बाळाजी विश्वनाथ होता शिपाई-कारकून
शाहू महाराजांना जिंकले त्याने अक्कल हुषारीनं!!
पेशवेपद मिळविले त्यांनी स्वत:चे हिमतीवर
सांगतो, आणखी कोण कोण चढले असे वर वर??
साधा होता बिरबल लहान
हजरजबाबीपणाने त्याने पद मिळविले महान!!
तेनाली राम होता किती निष्कांचन?
दर शनिवारी टी.व्ही. वर काय पाहिलंत
आठवतं का म्हैसूरवाघाची करामत!!
कोण होता खरा नायक, सांगाल का?

राम-शाम : अहो टिपू सुलतान नाही का?

नाना : तो नाही त्याचे वडील होते नायक
हैदरअल्ली होता शिपाई सैनिक!
साध्या सैनिकाचा तो वजीर होतो
म्हणजेच प्याद्याचा फर्जंद होतो!

राम-शाम : मग नाना प्याद्याचा फर्जंद होतो पटावरतीही प्याद्याचा फर्जंद कसा हो होतो?

नाना : ते सारे सारे मी सांगतो शेवटी
आतापर्यंत जे सांगितले, त्याची घेतो कसोटी??
तुम्ही आकृती क्र. २७ व २८ पाहिलीत ना!
त्यातील प्याद्याची माहिती व महती सांगा ना!!

राम : **ई२** चे प्यादे सरळ जाते '**ई४**' मध्ये

शाम : तर **ई७** चे घुसते '**ई५**' मध्ये आणि

राम-शाम : ही प्यादी एकमेकांची वाट का रोखतात? तेव्हा हे पांढरे प्यादे काळ्या प्याद्याला ठोक देऊन लोळवत का नाही हो?

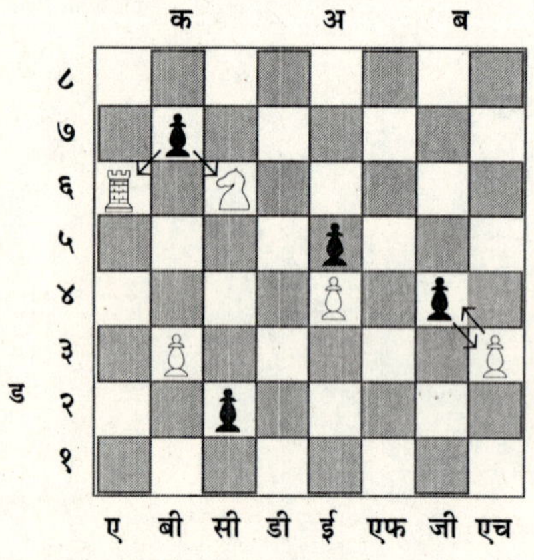

आकृती क्र. २९

नाना : नाही! हे बुद्धिबळ खेळाच्या नियमांविरुद्ध होईल. मी काय सांगितले होते बरे? आ. २९ पहा आणि आ. २९ 'अ' प्रमाणे दोन प्यादी पटावरती मांडा! राम तू सांग पाहू '**ई५**' चे प्यादे कोणकोणत्या घरांवर मारा करते आणि शाम तू '**ई४**' चे प्याद्याबद्दल सांग?

राम : '**ई५**' चे प्यादे '**डी४**' व '**एफ४**' वर मारा करते.

शाम : '**ई४**' चे प्यादे '**डी५**' व '**एफ५**' वर मारा करते.

नाना : या घरांवर प्याद्यांचा मारा जारी असल्याने काय होते?

राम-शाम : काय म्हणजे? ही घरे त्या प्याद्यांच्या हल्ल्यात आहेत!

नाना : अं हं! सुधा तू सांग पाहू.

सुधा : ह्या प्याद्यांचा मारा होणाऱ्या घरात विरोधी मोहऱ्यांना जाता येत नाही.

नाना : आता ही प्यादी काढा व पटावरती आकृती २९ 'ब' प्रमाणे दले

मांडा पाहू. आता सांगा, कोण कोणाला मारेल व कसे?

राम : पांढऱ्यांची खेळी असेल तर तो '**एच३**' चे प्याद्याने '**जी४**' चे प्यादे असे मारून, त्या पटाबाहेर काढून ठेवून ते प्यादे '**जी४**' मध्ये असे जाईल! होय की नाही नाना?

नाना : आता पुन्हा २९ 'ब' प्रमाणे प्यादी मांडा. शाम आता काळ्याची खेळी असेल तर तो कसे कसे खेळेल ते सांग पाहू!

शाम : अर्थात '**जी४**' चे प्याद्याने '**एच३**' चे प्यादे मारून त्याच्या ऐवजी काळे प्यादे '**एच३**' मधे जाईल.

नाना : प्याद्यांच्या ह्या मारामारीचे खेळी लेखन पुढील प्रमाणे करतात : १. एच × जी४,.... व १.... जी× एच३; (येथे '×' हे ला मारले चे चिन्ह होय.) आता जर प्याद्यांनी मारामारी केली नाही तर मग काय होते ते सांगा पाहू.

राम : '**एच३**' चे प्यादे '**एच४**' मधे पुढे जाईल.

शाम : आणि '**जी४**' चे प्यादे '**जी३**' मध्ये जाईल.

नाना : आता ही प्यादी काढा व आकृती २९ 'क' प्रमाणे दले मांडा आणि सांगा, आता काळ्याची खेळी आहे तर त्याने नेमके काय करावे, पुढे एक घर जावे की नाही? का मारामारी करावी व ती कशी?

राम : प्यादे, घोडा किंवा हत्ती मारू शकते?

शाम : हत्ती घोड्याहून बलवान आहे म्हणून.

राम-शाम : प्यादे हत्तीलाच मारून त्याला पटाबाहेर ठेवून ते प्यादे '**ए६**' मध्ये जाईल?

नाना : पण प्यादे एक घर पुढे गेले तर मग!

राम-शाम : हत्ती ते प्यादे गारद करते मग!

नाना : आता ही दले काढा व आ.२९ 'ड' प्रमाणे प्यादी मांडा आणि सांगा पाहू ही प्यादी एकमेकांना मारू शकतील का?

राम-शाम : हं होऽ नाही? पण....

नाना : सुधा तू सांग पाहू नेमके काय ते.

सुधा : काळे प्यादे पांढऱ्याच्या पुढील घरात गेले आहे, तर, पांढरे प्यादे काळ्याच्या पुढील घरात गेले आहे आणि त्यामुळे ती माघारी वळून कधीही मारामारी करू शकणार नाहीत ती एकमेकांच्या माऱ्यातून सुटलेली आहेत.

नाना : शाबास! आता पट रिकामा करा व आ. ३० प्रमाणे प्यादी मांडा. आता सांग पाहू कोणते प्यादे जिंकले ते?

राम-शाम : अहो पांढरे प्यादे जिंकणार की!!

नाना : पाहू बरे! कसे काय ते?? खेळी लेखनही करावयाचे बर का?

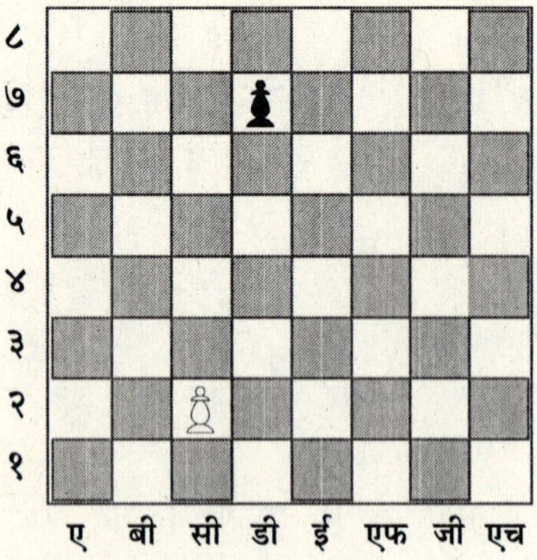

आकृती क्र. ३०

राम-शाम : संगनमताने पांढरे प्यादे एक घर पुढे '**सी३**' मधे हलवतात तेव्हा १ **सी३**, ची खेळी लिहितात.

नाना : काळे प्यादे एकदम दोन घरे पुढे '**डी५**' मधे नेतात व मिस्किल नजरेने पाहतात व खेळी लेखन करतात. **१...., डी५**.

राम-शाम : पांढरे प्यादे '**सी४**' मधे चालवतात व खेळी लिहितात. **२.सी ४,....,** तेव्हा ते आयते '**डी५**' मधल्या काळ्या प्याद्याच्या माऱ्यात येते तेव्हा.

नाना : '**सी४**' चे प्यादे मारून '**डी५**' चे प्यादे **सी४** मध्ये ठेवतात व खेळी लेखन करतात. **२...., डी × सी४!** व जिंकतात. (मुलांनो '×' हे चिन्ह ...ला मारले यासाठी आहे बरं का.)

राम-शाम : नाना आता आम्हाला आणखी एकदा खेळण्याची संधी द्या!

नाना : बरं बरं खेळा पाहू. प्यादी जाग्यावर आ. ३० प्रमाणे ठेवा.

राम-शाम : संगनमताने आता आपण पांढरे प्यादे एकदम दोन घरे पुढे सारू. **१. सी४....,** आता नाना?

नाना : मी माझे प्यादे बापडे नेतो '**डी६**' मधे **१....डी६!**

राम-शाम : आता प्यादे सी५ मधे चालवावेच लागणार की. (चालवतात.) **२ सी ५**, आणि ते प्यादे पुन्हा **डी६** चे प्याद्याच्या माऱ्यात येते व दोघेही हिरमुसले होतात.

नाना : आता हे सारे का घडले बरे. या ३० च्या स्थितीत जो प्रथम खेळेल तो प्यादे घालवेल बरं का मुलांनो!!

नाना : आता समजा पांढरे प्यादे **बी२** मध्ये आहे आणि काळे प्यादे **डी७** मध्ये आहे अशा स्थितीत कोण प्रथम थेट पुढे आठव्या रांगेत जाईल?

राम-शाम : अर्थात पांढरा, कारण पांढरा प्रथम खेळतो. हे पहा. **१- बी४, डी५, २-बी५, डी४, ३- बी६, डी३, ४- बी७, डी२, ५- बी८, डी१**. आता हो नाना काळे नि पांढरे प्यादेही त्यांच्या आठव्या घरात गेलीत की हो आणि आता प्याद्याला चालच उरली नाही की, मग.

नाना : अशा रीतीने प्याद्याचा फर्जंद होतो,
डावात चैतन्य ओततो!!
हीच प्याद्याची बढती
त्याची सांगतो थोडक्यात महती!!

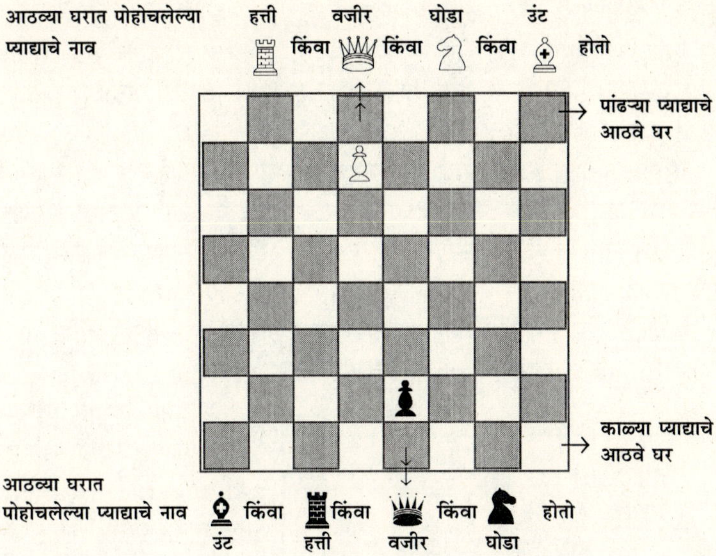

आकृती क्र. ३१

प्याद्याची महती : प्याद्याची सर्वांत मोठी ठळक बाब म्हणजे एकदा पुढे गेलेले प्यादे परत फिरत नाही. त्यामधून एक समस्या पुढे उभी राहते, ती म्हणजे प्यादे आठव्या (म्हणजे प्रतिस्पर्ध्याच्या पहिल्या) घरात गेल्यावर त्याचे भवितव्य काय? कारण त्यापुढे त्याला आगेकूच करता येत नाही; ही बाब प्याद्याच्या बढतीने सोडविली आहे. प्यादे उभ्या पट्टीतील आठव्या घरात पोहोचले की, लगेच त्या प्याद्याचे रूपांतर नव-वजिरात, किंवा हत्तीत, किंवा उंटात किंवा घोड्यामध्ये करता येते. अशा रीतीने प्याद्याचे आठवे घर हे त्याच्या उच्चपद प्राप्तीचे - बढतीचे स्थान ठरते. प्याद्याची बढती करताना पुढील तीन गोष्टी करतात –

१) प्यादे आठव्या घरात हलवून, २) ते पटाबाहेर काढून ठेवून, ३) त्याच्या ऐवजी पटावर त्या घरात त्याच्या बाजूचा– पक्षाचा नवा वजीर किंवा नवे मोहरे ठेवतात. यातील तीन क्रिया जरी निरनिराळ्या असल्या, तरी त्या सर्व एकाच खेळीचे भाग आहेत. प्याद्याच्या माऱ्यात आठव्या घरात जर विरोधी मोहरे असेल, तर ते मोहरे मारून त्याच्या घरात, प्याद्याची बढती वर सुचविल्याप्रमाणे होऊ शकते.

प्यादे असे एकमेव बुद्धिबळ आहे की ज्याला उज्ज्वल भवितव्य आहे. खेळाच्या सुरुवातीला क्षुल्लक असणारे प्यादे, एक एक घर, चढत चढत शेवटी उच्च बढतीचे ध्येय गाठू शकते. अशी बढतीची किमया साधण्याची कुवत

दुसऱ्या कोणत्याही बुद्धिबळदलामध्ये नाही.

प्यादे त्याच्या (उभ्या) पट्टीतील आठव्या घरात पोहोचले की लगेच त्या प्याद्याचे रूपांतर नव-वजीरात किंवा हत्तीत किंवा उंटात किंवा घोड्यामध्ये करता येते. अशा रीतीने प्याद्याचे आठवे घर हे त्याच्या उच्चपद प्राप्तीचे स्थान ठरते. आकृती ३१ पहा.

तरीही प्याद्याचे रूपांतर राजामध्ये करता येत नाही. कारण, एकाच सैन्यामध्ये दोन राजे असूच शकत नाहीत. तसेच प्याद्याऐवजी दुसऱ्या प्याद्यामध्ये त्याचे रूपांतर करता येत नाही; कारण प्यादे पटाच्या अंतिम आठव्या रांगेबाहेर जाऊ शकत नाही; तसेच ते तेथून माघारीही परतू शकत नाही.

वजीर सर्व मोहऱ्यांमध्ये 'महान' सामर्थ्यवान मोहरे आहे. म्हणून नवीन मोहरे रूपांतरित करून घेताना बहुधा 'नव वजीर' घेतात. (चित्र क्र. ९ पहा)

चित्र क्र. ९

मुलांनो, तुम्हाला वाटले होते की, प्यादे म्हणजे पटावरले छोटेसे कमकुवत दल होय. पण हे काही खरे नाही. सुरुवातीला छोटे आणि दुबळे भासणारे प्यादे जसजसे आठव्या घराकडे धाव घेते, तसतसे ते धोकादायक बनत जाते, आणि आठव्या घरात जाताच त्याचे रूपांतर हवे असणाऱ्या नव मोहऱ्यामध्ये तात्काळ होते.

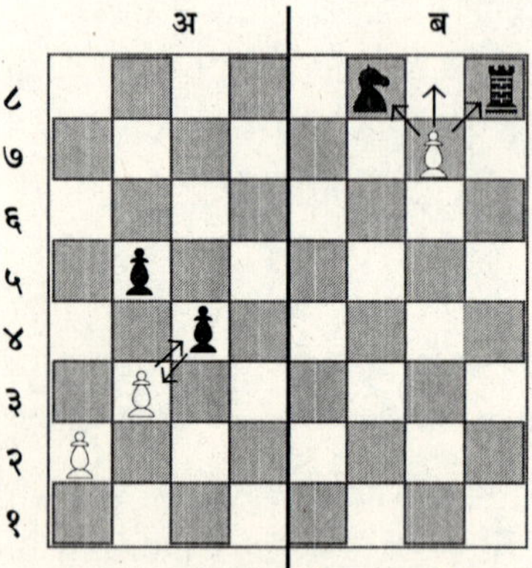

आकृती क्र. ३२

नाना : आकृती क्र. ३२ (अ) पहा. आणि त्याप्रमाणे दले पटावरती मांडा पाहू.

मुलांनो, काळ्याने आता नेमकी कोणती खेळी केली असता, त्याला त्याचा फायदा होईल व कोणती चाल टाळावी हे सांगा?

राम-शाम : प्याद्याने प्यादे मारावे का? नको?

त्यांचा वादविवाद नाना ऐकतात, परंतु त्यांचे एकमत काही होत नाही हे पाहून–

नाना : सुधा, तू सांग पाहू!

सुधा : काळे प्यादे सरळ '**सी३**' मध्ये चालवावे. कारण पुढे दोन चालीत त्याचा नव-वजीर सहज होतो. परंतु काळ्या प्याद्याने जर '**बी३**' तले पांढरे प्यादे मारले तर **ए२** चे पांढरे प्यादे त्या '**बी३**' मध्ये आलेल्या प्याद्याला तर मारतेच व पुढे '**बी४**' मध्ये येणाऱ्या काळ्या प्याद्याचा मार्गही रोखते. म्हणून येथे मारामारी करणे टाळावे.

नाना : पट रिकामा करा; व आ. ३२ब प्रमाणे पटावरती दले मांडा. पांढऱ्या प्याद्याचे रूपांतर नव-वजीरात किती तऱ्हेने करता येते; त्यातली नेमकी लाभदायक चाल कोणती व का करावी ते सांगा?

राम : प्याद्याने घोड्याला मारले तर?

शाम : अरे प्यादे **जी८** मध्ये सरळ नेले तर??

राम : अरे नको, आपण प्याद्याने हत्तीलाच मारले तर मग,....

शाम : अरे नको मग ते कोपऱ्यात जाते ना?

राम-शाम : हं कोपऱ्यात गेलेल्या दलाचे सामर्थ्य कमी असते ना? मग....

राम : प्यादे हातात घेतो व घोडा उचलतो व प्यादे तेथे ठेवतो. पण.. बेत बदलतो, घोडे परत जाग्यावरती ठेवतो,....

शाम : हत्ती उचलतो.... तेव्हा

नाना : अशी नकोय हातचलाखी?

हवी आहे डोक्याची चलाखी!!

राम-शाम : (न उमगून विचारतात) म्हणजे नाना ??

नाना : एकदा घोडे हातात घ्यायचे ते परत ठेवायचे मग हत्तीला उचलायचे अशाप्रकारे हात चालवावयाचे, तेव्हा पुढे काय काय होईल याचा नक्की अंदाज आधी घ्यावयाचा व बेत पक्का करावयाचा, चाल नक्की मनाशी ठरवायची व मगच त्याप्रमाणे प्रत्यक्षात करायची. अशी धरसोड वृत्ती कामाची नाही. बरं का मुलांनो. सुधा तू सांग पाहू.

सुधा : प्याद्याने '**एच८**' मधला हत्ती मारूनच तेथे नववजीर रूपांतरित करावयाचा; कारण प्याद्याने **एफ८** मध्ये किंवा **जी८** मध्ये प्यादे नेऊन त्याचे रूपांतर नववजीरात केले तर मग **एच८** मधला हत्ती त्या नव-वजीराला मारून टाकतो.

नाना : शाब्बास! मुलांनो हळू हळू तुम्हालाही हे बारीक सारीक फरक कळतील. परंतु बुद्धिबळ खेळताना एक गोष्ट नेमकी ध्यानात ठेवायाची की,

"नकोय हातचलाखी?
हवी डोक्याची चलाखी!!"

म्हणजे साधक बाधक पूर्ण विचार करूनच, पूर्ण योजना मनाशी योजूनच चाल करण्याचा बेत मनात आखायचा. मगच बुद्धिबळदलाला हात लावून ती

खेळी पूर्ण करावयाची. धरसोड वृत्ती कामाची नाही. आज एवढे पुरे.

राम-शाम : पण नाना आताच्या सुधारित बुद्धिबळ खेळाबद्दल तुम्ही सांगणार होता ना?

नाना : हो, त्याबद्दल मी पुढच्या बैठकीत सांगेन बर का?

■

पाठ क्रमांक ८

राम व शाम होमवर्क करून दप्तर आवरून ठेवतात. तोच नाना व सुधा तेथे येतात.

नाना : मागे मी सांगितले होते प्राचीन चतुरंगाबद्दल; आज सांगणार आहे प्रचलित सुधारित बुद्धिबळ खेळाबद्दल! त्याच्या वाढीव पोषक वातावरण निर्माण करण्याच्या दृष्टीने मात्र नजरेत भरण्यासारखे विशेष असे कुठलेही कार्य वा प्रयत्न आपल्याकडून झाल्याचे आढळत नाही.

आपल्या देशातील वेगवेगळ्या प्रदेशात खेळाचे वेगवेगळे नियम प्रचारात होते. त्यांच्यात एकसूत्रता आणण्याच्या दृष्टीने सुद्धा आपण काही केले नाही. नवव्या शतकात चतुरंगचा - शतरंजचा खेळ अफगाणिस्थान, इराण, अरबस्थानमधून तो स्पेन व इटली या मार्गाने पश्चिम युरोपमध्ये जाऊन पोहोचला. स्पेन, इटली, फ्रान्स व पोर्तुगाल या युरोपातील चार देशांनी बुद्धिबळाचा प्रसार करण्याचे भरीव कार्य केले. त्यांनी प्रथम भारतीय बुद्धिबळाचे क्लिष्ट नियम सोपे करून त्यांच्यात एकसूत्रता आणण्याचे महत्त्वाचे मूलभूत कार्य केले आणि साधारणपणे पंधराव्या शतकापासून युरोपीय लोकांनी प्राचीन चतुरंगामध्ये विधायक दृष्टिकोनातून रीतसर बदल केले. उदा.

१) वजीराला (क्वीनला) महान शक्तीशाली सामर्थ्य दिले.

२) प्याद्याला (पहिल्या चालीत, हवे असल्यास) दोन घरे चालण्याची मुभा दिली.

३) प्याद्याची वाटमारी,

४) प्यादे बढतीचे रूपांतर हवे असणाऱ्या मोहऱ्यात करण्याची क्षमता.

५) शह नसतानाही राजा हलू शकणे.

६) राजाला (सुरक्षिततेसाठी) किल्लेकोटची चाल करून 'दुर्गाश्रय' करण्याची मुभा, इ. नवीन सुविधाही डावात निर्माण केल्या. अशा नाविन्यपूर्ण विशेष गुणांमुळे या खेळात नवचैतन्य ओतले गेले. बुद्धीला आणि कल्पनाशक्तीला जोरदार चालना मिळाल्याने या खेळाला त्वरित लोकप्रियता लाभली. बुद्धिबळ

खेळाची रीतसर जोपासना होऊन त्याला शास्त्रोक्त नियमबद्ध स्वरूप देण्यात आले. खेळावर विपुल लिखाण होऊ लागले. आणि बरीच ग्रंथ निर्मितीही झाली.

तेव्हा प्राचीन चतुरंगामधील क्लिष्टता काढून टाकून त्यात विधायक दृष्टिकोनास मागे निर्देश केलेली, रीतसर बदल केलेली आणि नवनवीन सुविधायुक्त अशी आधुनिक पद्धती जगमान्य झाली आहे. हल्ली सर्वत्र प्रचलित आंतरराष्ट्रीय बुद्धिबळ खेळच प्रमाणभूत मानला जातो.

अशा या प्रमाणभूत मानल्या गेलेल्या बुद्धिबळ खेळातील सर्व चतुरंग दलांची माहिती त्यांच्या चाली, गती, मारा याविषयी सांगितले होते. मागच्या पाठात प्याद्यांची माहिती सांगितली होती. त्याआधी वजीर, उंट, घोडा, हत्तीची माहिती सांगितली होती. मुलांनो, आज सांगणार आहे –

"शक्ती बरी की युक्ती खरी" याबद्दल!!
मंदगती प्यादे आहे दुर्बल किती!
शक्तीमान हत्ती बलशाली आहे किती??
हत्तीची चाल आहे किती सरळ सरळ (पाठ २ पहा)
तो मागे वा पुढे जातो सरळ सरळ
तो डावीकडे व उजवीकडे जातो सरळ सरळ!
त्याच्या मार्गात विरोधी बुद्धिबळ दल येता
त्याला गारद करून तो त्याच्या घरात जातो
पण त्याच्या मार्गात स्वपक्षीय दल येता, त्याचा मार्ग खुंटतो!!
(आकृती ३३ पहा.)
हत्ती जेव्हा विविध दलांनी गुरफटला जातो
तेव्हा तो, कावराबावरा, कासाविस होतो!!
हत्ती आहे पटाच्या मध्यवर्ती घरात!
परंतु तो आता पडलाय पेचात??
त्याच्याच प्याद्यांनी तो गुरफटला
पलायन घरच उरले नाही त्याला!!

राम : पण, मग हत्ती काळे प्यादे गारद करू शकतो ना?

शाम : तो '**ई६**' चे प्यादे मारतो ना!! असे... बघ (हत्ती हातात घेतो तेव्हा)..

नाना : अं हं.... नको अशी

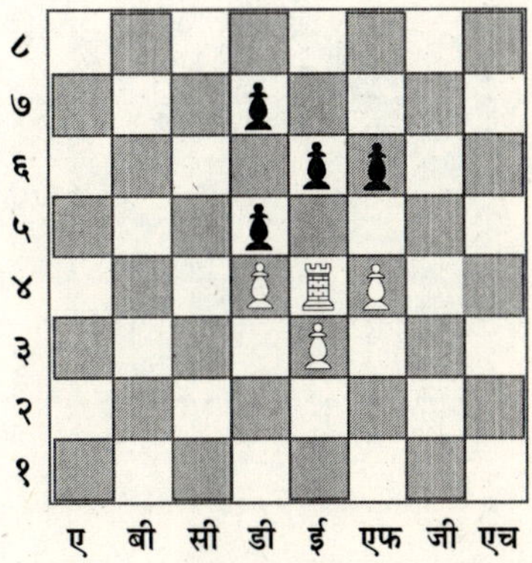

आकृती क्र. ३३

हातचलाखी! हवी डोक्याची चलाखी!!

शाम : जर, '**ई६**' चे प्यादे हत्तीने मारले तर रे मग?

राम : **डी७** मधले प्यादे हत्तीला करते गारद!!

शाम : ठीक आहे, तरीही पटावरती पांढऱ्या तीन व काळ्या तीन अशी दलांची संख्या समानच राहील की?

नाना : नाही बरं का मुलांनो! अशा एका प्याद्यासाठी मोठ्या हत्तीचे असे बलिदान करणे, केव्हाही फायद्याचे नाही. प्याद्याहून, हत्ती कितीतरी शक्तिशाली व बलवान आहे. पाच प्याद्यांएवढे हत्तीचे मूल्य आहे. साऱ्या पटावर हत्ती मोकळ्या मार्गावरून या टोकापासून त्या टोकापर्यंत सहज मुसंडी मारतो व त्याच्या वाटेत येणाऱ्या विरोधी दलाला गारद करून त्याच्या ऐवजी तो त्या घरात जातो.

पण छोट्या धीट लढाऊ खड्गधारी सैनिक प्याद्याची कड घेऊन म्हणतो...

राम : पण प्याद्याचा वजीर होतो ना? हत्तीचा नाही ना नाना?

नाना : खरे आहे. असे विस्मयकारक रीतीने प्याद्याचे रूपांतर होते, पण नेहमीच असे घडते, असे नाही काही! कारण, डावाच्या सुरुवातीला – आदि पर्वात तसेच डावाच्या मध्य पर्वात, इतर मोहऱ्याहून प्यादे बहुधा दुबळे असते. आणि ऐन लढाईच्या धुमश्चक्रीत बरीच प्यादी होतात गारद! परंतु मुलांनो असे हिरमुसले नका होऊ. खेळात कधी जीत तर कधी हार खावी लागते. परंतु ह्यातच ह्या खेळाची असते बहार! कारण, आपण बुद्धिबळाचा डाव जरी हरलो तरी तो लिहिलेला डाव पटावर पुन्हा जसाच्या तसा खेळता येतो; व मग त्यातून आपण नेमकी कोणती कमकुवत चुकीची चाल केल्यामुळे आपला डाव घसरला हे शिकता येते. तेव्हा बुद्धिबळाचा डाव हरण्यातूनच पुष्कळशा गोष्टी आपल्याला शिकता येतात. आकृती ३४ पहा. मुलांनो, या आकृतीप्रमाणे सर्व दले पटावरती मांडा पाहू. (मुले दले तशी मांडतात.)

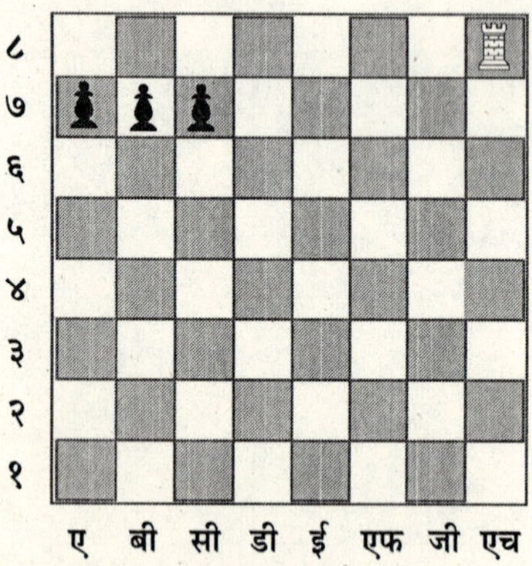

आकृती क्र. ३४

नाना : आता, या प्याद्यांवरती तुम्ही कसा काय हल्ला चढवाल बरे? खेळी लेखन करा बरं का?

राम : आपण हत्ती '**ए८**' मध्ये नेऊ व '**ए७**' च्या प्याद्यावर हल्ला चढवू. (असे म्हणून तो '**१ह ए८**' ची चाल करतो तेव्हा)

नाना : '**ए७**' चे प्यादे एक घर पुढे नेतात **१....'ए६**', या प्याद्याला

बी८ च्या प्याद्याचा जोर होतो. त्यामुळे '**ए६**' चे प्यादे हत्तीने मारता येत नाही.

शाम : अरे आपण या **बी७** प्याद्यावरती आता हत्तीने हल्ला करू या. व तो **२ह. बी८** ची चाल करतो तेव्हा

नाना : ते **बी७** चे प्यादे एक घर पुढे नेतात **२...., बी६,** या प्याद्याला '**सी७**' च्या प्याद्याचा जोर असल्याने हत्ती **बी६** च्या प्याद्याला मारू शकत नाही. मग

राम-शाम : आता '**सी८**' मधे हत्ती नेऊन **सी७** चे प्याद्यावर हल्ला करू या. (असे म्हणून ते **३. ह सी८** ची चाल करतात.)

आता नाना '**सी७**' चे प्यादे एकदम दोन घरे चालवतात.

नाना : **३....,सी५**; तेव्हा या प्याद्याला लगतच्या **बी६** प्याद्याचा जोर असल्याने आता, जर का हत्तीने **सी५** चे प्यादे मारले तर मग **बी६** चे प्यादे त्या हत्तीला गारद करून प्याद्याचा बदला घेऊ शकते. तेव्हा मुलांनो, अशा चुकीच्या पद्धतीने तुम्ही जर प्याद्यांवरती हल्ला चढविला तर तुम्हाला प्यादी सहजासहजी मारता येत नाहीत. हे तुमच्या लक्षात आले आहे ना; म्हणून जेव्हा प्यादी एकाच रांगेत उभी असतात तेव्हा त्यांच्यावरती बगलेवरून हल्ला चढवायचा असतो. आता पुन्हा आकृती ३४ प्रमाणे दले मांडा पाहू. (मुलं तशी दले मांडतात.)

राम-शाम : नाना बगलेवरून हल्ला चढवायचा म्हणजे तो कसा काय?

नाना : हा असा. (नाना प्रात्यक्षिक करून दाखवतात.) **१. ह एच७**! आकृती ३५ पहा. सुधा तू सांग पाहू.

सुधा : आता कोणतेही प्यादे वाचविण्यासाठी वर एक घर जरी चालविले तरीही, हत्ती उरलेल्या दोनांपैकी एक प्यादे पुढच्याच चालीत गारद करतो की?

नाना : हत्ती आहे बलशाली शक्तीशाली!

त्याला आवडतात मुसंडीच्या चाली!!

यासाठी हवे असते मोकळे क्षेत्र; मोकळी पट्टी??

मोकळी आडवी रांग; मोकळी उभी पट्टी!!

राम-शाम : मोकळे क्षेत्र-मोकळी पट्टी म्हणजे काय?

नाना : हत्तीच्या चालीच्या मार्गावरती जेव्हा स्वपक्षाचे अथवा विरोधी बुद्धिबळ दल नसते तेव्हा त्याला मोकळी आडवी रांग किंवा मोकळी उभी पट्टी म्हणतात, आणि आडवी रांग किंवा मोकळी उभी

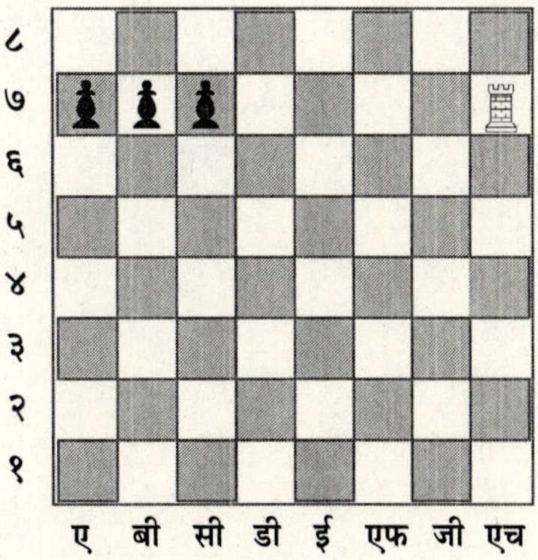

आकृती क्र. ३५

पट्टी म्हणतात, आणि असे मोकळे क्षेत्र मिळाले की हत्तीने मारलीच मुसंडी!!

नाना : डाव सुरुवातीला मोकळे क्षेत्र उपलब्ध नसते, आणि पुढे मोकळीक मिळविता येते खरी, तरीही हत्ती सारखे मोठे दल एकदम बाहेर काढले की त्यावरती विरोधी लहान मोहरी हल्ला करून त्याला सळो की पळो करून सोडतात, तेव्हा त्याच्या चालीत अडथळा येतो. म्हणून, योग्य समय पाहूनच मोकळी उभी पट्टी मिळाली की त्यावर प्रथम हत्तीचा भक्कम मोर्चा उभारणे खूप फायदेशीर ठरते, कारण हत्तीचा पल्ला व मारा थेट शत्रूच्या आंतरगोटात म्हणजे त्या उभ्या पट्टीच्या शेवटच्या घरापर्यंत जाऊन भिडतो व तो शत्रूला भेडसावतो! भंडावून सोडतो!!

असे आहे हत्तीचे गुणगान
आता जोखून पाहू इतरांचे शक्तिमान!!

■

पाठ क्रमांक ९

राम : आज नाना कोणाची शक्ती जोखून पहाणार आहेत, सांगता येईल?

शाम : अरे सर्वात शक्तीमान वजिराची?

राम : अहं. मागे पाठ २ मध्ये त्यांनी हत्ती नंतर सांगितली होती माहिती उंटाची!! तेव्हा ते सांगतील लंबूनाना उंटाबद्दलच! बेट घे!

शाम : हंऽ उंटावरचा शहाणाच की तू.....

(नाना व सुधा तेथे येताना हा संवाद ऐकतात.)

नाना : मुलांनो मागे उंटाबद्दल जे सांगितले होते ते तुमच्या लक्षात असेलच, नाही का, सांगा पाहू पटावरील उंटाचं शहाणपण?

राम-शाम : उंट ज्याच्या त्याच्या कर्णावरून जा-ये करतो आणखीन काय.....

नाना : वाटते इतके काही हे सोपे नाही बरं का मुलांनो! मग माहिती का तुम्हाला उंट लढाई कशी खेळतात पटावरती ते?? नाही ना माहीत! मग पहा तर.... उंट त्याच्या कर्ण मार्गावरून हलतात आणि मार्गात येणाऱ्या विरोधी दलांवर हल्ला चढवतात,

जितका कर्णमार्ग असतो लांब लचक,
तितकी उंटाच्या धोक्याची वाढते धडक!

विरोधी दलाला मारून उंटही इतर मोहऱ्यांप्रमाणे त्याच्या घरात घुसतो.

राम : मग उंटाच्या माऱ्यापासून बचाव कसा काय करतात?

शाम : अरे त्याच्या कर्ण मार्गाबाहेर हलायचे!!

नाना : हे बरोबर आहे; पण नेहमीच काही असे करता येत नाही बरं! आकृती ३६ पहा व त्याप्रमाणे पटावर दले मांडा. उंट '**डी५**' मधल्या हत्तीला गारद करण्याची धमकी देतो, आणि हा हत्ती हलविला की त्याच्या पाठीमागे असणाऱ्या हत्तीला उंट जीवे मारतो की?

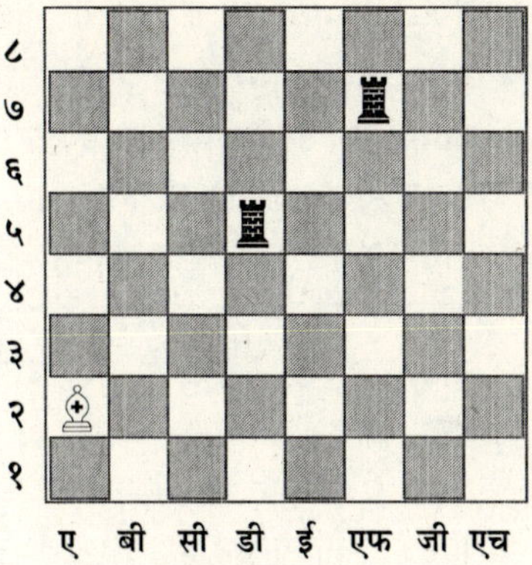

आकृती क्र. ३६

(आता पट मोकळा करा पाहू. मुलं करतात.)

नाना : आता दोन प्याद्यांविरुद्ध उंट यांच्यामधील लढाईचा खेळ खेळू या. आकृती ३७ प्रमाणे पटावरती दले मांडा पाहू.

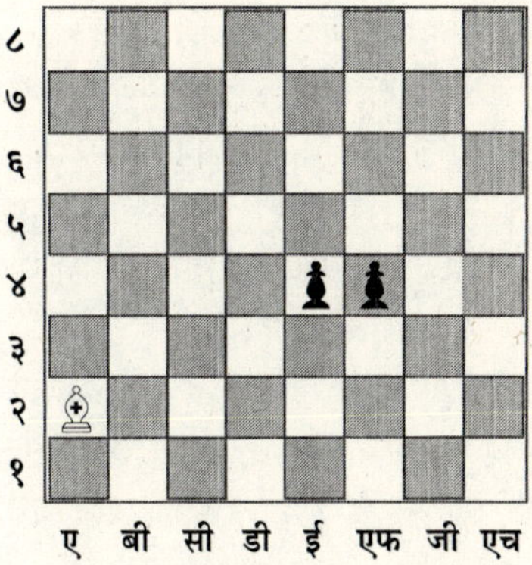

आकृती क्र. ३७

नाना : या प्याद्यांवरती उत्कृष्ट रीतीने उंट कसा काय हल्ला चढवील? खेळी लेखन करा बरं का?

राम : उंट '**बी१**' मध्ये मी चालवतो **१.उं बी१**

नाना : मी '**ई४**' चे (मरणारे) प्यादे **ई३** मध्ये चालवतो व वाचवतो, **१....,ई३;**

शाम : मग नाना, आम्ही उंट '**डी३**' नेऊन त्याला पुढे अडवतो पाहा. **२. उं डी३**, तेव्हा... नाना '**एफ४**' चे प्यादे '**एफ३**' मध्ये नेतात **२..., एफ३**

राम : आता उंट '**ई२**' मध्ये जाऊ शकत नाही व उंट '**एफ१**' मधे नेला तर '**ई२**' प्यादे पुढे येऊन उंटावरच हल्ला करते की?

शाम : मग उंट '**ई४**' मधे नेला तरीही '**ई३**' चे प्यादे काही थोपवता येत नाही ते पुढे '**ई२**' तून '**ई१**' मध्ये जाणारच की?....

नाना : तुम्ही हरलात ना? पण तुम्ही जिंकू शकता की? आता तुम्हाला दाखवतो आकृती ३७ प्रमाणे दले मांडा पाहू. (मांडतात.) मग नाना प्रात्यक्षिक दाखवतात.

नाना : मुलांनो उंट '**बी१**' मधे न नेता उंटाचा हल्ला प्याद्याच्या पाठीमागून

करावयाचा असतो; तो उंट '**डी५**' मध्ये नेऊन असे **१.उं डी५** बरं का!

राम-शाम : मग नाना प्यादे '**ई३**' त चालवू की! **१.....ई३;**

नाना : मग उंट हा असा **२.उं एफ३** ची चाल करतो आणि मग एका पाठोपाठ एक प्यादे गारद करतो. मुलांनो, असा डावपेच टाकावयाचा असतो बरं का?

राम-शाम : पण नाना, आम्ही '**ई३**' मधे प्यादे न नेता '**एफ३**' त प्यादे नेऊ शकतो की **१.....एफ३;** मग...

नाना : **२ उं × ई४,** ने उंट प्यादे मारतो.

राम-शाम : मग आम्ही **२. ....एफ२** ची चाल करून पुढे जाऊ की?

नाना : मग **३. उं जी२;** ची चाल करून '**एफ१**' मधे पुढे जाणाऱ्या प्याद्यावर हल्ला करून गारद करतो की?? तेव्हा मुलांनो अत्यंत कुशलतेने योजनापूर्वक उंटांनी लढाई करावयाची असते बरं का.

आता मुलांनो बुद्धिबळाच्या साम्राज्यातील सर्वात शक्तीशाली अशा **'महान'** वजिराविषयी मी आता......

राम-शाम : आताच वजीर नको. या उंटाच्या शहाणपणानं आम्ही बोअर झालोत, नाना आता सांगा ना गोष्ट.....

नाना : मुलांनो, तुम्ही आहात नादिष्ट
म्हणता हवी आहे गोष्ट, गोष्ट!!
सांगतो आंध्र प्रदेशातील तुम्हाला गोष्ट!
त्या राज्याचा राजा होता बुद्धिबळाचा नादिष्ट!!
बुद्धिबळ खेळात प्रवीण होता शंकरप्पा ब्राह्मण!
राजाने दिले शंकरप्पाला खेळायचे आमंत्रण!!
होते तुल्यबळ दोघेही खेळात.
डाव संपण्याची चिन्हे दिसेनात!!
डाव चांगला आठवडाभर लांबला!
पण शेवटी शंकरप्पा वरचढ ठरला!!
राजाला स्वीकारावयाला लागली हार
खूष झाला राजा, शंकरप्पाच्या खेळावर!!
"तुला हवे ते बक्षिस माग" राजा म्हणाला.
पण बक्षिस मागायला शंकरप्पा तयार नाही झाला!!
तेव्हा राजेशाही हट्टच धरला राजाने
शेवटी मागणी केली शंकरप्पाने!
असे तांदूळ महाराज मला मापून द्या!
की बुद्धिबळ पटावरील चौसष्ट घरांपर्यंत माप होईल.

येवढे द्या.
म्हणजे असं की,
एक दाणा पहिल्या घराला
दोन दाणे दुसऱ्या घराला!
चार दाणे तिसऱ्या घराला!
आठ दाणे चवथ्या घराला!!
असे प्रत्येक पुढील घराला
दुप्पट दुप्पट दाणे घाला!
अशा हिशेबाने चौसष्टाव्या घरापर्यंत मोजमाप करावे!
हिशेबाने होतील येवढेच तांदूळ मला द्यावे!!
क्षुल्लक वाटली ही मागणी राजाला
आणि तो जोरजोराने हसायला लागला!!
मनातल्या मनात शंकरप्पा करीत होता राजाची कीव
परंतु राजावरती होता त्याचा अतीव जीव!!
हिशेब करीत दिवाणजी बसले
खूप वेळ आकडेमोड करून म्हणाले!!
"आपल्या सबंध राज्यातले तांदूळ घेतले
तरीही ते खूप खूप कमीच होतील म्हणाले!
शेजारील राज्यातील तांदूळ गोळा केले जरी
तेही कमीच पडतील, महाराज तरी!!
म्हणजे दिवाणजी स्पष्ट सांगा, काय आहे
शंकरप्पाने मागितले तसे देणे आपल्या आवाक्याबाहेरचे आहे!
आणि दिवाणजींनी पटवून दिले ते राजाला
ते पाहून आश्चर्यचकित राजा झाला!!
शंकरप्पा तुम्ही बुद्धिबळ खेळात मला हरवले
तसेच साध्या गणितातही आम्हाला चीत केले!!
पण तरीही ते काही नाही चालायचं
आम्ही कबूल केलेय मागणी देण्याचं!!
आता यापुढं माझ्यासकट सर्व राज्यावर तुझा ताबा राहील!
परंतु, नम्रपणाने हात जोडून शंकरप्पाने ते नाकारलं!!
पण राजा काही हटेना मागं
म्हणू लागले हे बक्षीस घे!!
शेवटी दिवाणजीने शोधला इलाज छान

म्हणू लागले दोघांचाही राखता येईल मान!!
आपल्या दरबारात आलेला कोणीही
रिकाम्या हाताने परतला नाही!
म्हणून मी, तोडगा सुचवतो नामी
तो नक्की पटेल तुम्हा दोघांनाही!!
आपल्या राज्यातलं सर्वात उत्तम मानलं गेलेलं तृणी गाव!
शंकरप्पानी देणगी म्हणून स्वीकारावं!!
आणि आम्हाला या पेचातून मुक्त करावं!!!
दिवणजीचा तोडगा शंकरप्पाला पटला
राजानेही तो मान्य केला!
आंध्रात आजही दोन प्रतिस्पर्धी निकरावर येतात
न्यायी मध्यस्थापुढे मग ते गाऱ्हाणे नेतात!!
साधक बाधक गोष्टींचा विचार, मध्यस्थ करतो
आणि त्यावर दोघांनाही पटेल असा तोडगा शोधतो!
मध्यस्थाने असा देता न्याय
की तो होतो 'तृणीन्याय'!!
असा आहे महिमा तृणी न्यायाचा
आणि बुद्धिबळ खेळातील खिलाडूवृत्तीचा!!

राम-शाम : पण नाना, दिवाणजींनी हा हिशेब कसा केला? ती आकडेमोड समजावून द्या ना आम्हाला??

नाना : आज नको, पुढच्या बैठकीत सांगेन!

■

पाठ क्रमांक १०

राम : बुद्धिबळ दलांनी, आपली चालली आहे खेळायची धडपड.

शाम : त्यात आली ही गणिताची गडबड??

राम : आपण करू या की ही, अवघड आकडेमोड?

शाम : नको रे बाबा असेल किती ही अजस्त्र नी बोजड!

(नाना व सुधा हा संवाद ऐकतात. दोघेही तेथे येतात.)

नाना : मुलांनो! गणिताचा बाऊ उगाच का करता? कठीण गणितही येते पायरी

पायरीने सोडवता!! शंकरप्पाच्या गोष्टीतली गणिती भाग पाहू या. आपण शंकरप्पाच्या मागणीचा अजस्त्रपणा तपासूया!! यासाठी गणिताच्या भाषेतच हवेय बोलायला!

१, २, ३, ८, १६. इ. प्रमाणे ६४ घरांपर्यंतच्या
दाण्यांची संख्या हवी काढायला!!
अशा प्रकारची संख्या भूमिती श्रेणीने काढता येते!
भूमिती श्रेणीमधे दाण्यांची संख्या वाढत जाते.
भूमितीच्या श्रेणीच्या बेरीज सूत्राप्रमाणे ६४ ही संख्या $२^{६४-१}$ इतकी प्रचंड येते!
अशी ही प्रचंड २० आकडी म्हणजे १८, ४४६, ७४४, ०७३, ७०९, ५५१, ६१५ इतकी संख्या येते!!
एवढे धान्य साठवण्याकरता केवढे लागेल साठवण!
समजा १ घनमीटर तांदळात अंदाजे १५,०००,००० दाण्यांचं एक साठवण!
तर एकूण धान्य साठविण्याकरता १२,०००,०००,००० घन मीटर लागेल साठवण! अथवा १२,००० घन किलोमीटरचे लागेल साठवण!!!
समजा साठवण्याची उंची असेल ४ मीटर
आणि रूंदी असेल १० मीटर
तर त्याची लांबी भरेल ३००,०००,००० किलो मीटर!!
म्हणजे आपल्या पृथ्वीपासून सूर्यापर्यंतच्या अंतराच्या दुप्पटीएवढे अंतर!!
अरे बापरे! कोठून मिळविता येईल येवढे मोठे साठवण?
याच हिशेबाने या धान्याचे आपल्या संपूर्ण भारतवर्षावर
पावणेतीन मीटर उंचीचे होईल आवरण!!
अशा या बुद्धिबळाच्या गोष्टीतून
दिसून येते शंकरप्पाचे शहाणपण!!
आता वळू या बुद्धिबळ खेळाकडे आपण!!

मागील पाठात पाहिले हत्ती व उंटाचे बलाबल. आता जोखूया वजीर आणि घोड्याचे बलाबल!! मुलांनो, वजीराबद्दलची माहिती मी मागे कोणत्या पाठामध्ये सांगितली होती.

राम-शाम : पाठ क्रमांक तीनमध्ये नाना!

नाना : वजिराबद्दल काय काय सांगितले ते सांगा पाहू.

राम : वजिराच्या हलण्याच्या चालीविषयी रिकाम्या पटावर.

शाम : वजीर एका खेळात हत्तीसारखा **'म'** ह्या आडव्या चालीने रांगेतील म्हणजे आडव्या पट्टीतील कोणत्याही एका घरात जातो किंवा तो-

राम : हत्ती सारखा **'हा'** ह्या उभ्या चालीने उभ्या पट्टीतील कोणत्याही एका घरात जातो. किंवा-

सुधा : कोणत्याही रंगाच्या कर्ण घरातील उंटासारखा **'न'** ह्या तिरकस चालीने कर्णघरातील कोणत्याही एका घरात जातो.

नाना : आणखीन एक मुख्य मुद्दा राहून गेला की? विसरलात ना? मी सांगतो. ह्या **'म' 'हा' 'न'** चालीने व गतीने, वजीर मोकळ्या पटावरील केंद्रस्थ घरातून काळ्या आणि पांढऱ्या मिळून एकूण २७ घरांवर ताबा ठेवू शकतो; म्हणजे वजिराचा पल्ला या घरांवरती पोहोचू शकतो आणि ती घरे त्याच्या माऱ्यात येतात. या त्याच्या **'म' 'हा' 'न'** सामर्थ्यामुळे राजा केवळ वजिराच्या मदतीने विरोधी एकाकी राजावर सक्तीने मात करून डाव जिंकतो. आणखी आकृत्यांसह मी काही गोष्टी सांगितल्यात. त्या सांगा बरे!

राम : वजिराची हत्तीच्या चालीने केलेली मारामारी व

शाम : त्याने उंटाच्या चालीने केलेली मारामारी आणि

सुधा : वजिराची संयुक्त चालीने केलेली मारामारी.

नाना : आता आकृती क्र. ३८ पहा आणि त्याप्रमाणे पटावरती दले मांडा पाहू.

(राम-शाम तशी दले पटावर मांडतात.)

या दोन विरोधी दलांपैकी एका दलास मारण्यासाठी वजीर नेमका कोणत्या घरात न्यावयास हवा? (शाम वजीर हातात घेतो तेव्हा)

नाना : हात नको, डोके चालवावयास हवे शामराव! तो हातातला वजीर प्रथम पटावरती जागेवर ठेवा पाहू.

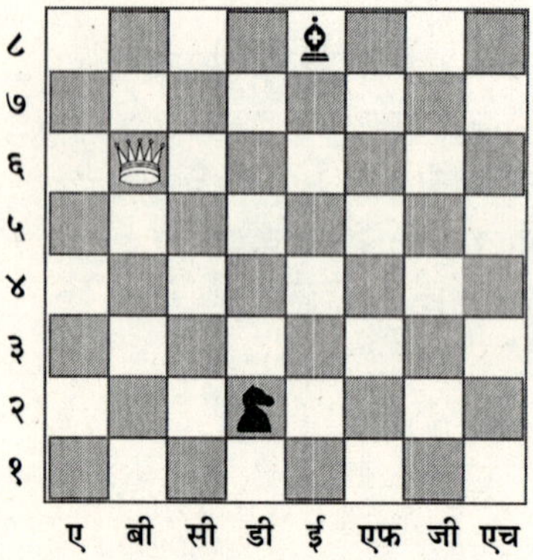

आकृती क्र. ३८

शाम : (लाल-लाल होतो,) शरमिंदा होऊन वजीर जाग्यावर ठेवतो व अपराधी आवाजात म्हणतो **'डी८'** च्या घरात न्यावा.

राम : किंवा वजीर **'ई३'** मध्ये न्यावा.

नाना : ठीक. आता पट रिकामा करा व आ. क्र. ३९ प्रमाणे पटावरती दले

मांडा पाहू. (मुलं तशी दल मांडतात.) आता वजीर कोठे न्यावा म्हणजे तो एक दल मारतो.

राम : (कदाचित शाम पुन्हा वजीर हातात घेईल या भीतीने) वजीर **'डी५'** मधे न्यावा. (असे घाईघाईने ओरडून सांगतो.)

(नाना काहीच बोलत नाहीत. शामकडे प्रश्नार्थक मुद्रेने पाहतात.)

शाम : (विचार करतो व म्हणतो) वजीर **'जी५'** मधे न्यावा.

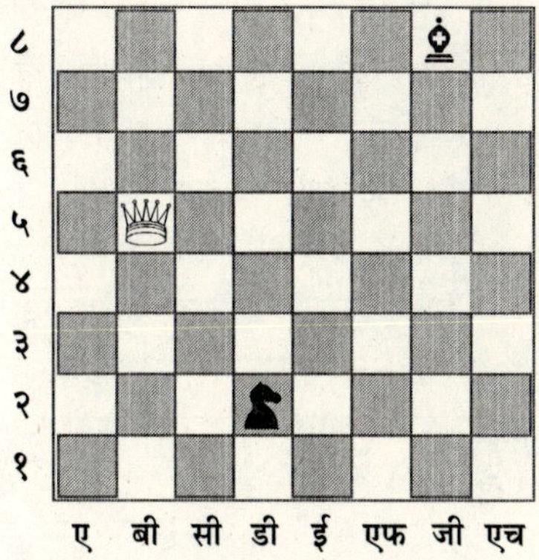

आकृती क्र. ३९

नाना : (हं असे हुंकार देतात आणि) राम, तू अती घाई व गडबड करतोस बरं का? अरे **'डी५'** मधून जरी वजीर दोन्ही विरोधी दलांवरती हल्ला चढवीत असला तरी त्या **'डी५'** मधला वजीर लहान उंटाच्या माऱ्यात येतो आणि आता काळ्याची खेळी असल्याने तो उंटाने वजीर गारद करतो. तेव्हा नीट साधक-बाधक विचार करूनच खेळी करावी, बरं का मुलांनो.

राम-शाम : वजीराने जर एकाच वेळी दोन हत्तीवर मारा केला तर मग त्याला एक हत्ती मारता येईल का?

सुधा : मोकळ्या पटावर जर दोन हत्ती ठेवलेले असले तरी त्यांना विरोधी वजिराचे भय नसते कारण ते मग एकाच पट्टीत येऊन एकमेकांना जोर देतात.

नाना : पण जर स्वपक्षाचे किंवा विरोधी दले त्या हत्तींना एकाच पट्टीत येण्यास अडथळा आणत असतील तर मग त्यातील एक हत्ती वजीर गारद करतो. आकृती ४० पहा.

राम-शाम : पण नाना वजिराचे बलाबल नक्की कसे मोजावयाचे?

नाना : मुलांनो, तुम्ही आता पाहिले की वजीर हत्तीसारखा आणि उंटासारखाही चालतो. तेव्हा वजीर स्वत: सुरक्षित राहून कर्णावर असणारा हत्ती तिरकस चालीने मारू शकतो किंवा सरळ चालीने उंट मारू शकतो.

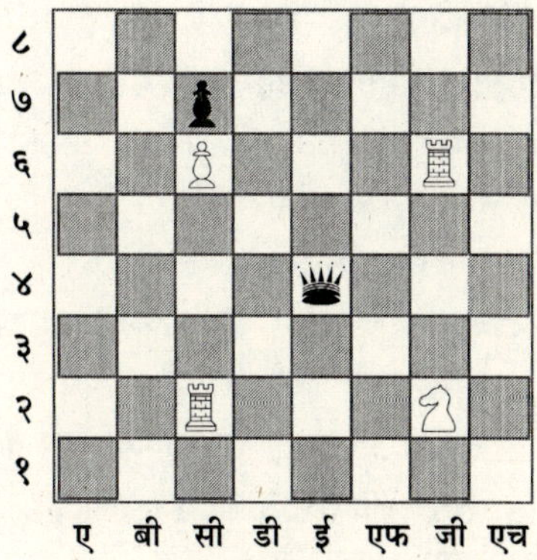

आकृती क्र. ४०

सुधा : नाना! किती विरोधी

दलांएवढे वजिराचे मूल्य असते ते सांगा ना राम व शामला.

नाना : अरे हो खरेच की! वजीर हे सर्वात मूल्यवान मोहरे आहे. साधारणपणे दोन हत्तीएवढे वजिराचे मूल्य मानतात.

पण वजिराच्या बदल्यात किती लहान मोहऱ्यांचे अर्घ्य द्यावे बरे!

शाम : (घाबरत) बहुधा तीन.

नाना : होय, वजिराच्या बलाएवढी साधारणपणे तीन लहान मोहरी असतात. तेव्हा लहान दले म्हणजे – प्याद्याचे मूल्य एक धरले तर घोडा किंवा उंटाचे मूल्य तीन असते. आता मोठी दले म्हणजे – हत्तीचे मूल्य पाच तर वजीराचे ९ मूल्य आहे. असे आहे हे दलांचे तौलनिक मूल्य.

राम-शाम : पण नाना हे सारे कशासाठी हो?

नाना : मुलांनो! तुम्हाला वाण्याकडे जाऊन एक रुपयाची मोड घेऊन येण्यास सांगितले आणि वाण्याने तुम्हाला १ रुपयाच्या बदल्यात ४ आणेचे एक नाणे व ८ आणेचे एक नाणे दिले तर चालेल का?

राम-शाम : केव्हाही नाही.

नाना : मग १ रू. चे बदल्यात नेमकी किती-किती नाणी घ्याल तुम्ही?

राम : ४ आणेची ४ नाणी किंवा

शाम : ८ आणेची २ नाणी

नाना : ह्या लहान व मोठ्या मोहऱ्यांचेही असेच आहे बरं का.

राम-शाम : म्हणजे नेमके काय?

नाना : डाव चालू असताना मारामारीचे प्रसंग उद्‌भवतात तेव्हा वजिराच्या बदल्यात हत्ती मारला तर फायदा होईल की तोटा?

राम-शाम : तोटाच होईल.

नाना : तसेच हत्ती देऊन घोडा मारला तर तोही तोटाच होतो नाही का? यासाठीच मोहऱ्यांची तौलनिक मूल्ये लक्षात घेऊनच मारामारी करावयाची असते. हे तुमच्या लक्षात पुढे येईलच. आता पट रिकामा करा आ. ४१ अ प्रमाणे पटावरती दले मांडा.

(मुलं तशी दले मांडतात.)

नाना : वजीर नेमका कोणत्या घरात हलवला असता चौफेर हल्ला चढवील?

राम-शाम : वजीर **'ई४'** मधे नेला असता तो चौफेर मारा करतो.

नाना : आता काळ्याने नेमके काय करावे म्हणजे त्याचा फार तोटा होणार नाही.

राम : मोठा हत्ती वाचवायला हवा तेव्हा.

शाम : हत्ती **'डी१'** मधे किंवा **'डी२'** मध्ये ठेवला तर.... पण नेमके काय करावे बरे?

सुधा : अरे हत्ती **'डी२'** मधे ठेवला की तो घोड्याला जोर करतो, आणि घोडा उंटाला करतो जोर, तर उंटाचा जोर होईल **'डी२'** मधल्या हत्तीला. कळले का? असे केले म्हणजे –

राम-शाम : म्हणजे बचेंगे तो और भी लढेंगे!

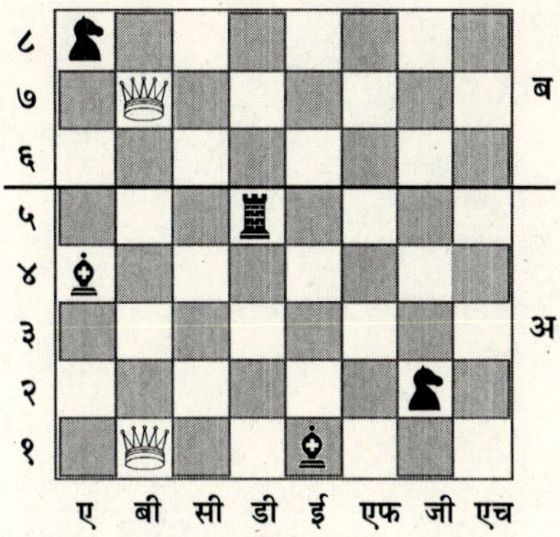

आकृती क्र. ४१

नाना : मुलांनो! डाव सुरुवातीलाच वजिरासाखे **'म' 'हा' 'न'** शक्तिशाली मोहरे बाहेर काढू नये; कारण वजीर अकालीच बाहेर काढला की त्यावरती विरोधी लहान मोहरी हल्ला चढवतात व त्याला सळो की पळो करतात. कारण नेहमी प्रतिपक्षाचा शक्तिशाली वजीर लवकरात लवकर गारद करण्यासाठी नेहमी टपलेले असतात. परंतु याचे उलट, लढाईच्या ऐन धुमश्चक्रीत वजीर प्रतिस्पर्ध्याच्या मनात धडकी भरण्याचे काम तत्परतेने करतो व डावात चैतन्य ओततो.

राम-शाम : आता लक्षात आले, प्यादे त्याच्या आठव्या घरात गेले की त्याचे रूपांतर नववजिरात का करतात ते!

पण नाना घोड्यांबद्दल सांगा ना!

नाना : पट रिकामा करा व काळा घोडा **'ए८'** मधे ठेवा.

(मुले तसं करतात.)

नाना : आता पांढरा वजीर नेमक्या कोणत्या घरात ठेवला असता तो घोडा नक्की मारू शकेल?

राम : **'बी७'** मधे (आ. ४१ ब पहा)

शाम : (क्षणभर विचार करून) किंवा **'ए७'** मध्ये.

सुधा : किंवा **'सी६'** मध्येही.

नाना : आता समजा, घोडा कोपऱ्यात नसून तो **'ई८'** मधे असेल तर मग वजीर कोठे ठेवाल?

राम : ताबडतोब वजीर **'डी७'** मधे ठेवावा.

नाना : मग घोडा **'एफ६'** मधे निसटून जातो की.

शाम : (पूर्ण विचार करून) वजीर **'ई७'** मधे ठेवावा.

नाना : आता घोडा **'एच३'** मधे ठेवला तर?

राम-शाम : पुरे झाली बाबा ही घोड-दौड असे हळूच एकमेकांच्या कानात

सांगतात व उघडपणे संगनमताने सांगतात की वजीर घोड्या पुढील लगतच्या घरात ठेवावयास हवा. पण तिरपा नको.

नाना : आज एवढं पुरे. पण त्या आधी घोड्याबद्दल व राजाबद्दल समजावून दिले आहे, त्याची उजळणी करा बरं का मुलांनो.

राम-शाम : पण नाना गोष्ट?

नाना : गोष्टही सांगेन बरं का.

■

पाठ क्रमांक ११

राम : आता दिवाळीची सुट्टी लागणार!

शाम : आपण खूप खूप खेळणार.

राम-शाम : आज नानांना खूप खूप मोठी गोष्ट सांगा म्हणून सांगू या!

(नाना, सुधा येताना हा संवाद ऐकतात.)

नाना : मुलांनो! आतापर्यंत तुम्ही ऐकल्यात प्राचीन काळातल्या गोष्टी! यापुढे मी सांगणार आहे ऐतिहासिक गोष्टी.

राम-शाम : ऐतिहासिक म्हणजे मोगलकालीन का?

नाना : नाही, आपल्या मराठेशाहींतील गोष्ट. पेशवे काळात घडलेली आहे ती गोष्ट. पूर्वीच्या राजे-महाराजांना होते बुद्धिबळाचे वेड. पुण्याच्या पेशवे राजघराण्यातील बहुतेकांनासुद्धा होते बुद्धिबळ खेळाचे वेड! तेव्हा मुलांनो प्रत्येक पेशव्यांबद्दल काही ठळक बाबी तुम्ही सांगावयाच्या.

राम : बाळाजी विश्वनाथ पेशवे साध्या कारकून शिपायाचे झालेत पहिले पेशवे! प्याद्याचा फर्जंद झालेत!

शाम : रणझुंझार बाजीराव पेशवे राजा छत्रपत्रसालचे मदतीला धावून गेले. शत्रूचा नि:पात करून मस्तानीला घेऊन आलेत!

पुण्यात शनिवारवाडा त्यांनी बांधला! दिल्ली दरवाजासमोर पहा त्यांचा अश्वारूढ पुतळा.

सुधा : त्यानंतर नानासाहेब पेशवे झाले. त्यांनी मराठी साम्राज्य वाढविले! तंजावर पासून अटकेपर्यंत मराठ्यांचा दरारा वाढवला. परंतु पानिपतला मराठ्यांचा दारुण पराभव झाला!

सदाशिवरावभाऊ आणि नानांचा थोरला मुलगा भावी पेशवा विश्वासराव यांना

त्यात वीरमरण आले!

या दु:खद घटनांनी नानासाहेब पार खचून गेले व त्यांचा अंत झाला.

नाना : अशा या करुण, दारुण दु:खदायी घटनांनंतर, पेशवेपदावर यावे लागले माधवरावांना. त्यावेळी त्यांचे वय होते केवळ सोळा वर्षांचे! अनुभवांचा अभाव! वय लहान! कर्तव्य महान! जबाबदारी पडली अकाली!! तंजावरपासून अटकेपर्यंत दरारा असलेली मराठी दौलत चारी बाजूंनी खिळखिळी झालेली! निजाम-हैदरासारखे प्रबळ शत्रू जुना अपमान भरून काढण्यासाठी सज्ज झालेले! उत्तरेत कुणाचा पायपोस कुणाच्या पायात नाही. सरदारात एकी नाही! वडीलधाऱ्या माणसांचा आधार नाही! परंतु,

राम-शाम-सुधा : परंतु नाना, राघोबादादा माधवरावांचे काकाच ना? मग!

नाना : होय राघोबादादा माधवरावांचे काका! परंतु त्यांनीच माधवरावांवर प्रसंग आणला बाका!! माधवरावांनी मात्र वेळीच ओळखला त्यांचा धोका! मग माधवराव, राघोबांना आणि साऱ्यांना काय म्हणालेत ते ऐका!!

माधवराव : आमचे हे काका! वेड घेऊन जातात पेड गावला!! ह्यांच्या पायी काय सोसावं लागलं आम्हाला, ते ह्यांच्या ध्यानी-मनीही नाही!

वडीलांचा काळ झाला! आम्ही पेशवे झालो तेव्हा वय होते फक्त सोळा!!

आम्हाला मार्गदर्शन ह्यांनी कधीही नाही केले!

पण कर्नाटकाच्या मोहिमेतून सारी जबाबदारी टाकून हे परत फिरले!!

आम्ही मोहीम फत्ते करून आलो तर आमचं कौतुक करायचं सोडून, हेच गेले आम्हाला सोडून! माहीत आहे कोठे गेले? निजाम भोसल्यांशी हात मिळवणी करून आमच्या विरुद्ध हे ठाकले! घोडनदीच्या पात्रात अचानक हे आमच्यावर तुटून पडले!

आमची दुर्दशा केली!! भर दुपारी आम्ही गेलो पराजय स्वीकारण्यासाठी!!

ह्यांचे जोडे कवटाळले उराशी! सारी सत्ता ह्यांच्या हाती दिली! पण तरीही ह्यांचा विश्वास बसला नाही! त्यांना, मराठ्यांचा शत्रू निजाम जवळचा वाटला! ह्यांनी त्याला लढाईत पराक्रमाने मिळविलेला मुलूख दिला! आणि ह्यांनी त्याच्याशी मैत्रीचा सलूख केला!! आमच्याशी वैर धरले, सहकाऱ्यांची पाठ धरली. पेशवाईपदासाठी ह्यांनी एकसारखी हाव धरली!! पेशव्यांचं छत्रपतीच्या सेवेत व्रत! पण ह्यांनी केला घात! आणि ह्यांनी नागपूरकर भोसल्यांना, सातारच्या गादीवर बसवून आपल्याकडे पेशवेपद घेण्याची धरली हिंमत!!

आमचं नशीब थोर! ऐनवेळी निजाम उलटला अन्

यांना पडला घोर! निजामानं पुणे लुटले!

मग ह्यांचे डोळे उघडले! पण पण....

घरचे सरदार बनले होते वैरी

ह्यांचा कोणीही नव्हता कैवारी!!

तेव्हा त्यांनी आम्हाला पुढं केले

निजामाला मिळालेले सरदार आमच्या शब्दावर आमच्या बाजूला आले!!

राक्षसभुवनावर निजामाचा संपूर्ण पराभव केला आम्ही! आणि राज्याची जबाबदारी आमच्या माथी आली, इच्छा नसतानाही!

कर्नाटकाच्या मोहिमेत आम्ही विश्वासानं बोलावलं काकांना!

त्यांच्या हट्टापायी सर्व सत्ता दिली हाती त्यांच्या!!

पण त्यांनी त्या सत्तेचा वापर कसा केला, आहे माहीत?

हैदर! ज्याचा पराभव सहज झाला असता त्याच्याशी यांनी केला तह?? एकदाच येते संधी! तीच वेळ होती! हाती आलेला हैदर त्यांच्याच कृपेने सुटला!

अहो काका, रक्ताच्या नात्याची कधीच तुम्हाला जाणीव झाली नाही!

आणि आम्हालाही ती कधीच सुटली नाही!! ह्यामुळे हे सारं घडलं! आम्ही खंत बाळगली नाही! हैदरच्या पराभवापेक्षाही दुसरे मोठे यश आम्हाला मिळालं असं वाटलं! आमचं घरचं वैर मिटलं!! तसं नसलं तर आम्ही आपल्या हाती फौज देऊन उत्तरेत पाठविलं नसतं. पण तुम्हाला तीही जबाबदारी पार पाडता आली नाही. वर्षभराच्या मोहिमेत संपूर्ण पराभूत होऊन परत आलात! उत्तरेची मोहीम करून हे आले ते खूप लूट घेऊन काही नाही! तर आले घेऊन पंचवीस लक्षांचं कर्ज माथी!! लौकिक पदरात आणला तो साध्वी अहिल्याबाईच्या छळणुकीचा! याबाबत आम्हाला आलेली त्या साध्वीची पत्र वाचली आणि आमची मान शरमेनं खाली गेली.

ज्या होळकरांनी पेशवाईला साथ दिली! त्यांच्या घराण्यातल्या विधवेला ह्यांनी गांजलं! विधवेच्या पैशावर हाव धरली!!

काका, येवढे होऊनही आम्ही ते मनावर घेतलं नाही! पण तरीही तुम्ही रुसून बसलात!

आणि राज्याची वाटणी मागू लागलात!! तुमचा रुसवा काढण्यासाठी आम्ही आनंदवल्लीला आलो! मनधरणी केली! आठ लाखांची तैनात मान्य केली. पंचवीस लाखांच्या कर्जाचा निर्वाळा दिला.

पण तुम्हाला धीर कुठला! तुम्ही इंग्रजांशी हात मिळवणी सुरू केलीत!

तेव्हा आम्हाला ठेवावं लागलं तुम्हाला नजर कैदेत! आणि तुमच्या साथीदारांना सखाराम बापू बोकिलांनाही तुमच्यासमवेत!!

वरील उल्लेखलेले प्रसंग तसेच पुढे दिलेला प्रसंग, मराठीतील थोर कादंबरीकार श्री. रणजीत देसाई यांनी त्यांच्या 'स्वामी' या गाजलेल्या कादंबरीतसुद्धा रंगविलेले आहेत.

राम-शाम : नाना, दूरदर्शनवरही 'स्वामी' मालिका लागली होती ती आम्ही

पाहिली पण त्यात–

नाना : हो, बुद्धिबळाचा प्रसंग नव्हता तो मी आता सांगतो!

श्रीमंत थोरले माधवराव पेशवे (१७४५-७२) यांना (तसेच राघोबांनाही) बुद्धिबळ खेळाचे होते वेड. सन १७६९ मध्ये म्हैसूरचा राजा हैदर अली (१७२२-८२) याच्या हालचालींना पायबंद घालण्यासाठी श्रीमंत थोरले माधवराव पेशवे यांनी आपल्या सर्व सरदारांना फौजेनिशी गोळा होण्याचा आदेश दिला. एका पाठोपाठ एक सरदार आपल्या फौजेनिशी पुण्याला येऊन धडकत होते. फक्त आले नव्हते ते नागपूरचे जानोजी भोसले. स्वार्थापोटी राघोबांशी मैत्री केलेले. भोसल्यांचा वकील देवाजीपंत चोरघडे (पेशवाईतील साडेतीन शहण्यांपैकी एक शहाणा) पुण्यातच होता. त्याला समक्ष बोलावून माधवरावांनी विचारणा केली. त्याने "पल्ला मोठा व भारी फौज बरोबर त्यामुळे थोडा विलंब लागणारच" अशी लाचारीच्या सुरात रदबदली केली. परंतु त्याच वेळेस त्याने नजर कैदेत असलेल्या सखाराम बापू बोकील (पेशवाईतील साडेतील शहण्यांपैकी दुसरा शहाणा) यांना भेटण्याची परवानगी मोठ्या खुबीने मिळविली. माधवरावांनी दप्तरीतील विश्वासू कारकून केशवला बोलावून घेतले आणि देवाजीपंतांना बापूंकडे नेऊन आणण्यास फर्मावले. देवाजीपंत बापूंना भेटायला गेले. त्यावेळेस बापू, दोन आश्रित खेळत असलेले बुद्धिबळ पहात होते. देवाजीपंतांनी बापूनां क्षेमकुशल सांगितले व नागपूरहून राजे भोसले दोन मजला करून येत असल्याचे सांगितले. त्यावर बुद्धिबळाच्या डावाकडेच नजर ठेवीत बापू म्हणाले, "राजा दोन घरं मागे घ्या!" जेव्हा माधवरावांना केशवकडून या भेटीचा इति वृत्तांत मिळाला तेव्हा ते काय समजावयाचे ते समजले. त्यांनी नाना फडणवीसांतर्फे (पेशवाईतील साडेतीन शहण्यांपैकी अर्धा शहाणा) देवाजीपंतांना बोलावून घेतले आणि दरडावले, "भोसले, दोन मजला पुढे आलेले मागे गेले? बापूंचा सल्ला एवढा थोर वाटला? आपण भोसल्यांचे वकील म्हणून गय करतो. नाहीतर हत्तीच्या पायाखाली जावं लागलं असतं, ती ताकद आमची नसती तर ज्यांनी हा सल्ला दिला ते आज नजर कैदेत बुद्धिबळ खेळत बसले नसते. तुमच्या राजांना आमचा निरोप कळवा. आठ दिवसात फौजेनिशी ते पुण्यात हजर झाले नाही तर आज दोन घरं नव्हे तर चांगला शंभर घरं मागे पाठवला जाईल म्हणावे!!" त्याच वेळेस आपला खास हस्तीदंती बुद्धिबळाचा डाव नानांच्या हाती देत ते म्हणाले, "हा डाव बापूंना नेऊन द्या. त्यांना सांगा, आम्ही त्यांच्या बुद्धिबळावर खूष आहोत." वरील प्रसंगावरून थोरले माधवराव पेशवे यांच्या राजकारणातील चातुर्याची व त्याचबरोबर गुणग्राहकतेची ओळख होते.

या नंतरचा दुसरा प्रसंग मी पुढच्या बैठकीत सांगेन! आता आपण वळू या बुद्धिबळाच्या राजाकडे!

नाना : मुलांनो, सांगा बरे, मागे मी कोणत्या पाठामध्ये राजाबद्दल काय सांगितले होते?

राम : पाठ क्रमांक चारमध्ये राजाबद्दल माहिती सांगितली होती.

शाम : त्यामध्ये राजा कसा हलतो, कसा बळी घेतो,

राम : व राजाच्या चालीवरील बंधने या विषयीही सांगितले होते.

नाना : राजावरील बंधनांमुळेच, राजाने स्वत:हून संकटामध्ये नाक खुपसण्याचे टाळणे योग्य ठरते. बुद्धिबळ खेळातला राजा हा भित्रा प्राणी आहे, त्याला निवांतपणा हवा असतो, त्याला शांतता आवडते, आणि लढाईच्या शेवटी शेवटी प्रसंगानुसार तो त्याचे शौर्य गाजवतो.

राजाची चाल म्हणजे लगतच्या एका निर्धोक घरात जाणे ही होय, पण विरोधी मोहऱ्यांच्या व प्याद्याच्या माऱ्यात न जाण्याचे बंधन राजावर असते. इतर मोहऱ्यांच्या हालचालींच्या तुलनेत राजाची हालचाल फक्त प्याद्याहून सरस असते. खरे पाहता इतर मोहऱ्यांपासून पळून जाणे त्याला अवघड जाते; तो शत्रूचा पाठलाग करूच शकत नाही कारण प्रतिस्पर्ध्याच्या माऱ्यातील घरात तो जाऊच शकत नाही हे होय. बहुधा पलायन करून स्वत:चा बचाव कसा करून घ्यायचा हे तो पहातो. काही झाले तरी बुद्धिबळ खेळात राजा हे सर्वात महत्त्वाचे मोहरे आहे आणि राजाशिवाय हा खेळच खेळता येत नाही असा नियम आहे. पटावरील युद्धात शत्रूच्या राजाला अशा स्थितीत सक्तीने आणावयाचे असते, की जेणेकरून त्याची त्यातून सुटका होणार नाही; आणि अशी अवस्था जो खेळाडू विरोधी राजावर आणतो तो डाव जिंकतो. त्या अवस्थेत त्या विरोधी पराभूत राजाकडे कितीही मोहरी व प्यादी असली तरीही त्याचा उपयोग त्या राजाला होत नाही; त्याला पराजय मान्य झाल्याचे मान्य करणे भाग पडते. म्हणूनच बुद्धिबळ खेळात राजाचे मोहरे महत्त्वाचे असते.

विरोधी बुद्धिबळ दलांच्या माऱ्यांच्या संभवनीय धोक्यापासून राजाला सदोदित दक्ष राहावे लागते. तशात मंद गती असणाऱ्या राजाला सुरक्षित मार्ग म्हणजे किल्लेकोटची चाल करून राजाला सुरक्षित दुर्गाश्रयात हलविणे हा होय.

प्राचीन चतुरंगमध्ये ही सुविधा नव्हती; पण किल्लेकोटच्या चालीची सुविधा युरोपीय लोकांनी आणली आहे आणि ती आता प्रचलित बुद्धिबळ खेळात सर्व जगात रूढ झाली आहे.

अशी ही किल्लेकोटची चाल करून दुर्गाश्रय घेण्याची खेळी सबंध डावात फक्त एकदाच करता येते.

राम-शाम : पण ती कशी करतात ते सांगा?

नाना : सांगतो (व प्रात्यक्षिक दाखवतात). ह्या रिकाम्या पटावरती मी हे पांढरे हत्ती यांच्या **(ए१ व एच१)** ह्या स्वगृहात तर पांढरा राजा **ई१** ह्या त्याच्या

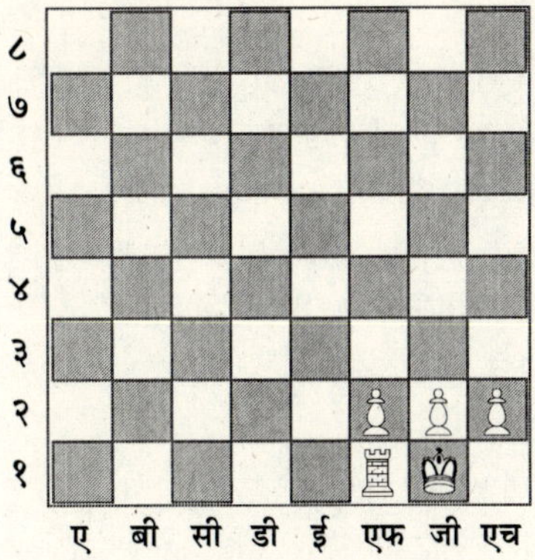

आकृती क्र. ४२

पांढऱ्याने, राजाच्या बाजूची किल्लेकोटची चाल करून दुर्गाश्रय घेतला आहे. त्याचे खेळी लेखन १.० - ०,.., असे करतात.

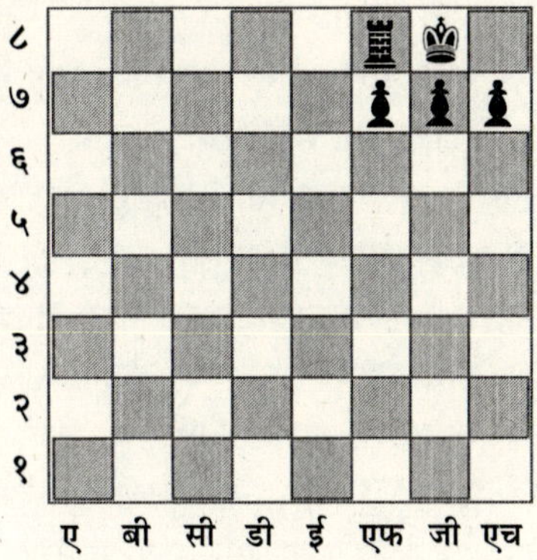

आकृती क्र. ४३

काळ्याने, राजाच्या बाजूची किल्लेकोटची चाल करून दुर्गाश्रय घेतला आहे. त्याचे खेळी लेखन १..., ० - ०; असे करतात.

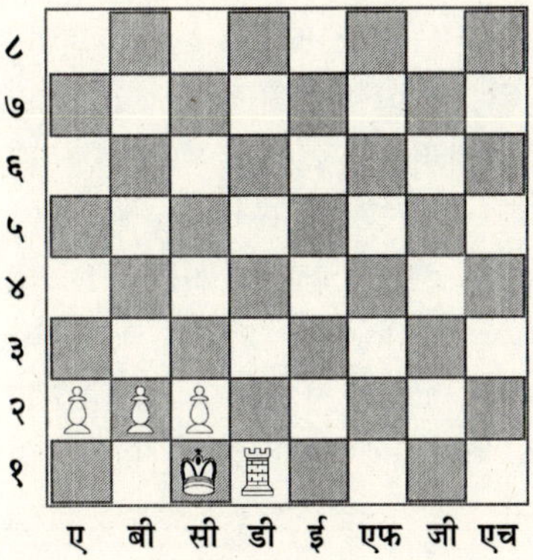

आकृती क्र. ४४

पांढऱ्याने, वजिराच्या बाजूची किल्लेकोटची चाल करून दुर्गाश्रय घेतला आहे. त्याचे खेळी लेखन १.० - ० - ०, ...; असे करतात.

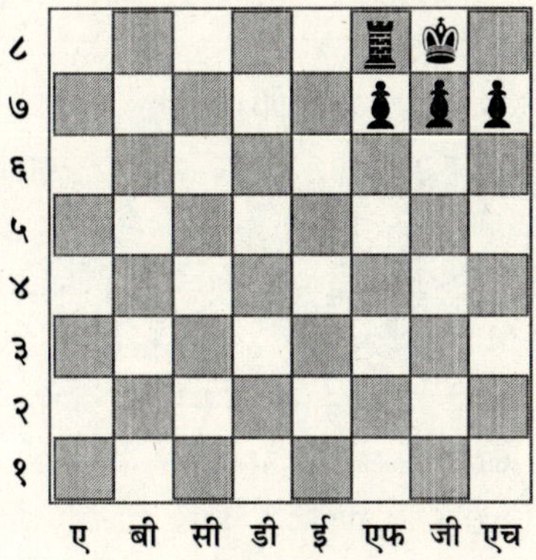

आकृती क्र. ४५

काळ्याने, वजिराच्या बाजूची किल्लेकोटची चाल करून दुर्गाश्रय घेतला आहे. त्याचे खेळी लेखन १...., ० - ० - ०; असे करतात.

स्वगृहात ठेवतो.

आता मी या दोन्ही हत्तींपैकी एक हत्ती राजा लगतच्या ह्या घरात असा ठेवतो व राजाला त्या हत्तीवरून नेऊन त्याच्या पलीकडील लगतच्या घरात असा ठेवतो. आता ह्या हत्तीची चाल व राजाची त्याच्यावरून वरून नेऊन त्या हत्तीच्या शेजारील घरात ठेवण्याची चाल ह्या दोन्ही मिळून फक्त एकच चाल धरतात. ह्याला किल्लेकोटची चाल करून राजा दुर्गाश्रयात गेला असे म्हणतात.

राम-शाम : पटाच्या दोन्ही कोपऱ्यात हत्ती असल्याने, पटाच्या कोणत्या बाजूला अशी ही किल्लेकोटची चाल करता येईल?

नाना : तुम्ही डाव्या बाजूचा म्हणजे वजिराच्या बाजूचा हत्ती हलवून ही चाल पूर्ण केली की ती वजिराचा बाजूचा किल्लेकोटची चाल होते आणि उजव्या बाजूचा म्हणजे राजाच्या बाजूचा हत्ती हलवून ही चाल पूर्ण केली की ती राजाच्या बाजूची किल्लेकोटची चाल होते. आकृती क्र. ४२, ४३, ४४ व ४५ पहा.

राम-शाम : पण कोणत्या बाजूचा दुर्गाश्रय केला असता तो चांगला असतो?

नाना : ज्या बाजूला प्याद्याची भक्कम तटबंदी व मोर्चेबंद प्यादी रचना असते. त्याबाजूचा 'दुर्गाश्रय' करणे श्रेयस्कर ठरते, परंतु हे सारे काही त्या-त्या वेळच्या पटावरील प्रत्यक्ष परिस्थितीवरती अवलंबून असते. तशात –

'किल्लेकोट' करण्यावर कायम स्वरूपाचे दोन निर्बंध आहेत. (१) जर राजा आधीच हलविला असेल तर किल्लेकोट करता येणार नाही. (२) ज्या हत्तीने किल्लेकोट करावयाचा असतो तो आधीच हलविला असल्यास, त्या हत्तीने किल्लेकोट करता येणार नाही. किल्लेकोट करण्यावर पुढे दिलेले तात्पुरते निर्बंध आहेत: (१) राजा आणि हत्ती यांच्यामधील घरे रिकामी नसतील तेव्हा, (२) किल्लेकोटसाठी राजाला विरोधी बुद्धिबळाच्या माऱ्यातील घर ओलांडून जावे लागत असेल तर, (३) किल्लेकोटसाठी ज्या घरात जावे लागले त्या घरावर विरोधी बुद्धिबळाचा मारा होत असेल, तर आणि (४) स्वगृहात असणाऱ्या राजाला शह दिला असताना, किल्लेकोटची चाल करता येणार नाही. याबद्दलची मी सविस्तरपणे पुढे सांगेन बरं का मुलांनो.

राम : 'राजाला शह दिला' म्हणजे काय?

नाना : राजाला शह दिला, राजावर मात केली या बाबी मी पुढच्या बैठकीत सांगेन बरं का.

शाम : अहो नाना, थोरले माधवरावांच्या कारकिर्दीतल्या दुसऱ्या बुद्धिबळ खेळावरील प्रसंगाची गोष्टही तुम्ही सांगणार ना?

नाना : होय बरे मुलांनो! आता आज पुरे.

■

पाठ क्रमांक १२

दिवाळीची सुट्टी
लाडू करंज्यांशी गट्टी!
किल्ले तयार करण्याची चढाओढ
नवनवीन विचारांची घडामोड!
ती दाखविण्यासाठी राम नि शाम धडपडतात.
नानांना व सुधाला बाहेर अंगणात आणतात!!

नाना : अरे वा! मुलांनो तुम्ही एक नाहीत तर दोन किल्ले केलेत की!

राम : हा एक किल्ला आहे पन्हाळगड!

नाना : पण हे दोन किल्ले कशासाठी?

राम : हा पन्हाळगड किल्ला. त्याला सिद्दी जोहाराने वेढा घातला.

सुधा : पण तो कशासाठी?

राम : अफजुलखानाचा वध केला ना शिवाजी राजांनी; तेव्हा त्यांना पकडून घेऊन जाण्यासाठी विजापूरच्या सरदाराने-सिद्दी जोहारने पन्हाळगडाला वेढा घातला!

सुधा : सुधाताई! एक काळोख्या रात्री शिवाजीराजांनी वेढ्यातून युक्तीने वाट काढली आणि विशालगडची वाट धरली. तेव्हा जोहारने त्यांचा पाठलाग सुरू केला.

राम-शाम : ही पावनखिंड शिवाजीराजांनी पार केली; तेव्हा बाजीप्रभू देशपांडे महाराजांना म्हणाले, "महाराज, तुम्ही गडावर सुखरूप जा आणि वर पोहोचल्याबरोबर पाच तोफांचा आवाज करा, तोपर्यंत मी या मुघल सैन्याला पावनखिंडीत अडकवून ठेवतो. थोपवून धरतो." आणि घनघोर लढाई झाली. बाजीप्रभू देशपांडे जखमांनी घायाळ झाले. सर्व प्राण कानात आणून ते तोफांच्या आवाजाची वाट पाहात होते. आणि धडाडधूमऽऽ तोफांचे पाच आवाज ऐकून ते धारातीर्थी पडले. शिवाजीराजे विशालगडावर सुखरूप जाऊन पोचले होते.

नाना : हा सारा खटाटोप कशासाठी?

राम-शाम : बुद्धिबळ खेळात तुम्ही शिकवलेत नाना, की किल्लेकोटाची चाल करून राजाला सुखरूप दुर्गाश्रयमध्ये ठेवणे. हे दाखविण्यासाठीच हे दोन किल्ले केलेले आहेत. नाना, आता सांगा ना. माधवराव पेशव्यांचा दुसरा प्रसंग :

नाना : हो सांगतो बरं का, मुलांनो.

पन्हाळगडला जसा वेढा घातला तसा प्रसंग थोरले माधवराव पेशव्यांच्या कारकिर्दीत

आला होता. पाठ ११ मध्ये सांगितल्याप्रमाणे पहिल्या प्रसंगात हैदर अलीच्या हालचालींवर पायबंद घालण्यासाठी श्रीमंत थोरले माधवरावांनी सर्व सरदारांची जमवाजमव कशी केली हे पाहिलेत. तेव्हा सर्व सैन्याची जमवाजमव पूर्ण झाल्यावर श्रीमंत थोरले माधवराव पेशवे हैदरवर स्वारी करण्यास निघाले. त्यांच्या सैन्याने कर्नाटकातील निजलगलच्या किल्ल्यास वेढा घातला. वेढा घालून ६-७ महिने लोटले होते.

छावणीतील तंबूत श्रीमंत थोरले माधवराव बुद्धिबळ खेळत बसले होते. इतक्यात किल्ल्यावरून बंदुकीची गोळी येऊन श्रीमंत नारायणराव (माधवरावांचे धाकटे बंधू) यांचे मांडीत शिरली. त्यावेळी मुरारराव घोरपडे गुप्तीकर माधवरावांना म्हणाले, "खासे तंबूत जायबंदी होतात तरी आता हा खेळ किती दिवस खेळणार?" यावर माधवराव म्हणाले, "आपण सहा महिन्यांच्या आत हैदरला जिंकायचे म्हणून निघालो व एकाच किल्ल्याशी सात महिने काढतो. म्हणजे खेळच चालला आहे नव्हे का? तुम्ही तो बाहेर किल्ल्याशी खेळता व आम्ही हा येथे छावणीत खेळतो." मुरारराव मनात काय समजायचे ते समजले व त्यांचा त्वेष जागृत झाला. अंगात बळ संचारले आणि कैफातच ते म्हणाले, "एका घटकेत किल्ला सर केला नाही तर नावाचा मुरारच नाही."

असे म्हणून ते तडक निघाले ते, त्यांनी सर्व सैन्यासह हल्ला करून (मे १७७०) किल्ला सर केला.

नाना : आता बुद्धिबळ खेळातील राजाला सर करायचे म्हणजे राजाला जेरबंद करून जिंकावयाचे असते म्हणजे राजाला शह देऊन त्याला जेरबंद करून त्याच्यावर मात करावयाची असते.

राम-शाम : राजाला शह देणे म्हणजे नेमके काय?

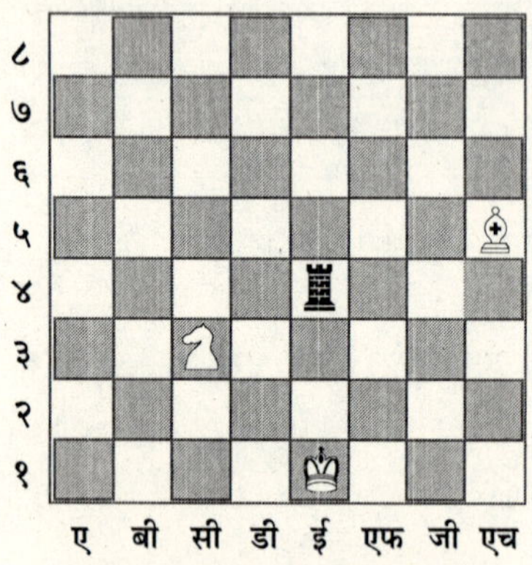

आकृती क्र. ४६

नाना : जेव्हा विरोधी बुद्धिबळदलाच्या मारक चालीने राजावर हल्ला होतो तेव्हा हल्ल्यात सापडलेला राजा शहात आहे असे म्हणतात किंवा राजाला 'शह' लागला आहे असे म्हणतात. उदा. आकृती ४६ पहा.

आकृती ४६ मध्ये काळ्या हत्तीने १..., ह ई४ शह अशी चाल करून पांढऱ्या राजाला शह दिला आहे.

शहसाठी '+' चिन्ह किंवा 'शह' असे स्पष्ट लिहितात.

तेव्हा असा शह लागला असता

दुसरी कोणतीही खेळी न करता प्रथम राजावरील शह काढावा लागतो.

राजाला शह माऱ्यातून सोडविण्याचे तीन मार्ग आहेत.

(एक) राजाला, शहाच्या माऱ्याबाहेर हलविणे. उदा. आ. ४६ मध्ये १ रा एफ२ किंवा तुम्ही सांगा पाहू.

राम : १ रा एफ १ किंवा

शाम : १ रा डी १ किंवा

सुधा : १ रा डी २

नाना : दुसरा मार्ग म्हणजे राजा आणि शह देणाऱ्या विरोधी बुद्धिबळदलामध्ये राजाच्या रंगाचे (पक्षाचे) एखादे बुद्धिबळ दल आणून ठेवून शहाचे निवारण करणे. उदा. आकृती ४६ मध्ये पहा. आणि म्हणाले. १ घो ई २ किंवा तुम्ही सांगा पाहू.

राम-शाम : १ उं ई २,

नाना : आता तिसरा मार्ग म्हणजे शह देणाऱ्या विरोधी बुद्धिबळदलाला मारून शहाचे निवारण करणे.

राम : उंटाने काही हा हत्ती मारता येत नाही.

शाम : अरे घोड्याने मारता येतो ना? असा? १ घो × ई४

राम-शाम : नाना, मात म्हणजे काय?

नाना : सांगतो, राजाला जेव्हा शह बसतो, तेव्हा वरील तिन्हीपैकी कोणत्याही एका पद्धतीने शहाचे निवारण करता आले नाही म्हणजे त्या राजावर 'मात' झाली आहे असे म्हणतात आणि ज्या खेळाडूच्या राजावर मात होते तो डाव हरतो. उदा. आ. ४७ अ पहा.

त्याप्रमाणे पटावरती दले मांडा पाहू. (मुले तशी दले मांडतात)

नाना : आता १ ह एच ८ शह मात होते. कारण माहीत आहे तुम्हाला? नाही ना? सांगतो. काळ्या राजावर पांढरा हत्ती आडव्या रांगेतून शहमारा करतो, तेव्हा काळ्या राजाला सुरक्षितपणे पळून जाण्यासाठीचे पलायन घरच उरत नाही. तेव्हा त्याच्यावरती मात होते.

आधीची दले काढून टाका व आता ४७ ब प्रमाणे दले पटावरती मांडा पाहू. (मुलं तशी

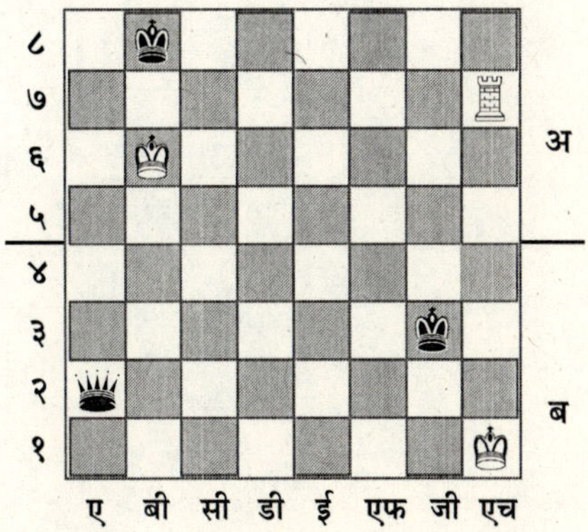

आकृती क्र. ४७

दले मांडतात.)

नाना : आता सांगा पाहू. काळा वजीर फक्त एकाच चालीत पांढऱ्यावरती कशी कशी मात करतो?

राम : १....., व ए१ मात

नाना : मात साठी # हे चिन्ह वापरतात बरं का? किंवा 'मात' असे स्पष्ट लिहितात.

नाना : आ. ४७ ब प्रमाणे दले पटावर पुन्हा मांडा आणि आता सांगा आणखी कशी कशी मात करता येते?

शाम : १..... व जी२ मात

नाना : आणखी कोणत्या पद्धतीने मात करता येईल? सुधा, तू सांग पाहू.

सुधा : १....., व बी१ मात किंवा १....., व एच२ मात होते.

स्वाध्याय पाठ

नाना : आकृती क्र. ४८ आकृती क्र. ४९ पहा. यामध्ये आ. ४८ (अ), (ब), (क), (ड) आणि आ. क्र. ४९ (च), (छ), (ज), (झ) या आठ भागात मात करण्याठी आवश्यक असणाऱ्या एका खेळी आधीची स्थिती दाखविली आहे. ज्याची खेळी आहे तो तात्काळ मात कशी करतो ते चालींसह सांगा? मुलांनो, त्या त्या भागाच्या एकेका स्थितीप्रमाणे दले प्रथम पटावर मांडा व उत्तर

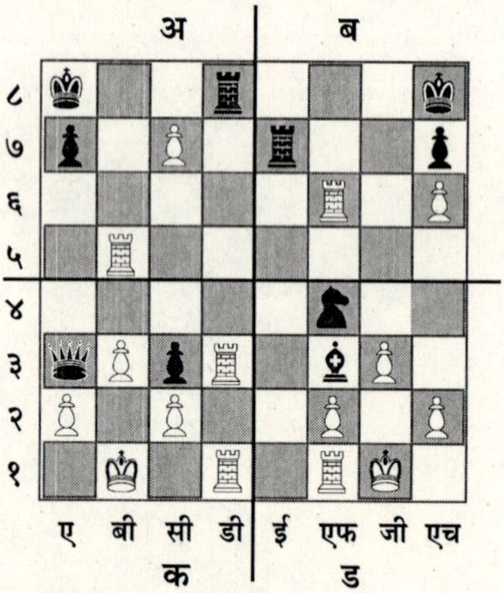

पांढरी

आकृती क्र. ४८

शोधा, ती चाल लिहा. ती दले पटावरून काढा. दुसरी स्थिती पटावर मांडा व अशा रीतीने सर्वांची उत्तरे शोधा व ती चालींसह सांगा. मी दिलेल्या उत्तरांबरोबर शेवटी ताडून पहा.

स्वाध्याय पाठ क्र. ४८ व ४९ ची उत्तरे.

४८ (अ) १ सी × डी ८ - व मात,
४८ (ब) १ ह एफ ८ मात,
४८ (क) १..., व बी ७ मात,
४८ (ड) १....., घो एच ३ मात,
४९ (च) १... ह डी ८ मात,
४९ (छ) घो एफ ६ मात,
४९ (ज) १...., बी ३ मात
४९ (झ) १....., ह एच १ मात.

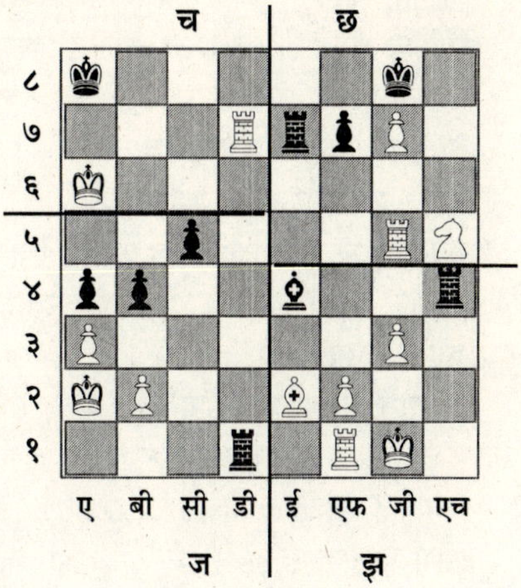

पांढरी

आकृती क्र. ४९

■

पाठ क्रमांक १३

राम : नानांनी शिकवलीय शह नि मात.

शाम : बुद्धिबळ खेळायचा ठेवू या प्रघात.

राम : हा पहा मी ठेवतो पट.

शाम : दले मांडू या त्यावर झटपट.

राम : मी घेतो पांढरी.

शाम : मी घेतली काळी.

राम : या पटावरल्या युद्धाचे आपल्याला नियम माहीत आहेत त्याप्रमाणे खेळायचे.

शाम : चल मग युद्ध सुरू करावयाचे?

(नाना व सुधा येतात व गुपचूप त्यांचा डाव बघत बसतात.)

राम : लढाईचे शिंग फुंकलेय मी.

शाम : माझीही तुतारी घुमलीय की!

(दोघेही वीरश्रीने आपापली बुद्धिबळ दले हलवतात.)

त्यांच्या प्याद्यांनी आगेकूच केलीय झटपट.

पाठोपाठ घोड्यांच्या टापा टपकल्या पटापट.

कर्णघरात उंट शिरलेत, तिरकस

तोंड फुटले, घनघोर युद्धास!......

रामने तर किल्लेकोटची चाल करून, त्याचा राजा दुर्गाश्रयात सुरक्षितपणे ठेवला.

शामला मात्र किल्लेकोटची चाल करता आली नाही कारण तो रामच्या प्याद्या सपासप कापण्यात दंग होता.

दरम्यान रामने प्रथम मारला त्याचा हत्ती आणि मग वजिरही गारद केला आणि लवकरच शामच्या राजाभोवती पडला रामच्या दलांचा वेढा.

राम : (उत्साहित होऊन ओरडतो.) "शहऽ"

शाम : चिडून, हा घे काढला तुझा शह.

राम : हा घे, घोड्याचा शह!

शाम : घोड्याचा शह? आता राजाला हलवायलाच पाहिजे. (आणि शाम, राजा हातात घेतो व विचार करतो, कोठे बरे ठेवू या राजाला?? आणि राजा पटावर एका घरात ठेवतो तोच.)

राम : शाम– तुझ्या राजाला या घरात ठेवता येणार नाही, कारण तो मग माझ्या हत्तीच्या माऱ्यात येतो. (शाम : पुन्हा राजा हातात घेतो व दुसऱ्या एका घरात ठेवतो.... तोच)

राम : हे घरही माझ्या घोड्याच्या माऱ्यात येते! तुझ्या राजाला हलवता येण्याजोगे सुरक्षित घर शोध ना! (शाम : हताशपणे विचार करून थकतो.) माझ्या राजाला घोड्याच्या शहमाऱ्याबाहेर सुरक्षितपणे हलवताच येत नाही रे!

राम : शाम, तुझ्या राजावर शह-मात झालीय. तू डाव हरलास बरं का?

शाम : आता आपण पुन्हा खेळू या ना!

राम : ठीक दुसरा डाव खेळू.

शाम : आता मी खूप काळजीपूर्वक खेळणार आहे बरं का? आणि खरंच की....

(एखादे मोहरे हलवायच्या आधी, तो दक्षतापूर्वक एखाद्या सेनापतीच्या आवेषाने पटावरती पाहात असे आणि (स्वगत) मनात विचार करीत असे की आता हे मोहरे ह्या घरात ठेवले तर त्यावरती शत्रूचा हल्ला होतो का? आला तर मग काय करायचे? प्रतिटोला हाणायचा का? की मारामारी करायची?)

राम : अरे शाम मारामारी कर, पण लहान मोठे बघून कर बाबा. (असे म्हणत राम खेळत होता भराभर आणि निर्धारपूर्वक, परंतु आता तो, शाम तुझ्या राजाला शह दिलाय बघ असे उद्‌गार काढत नव्हता....)

शामही परिश्रमपूर्वक व मन लावून खेळत होता आणि रामची दले एका पाठोपाठ एक गारद करीत होता.

आता शामने नव्या जोमाने सुरू केला रामच्या राजाचा पाठलाग, तो सतत इकडून तिकडून शहमारा करीत होता. तर राम शहमाऱ्याबाहेर राजाला काढण्याची कोशिश करीत होता व राजाला सुखरूप घरात नेण्याची खटपट करीत होता; तेव्हा कळत व नकळत राजा पटाच्या कडेपट्टीकडे जात होता हे रामच्या काही लक्षात आले नाही. शामनेही नेटाने शहमारा चालू ठेवून रामच्या राजाला चेपत कडेपट्टीत नेऊन ठेवला व त्याच्या पुढील रांगेत हत्ती एका बाजूला ठेवून दिला. त्यामुळे रामचा राजा पट्टीतच येरझारा घालू लागला. कारण रामकडे एकाकी राजा तर शामकडे राजा अधिक हत्ती होता. तेव्हा पटावरली, स्थिती अशी होती.

पांढरा राजा ए१ मध्ये

काळा राजा सी३ व हत्ती ई २ मध्ये

मग पुढील प्रमाणे त्यांनी चाली केल्या.

राम : १ रा बी १

शाम : १..., ह' बी २ +; आणि पुढे....

२ रा सी १, ह सी २ +; ३ रा डी १, ह डी २ +; ४ रा ई १,.....

शाम : आता हत्तीने शह दिला की तोच मरतो? मग हत्ती लांब नेऊन ठेवू या.

४....,ह एच २; ५ रा सी १, ह एच १ शह मात.

आता मात्र दोघांना एकमेकांशी खेळायचा कंटाळा आला होता.

दुसऱ्या दिवशी ते दोघेही निरनिराळे सुधाताई बरोबर खेळले व हरले.

राम-शाम : सुधाताई तू नानांबरोबर खेळलीस का?

सुधाताई : हो किती तरी वेळा, पण त्यांना मी काही हरवू शकले नाही.

राम-शाम : नाना तुम्ही आमचा खेळ पाहिलाय ना? मग आम्ही कसे खेळत होतो?

नाना : मुलांनो, तुम्ही दोघेही एकाच माळेचे मणी आहात.

राम-शाम : म्हणजे नाना कसे हो?

नाना : तुम्ही दोघेही सारखेच वाईट खेळता. तुम्हाला दले कशी कशी हलतात हे माहीत आहे, पण कोठले दल नेमके कोठे हलवले की ते मोक्याच्या घरात येते, नेमका कोठे मोर्चा बांधवयाचा? कसे डावपेच आखायचे! नेमक्या कोणत्या योजना मनात ठेवून डाववाढ साधायची व डावपेच टाकून शत्रूला फसवावयाचे? याची अटकळ कळली नाही तुम्हाला.

राम-शाम : पण मग आम्ही नेमके कसे खेळावयाचे हो?

नाना : सर्व सैन्य दले ज्यांच्या त्यांच्या बराकीत असतात, तेव्हा त्यांना धोका नसतो.

राम-शाम : पटावरती बराकी कोठे असतात.

नाना : अरे बराकी म्हणजे डाव सुरुवातीला सर्व दले आपापल्या स्वगृहातच असतात, होय की नाही? म्हणजे बराकीतच की!!

नाना : हे सारे सैन्य स्वगृहातच राहिले तर मग पटावरची लढाई कशी खेळाल बरे? तेव्हा केंद्र प्यादी पुढे चालवून वजीर व उंटाच्या वाटा मोकळ्या करावयाच्या असतात. इतर मोहरी डाव वाढ करण्यासाठी त्वरित स्वगृहातून बाहेर काढावयाच्या असतात.

राम-शाम : पण नाना आम्हाला नेमकी उदाहरणे सांगून प्रत्यक्षात दाखवा ना!

नाना : सांगतो. प्रथम पटावरती दले मांडून डाव सुरुवातीची स्थिती दाखवा पाहू. (मुले तशी दले मांडतात.)

नाना : आता पुढे आ. क्र. ५० व ५१ खाली दिलेल्या चालीप्रमाणे दले हलवा आणि ती स्थिती आली की त्यावर तुमचे म्हणणे सांगा. आकृतीच्या खालील मजकूर मात्र आधी वाचवावयाचा नाही बरं का?

१ एफ ३, ई ६, २. जी ४.;...;....

पांढऱ्याने आपल्या राजाच्या संरक्षणाच्या गोष्टीकडे संपूर्ण दुर्लक्ष केल्याने त्याचा राजा उघडा पडला आहे. ह्याचा फायदा काळ्याने पुढील खेळीत घेतला.

२..., जी ४, (३) व एच ४ शह मात एच ४- ई १ हा कर्ण मोकळा असलेला पाहून आणि पांढरा राजा भेदनीय असलेला पाहून एच ४ ह्या घरात वजिराने येऊन पांढऱ्यावर यशस्वीरीतीने मात केली आहे.

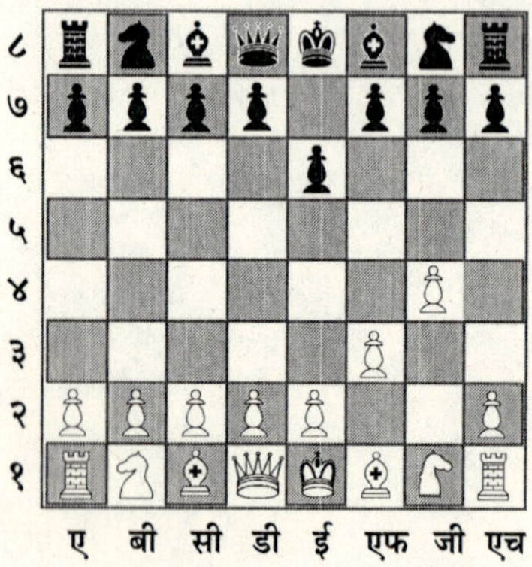

आकृती क्र. ५०

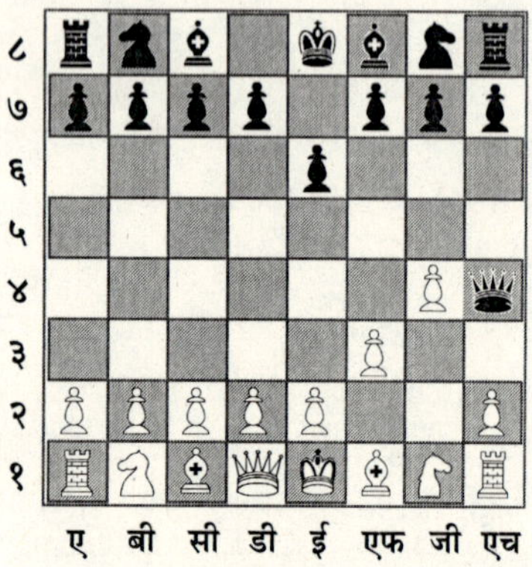

आकृती क्र. ५१

नाना : आकृती ५० व ५१ पहा. याला मूर्खाची मात म्हणतात बरं का मुलांनो.

वरील छोट्या डावावरून पुढील दोन गोष्टी ठळकपणे दिसून येतात.

१) पांढऱ्याने सुरुवातीच्या खेळ्या अगदी निष्काळजीपणाने केल्या आहेत आणि

२) स्वतःच्या राजाच्या संरक्षणाकडे संपूर्ण दुर्लक्ष केले आहे.

राजावर मात केली म्हणजे डाव संपतो म्हणूनच बुद्धिबळ खेळाचा संपूर्ण कणा राजाच्या सुरक्षिततेवर आधारलेला असतो. ह्यासाठी पुढे दिलेला नियम कटाक्षाने पाळावयास हवा.

"जेव्हा तुमची खेळी असते तेव्हा तुमच्या राजावर हल्ला करण्याची संधी प्रतिस्पर्ध्याला मिळू शकेल अशी आत्मघातक चाल करू नका."

नाना : मुलांनो, आता परत डावाच्या सुरुवातीची स्थितीप्रमाणे दले मांडा पाहू.

१ ई ४, ई ५, २ उ सी ४, घो सी ६,

३ व एच ५,......,

(मुले वरीलप्रमाणे चाली पटावरती करतात.)

नाना : आता डाववाढीसाठी काळ्याने दुसरा घोडा एफ ६ मध्ये नेऊन एच ५ मधे आलेल्या पांढऱ्या वजिरावरती मारा केला तर चालेल का?

राम : होय नाना, वजिरावरती मारा केल्यास त्याला वजीर हलवणे भाग पडेल!

(नाना हाच प्रश्न शामला डोळ्याने विचारतात.)

शाम : मग पांढऱ्याने, वजीर एच ५ मधून हलवून सुरक्षित ठिकाणी माघारी घेतला की, तेच ते मोहरे दोनवेळा हलविल्यामुळे त्याची एक खेळी व वेळ फुकट जातो. तेव्हा हलवा की?

नाना : पहा बरे ३..., घो - एफ ६??

राम-शाम : पण नाना तुम्ही दोन प्रश्न चिन्हे का रोखलीत? म्हणजे ही चाल घोडचूक ठरते का?

नाना : होय, हे पहा. ४ व × एफ ७ मात करतो. मुलांनो, या खेळीनंतरची स्थिती लक्षात ठेवा.

आता दले परत, डाव सुरुवातीच्या स्थितीप्रमाणे मांडा पाहू.

(मुले तशी मांडतात.)

आता नीट लक्षपूर्वक डाव खेळावयाचे व डाव खेळताना त्याच्या चाली नीट लिहावयाच्या. डाव संपला की, डाव कसा हरला, कोणत्या कमकुवत चालींमुळे हरला हे नीट समजण्यासाठी तो डाव पटावरती पुन्हा जसाच्या तसा खेळावयाचा. आता खेळताना साधक-बाधक टीका करावयाच्या, आपापल्या कमकुवत चाली हुडकून काढायच्या बरं का मुलांनो.

ग्रँडमास्टर कॅपब्लांका म्हणतात की, 'We learn Chess by losing a game!'

म्हणजे डाव नेमक्या कोणत्या कमकुवत चालीमुळे हरलो हे आपण स्वत:च प्रत्येक वेळी हुडकत गेलो की, जणू तो डावच आपल्याला बुद्धिबळ खेळ शिकवतो.

नाना : मुलांनो, सुरुवातीच्या चाली कशा असाव्यात याचे आदर्श उदाहरण पुढे देतो.

१ ई ४, ई ६, २ डी ४, डी ६, ३ घो एफ ३, घो एच ६, ४ घो सी ३, घो डी ७, ५ उं एफ ४, ए ६, ६ उं सी ४,....., या चालींतून उद्भवणारी स्थिती पुढील आकृती ५२ मध्ये दाखविली आहे ती पहा.

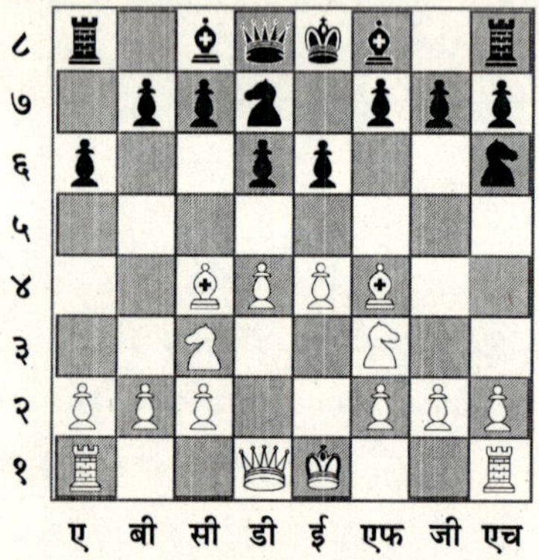

आकृती क्र. ५२

ह्यावरून असे दिसून येईल की, पांढऱ्याने सुरुवातीच्या चालींतून आपली दले सुस्थानात आणून ठेवण्याचा निश्चयपूर्वक प्रयत्न केला आणि ती त्या स्थानातून केंद्रावरती ताबा ठेवू शकतील. ह्या उलट काळ्याने येणाऱ्या संकटाची चाहूल न घेता सुरुवातीच्या चाली केल्या आहेत. त्यामुळे पांढऱ्याचा आयता फायदा झाला आहे. आतापर्यंत करण्यात आलेल्या पांढऱ्या आणि काळ्या बुद्धिबळदलांच्या चालींमुळे होणारे फायदे व तोटे थोडक्यात पुढे दिले आहेत.

चालींमुळे होणारे फायदे आणि तोटे :

१ ई ४,.....,

उंट आणि वजिराचे मार्ग मोकळे झाले आहेत, प्यादे केंद्रघरात जाऊन केंद्रघरावर मारक दृष्टी ठेवते आणि ई, पट्टीतील काळ्या प्याद्याचा मार्ग रोखते. ही एक चांगली चाल आहे.

१....., ई ६,

प्यादे (दोनऐवजी) फक्त एकच घर पुढे चालविल्याने केंद्रघराभोवती योग्य तो दबाव आणू शकत नाही. रा- उंट आणि वजीराचे मार्ग मोकळे झाले आहेत परंतु पुढे व- उंटाच्या मार्गात अडथळा उत्पन्न होतो, त्यामुळे ही चाल आत्मबंधनकारक ठरते.

२ डी ४,.....,

केंद्रात दोन प्याद्यांच्या आघाडीमुळे केंद्रघरांवर वर्चस्व प्रस्थापिण्यास मदत होते. तसेच योग्य रीतीने डाववाढ करण्यास मोकळीक मिळते. व - उंटाचा मार्ग मोकळा झाला आहे.

२...., डी ६,

पुन्हा प्यादे फक्त एकच घर पुढे सारल्याने, केंद्रघराभोवती योग्य तो दबाव आणता येत नाही. व - उंटाला एका घरापुरती मोकळीक दिली आहे. परंतु रा - उंटाच्या मार्गात अडथळा आणल्याने आत्मबंधनकारक चाल ठरते.

३ घो एफ ३,....

हा घोडा डी ४ प्याद्याचे संरक्षण करतो आणि ई ५ ह्या केंद्रघरावर मारक दृष्टी ठेवतो. डाववाढीसाठी सुयोग्य चाल आहे.

३..., घो एच ६,

कडेच्या पट्टीतील घरात घोडा बाहेर काढल्याने त्याचा मारा (आठापेक्षा कमी घरांवर म्हणजे) केवळ चार घरांवर होतो. 'सुरुवातीच्या डाववाढीसाठी घोड्याची चाल उंटाच्या पट्टीतील घरात करणे सोईस्कर ठरते.' तेव्हा काळ्याची ही डाववाढीची चाल कमी दर्जाची आहे.

४ घो सी ३,....,

केंद्रघरांना आणि ई ४ प्याद्याला जोर करणारी ही चाल अत्यंत उपयुक्त आहे.

४...., घो डी ७,

हा घोडा व - उंटाचा कोंडमारा करतो. सी ६ ह्या घरापेक्षा डी ७ ह्या घरात आणलेला हा घोडा कमी कार्यक्षम ठरतो.

५ उं एफ ४,....,

ई ५ ह्या केंद्रघराला आणखी एक जोर केला आहे. ह्या उंटाने एच ६ मधील काळा घोडा मारणे चूक ठरले असते; कारण निकृष्ट स्थानात बसलेल्या घोड्याचा बळी लांब पल्ल्याच्या उंटाने घेणे योग्य ठरले नसते.

५...., ए ६,

काळ्याने केलेली ही आणखी एक निकृष्ट खेळी आहे. कारण ह्या खेळीने फक्त पांढऱ्या उंटाला बी ५ ह्या घरात जाण्यास तात्पुरते बंधन घातले आहे; परंतु काळ्या बुद्धिबळ दळाला पुढील लढ्यासाठी उद्युक्त करण्यास ही चाल आणि आत्तापर्यंत केलेल्या चाली काळ्याच्या दृष्टीने निरुपयोगी आहेत.

६ उं सी ४,....,

पांढऱ्याने केंद्रघरांवर ताबा मिळविण्यासाठी आणि डाववाढ साधण्यासाठी एका पाठोपाठ एक केलेल्या प्याद्यांच्या आणि मोहऱ्यांच्या यशस्वी चालीत ही एक उत्कृष्ट भर आहे. (आकृती ५२ पहा.)

केवळ सहा खेळ्यात पांढऱ्याने आपली डाववाढ अगदी आदर्श रीतीने साधली आहे. ह्या उलट काळ्याची स्थिती अगदी निकृष्ट आहे. आणि अशा ह्या चिंताजनक स्थितीतून काळ्या मोहऱ्यांना जर त्यांच्या प्राप्त कमकुवत स्थानांतून कार्यक्षम घरात आणावयाचे झाल्यास काळ्याला आणखी कितीतरी जादा खेळ्या

कराव्या लागतील. काळ्याने योग्य अशी डाववाढ न केल्यामुळे त्याचा डाव आवळला जाण्याची शक्यता आहे. पांढऱ्याने किल्लेकोटची चाल करण्याची जय्यत तयारी करून ठेवली आहे आणि त्याची मोहरी चढाईखोर हल्ला करण्यास सज्ज आहेत. ह्या उलट काळ्याला लगेच किल्लेकोट करता येत नाही. संभाव्य मारामारीला योग्य रीतीने तोंड देण्यास त्याला खूप तयारी करावी लागेल.

आज एवढे पुरे.

■

पाठ क्रमांक १४

(सुधाताई, राम व शाम पटावर बुद्धिबळ दले ठेवून गंभीर चर्चा करीत आहेत.)

शाम : सुधाताई मी किंवा रामने एखादे मोहरे गारद केले की, आमचा लाभ वाढत जातो; आणि आमची स्थितीही बळकट बनत जाते.

राम : आणि आम्ही जसजसं सामर्थ्यशाली बनलो की विरोधी कमजोर खेळाडूचा पाठलाग करता येतो.

सुधाताई : गप्पा पुरेत, आता डाव खेळा पाहू.

(सुधाताई जाते.)

शाम : आता मी पांढरी दले घेणार, राम तू घे काळी. (राम व शाम ठरल्याप्रमाणे आपापली दले पटावरती मांडतात आणि डाव सुरू करतात.)

शामने पांढरी दले घेतल्याने तो जोरातच होता. दोघांनीही जोरात हाणामारी केली. इतक्यात... शामने रामचा काळा वजीरही गारद केला. तरीही रामच्याकडे उंट आणि घोडा होता. शामने त्यांनाही गारद केले. घनघोर मारामारी नंतर पटावर पुढीलप्रमाणे दले होती.

शामकडे (पांढरी दले) राजा व जादा वजीर व तीन प्यादी होत्या, तर रामच्याकडे (काळी दले) राजा आणि तीन प्यादी राहतात.

आकृती ५३ पहा.

पांढऱ्याची खेळी आहे.

आकृती मधून दिसून येईल की, प्याद्यांनी एकमेकांच्या वाटा रोखल्या आहेत. पांढरा वजीर मोकळा आहे, काळा राजा जी ८ मधे जाऊन एफ७ प्याद्याला जोर करील असे वाटते. आता पांढऱ्याची खेळी आहे.

जादा वजीर असल्याने, डाव आपण आता नक्की जिंकणार अशा तोऱ्यात

शामने **१ व × एफ ७** ची चाल झोकात केली व आपण पुढच्याच चालीत रामवर सहज मात करू अशी मनीषा बाळगली खरी! परंतु.... आता खेळीची पाळी रामची आहे.

आकृती क्र. ५३

रामने त्याचा राजा हातात घेतला व राजाला सुरक्षित ठिकाणी धोक्याबाहेर कसा ठेवावयाचा याचा विचार करू लागला. मग त्याने दोन्ही कोपरं टेबलावर ठेवली व तो गहन विचारात गढून गेला. रामने हातातल्या राजाकडे पाहिले व पटावरील घरांकडे पुन्हा पुन्हा निरखून पाहिले व त्याच्या लक्षात आले, काळ्या राजाच्या पलायन घरांवरती पांढऱ्या वजीराचा मारा जारी असल्याने, काळ्या राजाला हलवावयाला जागाच उरली नाही. तशाच काळ्या प्याद्यांचे मार्गही अडवले गेल्यामुळे ती प्यादीही तो चालवू शकत नव्हता; व त्याची खेळीची पाळी असूनही त्याला राजाही हलवता येत नाही व प्यादीही नाही!!

राम : (शामकडे आश्चर्याने पहात म्हणतो-)

काळ्या राजाला सुरक्षितपणे हलवता येण्याजोगी जागाच उरली नाही व मी प्यादीही हलवू शकत नाही. माझी खेळी असूनही मला खेळता येत नाही.

शाम : याचाच अर्थ तू डाव हरलास, कारण मी ठामपणे म्हणतो की, मी पुढच्याच चालीत तुझ्यावरती शहमात करतो की नाही बघ.

राम : परंतु, आता खेळी करण्याची पाळी माझी आहे, तुझी नव्हे. मला चाल करावयाची खरी, पण... (याला शाम काही कबूल होईना.)

राम : शाम अजूनही तू काही शह दिला नाहीस. तर मात ही नाही; तुला एका पाठोपाठ दोन चाली करण्याचा हक्कच नाही.

अशाप्रकारे दोघेही जोरजोरात वादविवाद करतात. शेवटी हा वाद मिटविण्यासाठी दोघेही नाना झोपले त्या खोलीत जातात आणि आपली बाजू खरी आहे हे प्रत्यक्ष दाखविण्यासाठी शाम तो पट व त्यावर त्याच्या **व × एफ ७** चालीनंतरच्या उद्‌भवलेल्या स्थितीसह पट घेऊन रामचे पाठोपाठ जातो.

नाना : मुलांनो, तुम्ही हा पट इकडे कशाला आणला; माझ्याकडे इथेही पट व दले आहेत हे माहीत नाही का तुम्हाला?

शाम : (तावातावाने म्हणतो) मी १ व × एफ ७ ची चाल केल्यानंतर ही स्थिती तुम्हाला प्रत्यक्ष दाखविण्यासाठी आणली आहे. पहा, माझ्याकडे अद्यापही

बलशाली वजीर आहे व मी....

राम : पण नाना आता माझी खेळी आहे. मला राजा सुरक्षित ठिकाणी हलवताच येत नाही आणि प्यादी तर हलवताच येत नाहीत. (राम प्रश्नांकित चेहरा करून नानांकडे पहात होता. शामही उत्सुकतेने नानांकडे पहात होता.)

राम-शाम : कोणाचा डाव होतो मग?

नाना : हा बरोबरीचा डाव होतो. असे अनपेक्षित उत्तर त्यांना मिळाले.

राम-शाम : परंतु आतापर्यंत याबद्दल तुम्ही आम्हाला शिकवले नाही ना?

नाना : होय मुलांनो, तुमचा गोंधळ उडू नये म्हणून मी हे अद्यापर्यंत तुम्हाला सांगितले नाही. आता सांगतो ऐका –

नाना : बुद्धिबळ खेळाच्या लढाईमध्ये काही डाव हरले जातात, तर काही जिंकले जातात, आणि काही डाव बरोबरीत सोडविले जातात.

राम-शाम : आता सांगा नाना, 'बरोबरीचे' डावाबद्दल!

नाना : दोन्ही बाजूंच्या खेळाडूंनी संगनमताने ठरवले तर डावाचा शेवट बरोबरीत होतो.

शाम : मला अजूनही हे पटले नाही.

नाना : शाम, मी सांगत असताना मला मधेमधे असे तोडू नकोस. संगनमताने नसले तरीही पुढीलप्रमाणे डाव बरोबरीत सोडविले जातात. उदा–

डाव खेळत असताना, पटावरती अशी काही खास स्थिती उद्‌भवते, आणि माझी खेळाची पाळी आहे. माझ्या राजाला शह बसलेला नाही!

माझ्या राजाने कोणतीही चाल केली तर तो शहमाऱ्यात जातो, तेव्हा तो जाऊच शकत नाही! त्याचवेळी माझ्याकडे इतर कोणतेही दल नसले तर! किंवा माझी उरलेली दले विरोधी दलांनी अडवलेली असली तर!

आणि माझ्या प्रतिस्पर्ध्याने त्याच्या खेळीचे वेळी 'शह' असे उदगार काढले नसले तर मग माझा राजा कुंठित होतो आणि डावाचा शेवट बरोबरीत होतो.

या वरील गोष्टी लक्षात ठेवून आता तुमची पटावरची स्थिती पाहिल्यास,.....

शाम : पण नाना, माझ्याकडे वजीर आहे ना!

नाना : वजीर पटावर आहे हे खरे, पण एफ ७ चे प्यादे मारल्याने त्याने केलेला काळ्या राजाच्या पलायन घरांवरती त्याचा मारा जारी होतो, त्यामुळे काळ्याची खेळी असूनही तो राजाही हलवू शकत नाही व प्यादीही नाही आणि यावर काही इलाज नाही. बुद्धिबळ खेळाच्या नियमानुसार ही बरोबरीच आहे.

शाम हिरमुसला होतो –

राम : बरोबरी म्हणजे प्रत्येक खेळाडूला अर्धा, अर्धा गुण ना?

नाना : होय! आणखी एक हिकमत सांगायची म्हणजे, पटावरती कठीण

परिस्थिती उद्‌भवली असता, त्यातून सुटका करून घेण्यासाठी खेळाडू त्याच्या प्रतिस्पर्ध्यावरती अशी सक्तीने पाळी आणतो की त्यातून त्या प्रतिस्पर्ध्याला बरोबरी करण्यावाचून गत्यंतरच उरत नाही. उदा. –

काळ्याची खेळी आहे. आ. ५४ पहा.

पटावरील स्थिती पाहता पांढऱ्याकडे दोन जादा प्यादी आहेत आणि त्याने डाव जिंकावयास हवा! परंतु आता खेळी आहे काळ्याची; तेव्हा तो **१...., व एच ४ +** ची चाल करतो.

अगदी उघडच आहे, काळ्याने आपल्या वजिराचे बलिदान करणारी शहमाऱ्याची चाल केलेली आहे. कारण काय सांगता येईल?

राम-शाम : नकारार्थी माना डोलावतात.

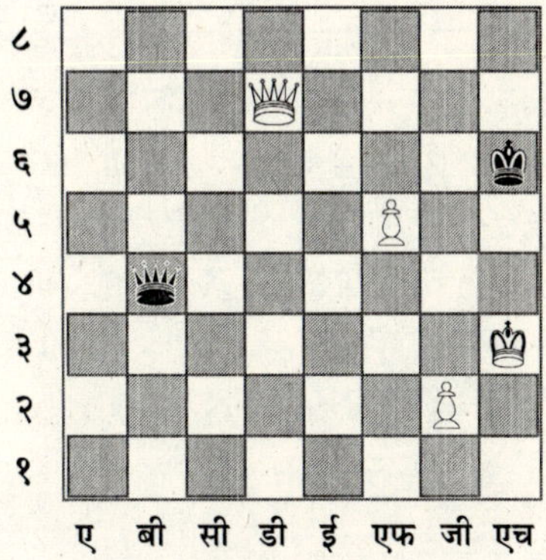

आकृती क्र. ५४

नाना : अशी वजीर बलिदानाची चाल करून त्याने सक्तीने बरोबरी उद्‌भवेल अशी परिस्थिती निर्माण केली आहे आणि काळा डाव बरोबरीत सोडवतो. कारण पांढऱ्या राजाला सुरक्षितपणे हलविता येईल असे पलायन घरच उरत नाही, आणि त्याचेवर मात होऊ नये म्हणून काळा वजीर सक्तीने त्याला मारावाच लागतो. **२ रा × एच ४**

आता खेळी करण्याची पाळी आहे काळ्याची. परंतु आता काळ्या राजाला सुरक्षितपणे हलवता येईल असे पलायन घरच उरत नाही आणि काळ्याची खेळी असूनही बरोबरीत सुटतो अशा बरोबरीला कुंठित डाव - स्टेलमेट असेही म्हणतात.

राम-शाम : आता समजली बरोबरी!

नाना : सक्तीने बरोबरी साधणे हा एक अत्यंत हुशारीचा कावेबाज डावपेच आहे बरं का मुलांनो!

जेव्हा तुम्ही विरोधी राजाचा पाठलाग करीत करीत त्याला पटाच्या कडेपट्टीत रेटता, तेव्हा एक गोष्ट अत्यंत बारकाईने लक्षात ठेवावयाची की, डावाचा शेवट करताना, तुम्ही त्याच्यावर शहमात करण्याऐवजी तुमच्यावरतीच बरोबरीचा डाव होणार नाही ना? ही बाब अत्यंत कटाक्षाने व काटेकोरपणे, प्रत्यक्षात (मनात) चाली गणना करूनच शेवटच्या चाली योजून व मोजून कराव्यात!

राम-शाम : म्हणजे नाना?

नाना : आताच सांगितल्याप्रमाणे कुंठितडाव हा बरोबरीचा एक प्रकार झाला.

याशिवाय तसेच 'शह सातत्या'ने अथवा 'अविरत शहाने' बरोबरी होते.

राम-शाम : ती कशी हो?

नाना : सांगतो. पटावरती अशा काही वाईट घडामोडी घडतात की खेळाडूचा डाव घसरत जात असतो तेव्हा तो डाव हरण्याऐवजी, तो शह सातत्याने बरोबरी साधण्याचे उद्दिष्ट ठरवतो. उदा – आकृती क्र. ५५ पहा.

पांढऱ्या प्याद्या वजीर बनण्याच्या बेतात आहेत. परंतु आता खेळी आहे काळ्याची आणि त्याला डाव वाचविण्याची अनपेक्षितपणे संधी लाभते.

तो १..., व एफ १ + अशी चाल करतो. तेव्हा पांढरा २ व जी १ ची चाल करून शहमारा अडवतो. तेव्हा काळा परत २..., व एच ३ + चा पुन्हा शहमारा करतो. तेव्हा पांढरा ३ व एच २, ची चाल करून शहमारा पुन्हा अडवतो. मग काळा वरीलप्रमाणे १ आणि २ च्या चाली परत परत करून अविरत शहमारा करतो. आकृती ५६ पहा.

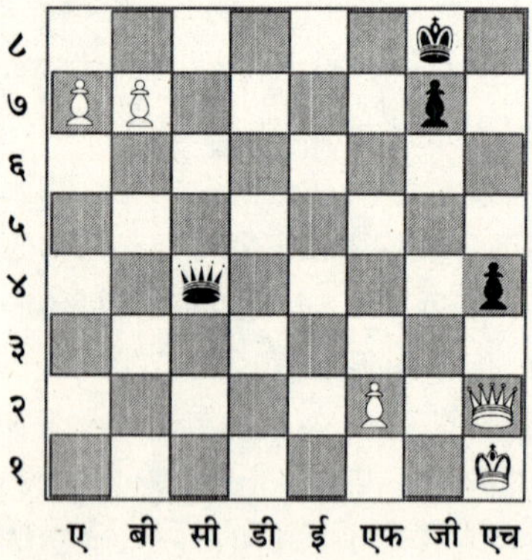

आकृती क्र. ५५

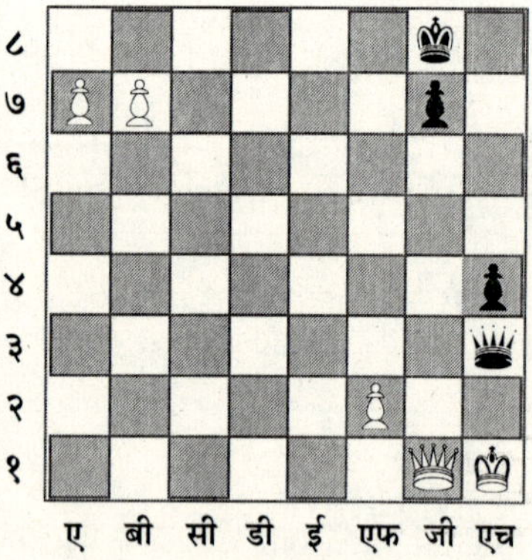

आकृती क्र. ५६

तेव्हा असा आहे शह सातत्याचा ससेमिरा. अशा वेळी तुमच्या प्रतिस्पर्ध्याकडे जरी बऱ्याच जादा प्याद्या असल्या तरी किंबहुना त्याच्याकडे जादा मोहरी असली तरीही त्याला डाव जिंकता येत नाही. तो डाव बरोबरीचा होतो.

राम-शाम : बरोबरीचे आणखी काही प्रकार आहेत का नाना?

नाना : आहेत की. उदा.

पटावरती एकाच्याकडे राजा अधिक एक उंट वा घोडा किंवा दोन घोडे आहेत. विरुद्ध एकाकी राजा आहे तेव्हा बरोबरी होते.

डावाच्या शेवटामध्ये अशी परिस्थिती उद्‌भवली की मग उगाच वेळ फुकट

घालविण्यापेक्षा लगेच तुम्ही बरोबरी मान्य करणे इष्ट ठरते. मुलांनो अशी आहे बरोबरी.

राम-शाम : बरोबरीची खाल्ली स्ट्रॉबेरी नाना आता सांगा स्टोरी.

नाना : सांगतो बाबांनो. मीरसुलतानखानची घडलेली गोष्ट.

कुशल बुद्धिबळपटू मीर सुलतानखानने आपल्या भारताचे नाव जगात गाजवले. त्याने १९२९ साली ब्रिटिश अजिंक्यपद पटकाविले व त्याच्या जोरावर १९३० साली हॅम्बुर्ग येथे होणाऱ्या आंतरराष्ट्रीय सांघिक स्पर्धेत (म्हणजे ऑलिम्पियाडमध्ये) ब्रिटनतर्फे पहिल्या स्थानावर खेळण्याचा मान मिळविला.

येथे त्याचा ऑस्ट्रियाचा अव्वल खेळाडू हान्स क्मॉच बरोबर अटीतटीचा डाव चालू होता. त्यावेळेस क्मॉचने सुलतानखानला डाव बरोबरीत सोडविण्याचा प्रस्ताव दिला. सुलतान खान अशिक्षित होता. त्याचे इंग्लिशचे व त्याचबरोबर युरोपियन आचारविचारांचे ज्ञान तुटपुंजे होते. त्याला क्मॉच काय म्हणतोय ते समजले नाही, व त्याने काहीही प्रत्युत्तर न देता डाव खेळणे चालू ठेवले. क्मॉचने पुन्हा बरोबरीची सूचना मांडली. पण सुलतानखानचे खेळणे, कोठल्याही प्रत्युत्तराशिवाय चालूच. असे तीनदा घडल्यानंतर मात्र क्मॉच जरासा चिडला व ओरडला, "अरे तुमचा चॅम्पीयन भाषा बोलतो तरी कुठची?" त्यावेळी त्याच्या बाजूला उभा असलेला ब्रिटनचा विल्यम विंटर मिस्किलपणे उत्तरला "बुद्धिबळाची" आणि नंतरच्या काही खेळीतच ऑस्ट्रियन चॅम्पीयन क्मॉचचा पराभव करून सुलतानखानने विंटरचे उत्तर खरे करून दाखविले.

अशी आहे मीर सुलतानखानची गोष्ट!

■

पाठ क्रमांक १५

राम : अरे शाम, नानांनी आकृती ५४ मध्ये दाखविलेली स्थिती मी कधीच विसरू शकत नाही.

शाम : होय रे, ती स्थिती अजूनही माझ्या डोळ्यांसमोर जशीच्या तशी दिसते.

राम : ही आ. ५४ ची स्थिती आपण पुन्हा पटावरती मांडू (ते ती दले तशी मांडतात.)

शाम : आता खेळी काळ्याची आहे. त्याने **१..., व एच४ शह** ची बलिदानाची चाल केली; तेव्हा मात टाळण्यासाठी पांढऱ्याला **२ रा × एच४** ची

चाल करून तो काळा वजीर मारणे भाग पडले. कारण काळ्याने पटावरची स्थिती पाहिली की, पांढऱ्याकडे वजीर व दोन प्यादी जादा आहेत. तेव्हा त्याने वजीर बलिदानाने देऊ करून कुंठित डाव करून बरोबरी साधण्याचा निकराचा प्रयत्न केला व अर्धा गुण मिळविण्यात काळा यशस्वी झाला.

राम : एकूण पांढऱ्याकडे वजीर आणि दोन प्यादी जादा असूनही त्याला डाव जिंकता आला नाही ही वस्तुस्थिती खूपच बोलकी आहे नाही का?

राम-शाम : एकूण बुद्धिबळ दलांची नुसतीच जादा संख्या व जादा बळ असून भागत नाही. हेच खरे.

(असा हा त्यांच्यामधील चाललेला संवाद नाना व सुधाताई गुपचूप ऐकत होते. ते दोघेजण तेथे केव्हा आलेत हे त्यांच्या ध्यानात आले नाही... प्रकटपणे)

नाना : होय मुलांनो, बुद्धिबळ खेळात अत्यंत उल्लेखनीय अशा घडामोडी होतात. जणू काय ते चमत्कारच होत. परंतु ते पटावरील सत्य आहे.

नाना : आता डाव मांडा व खेळा पाहू. (मुले पटावरती दले मांडतात व खेळू लागतात.)

शाम : मी असा काही चमत्कार दाखविणार आहे की, तू पहाच. राम, मी पूर्वी भित्र्या चाली करत होतो, आता मी तशा करणार नाही. (असे म्हणत तो खेळतो.)

जमेल ती किंमत मोजून शाम मारामारी करीत करीत, रामच्या राजाकडे झेपावू पाहतो. तेव्हा त्याचे बलवान मोहरी व प्याद्यांकडे पूर्ण दुर्लक्ष होते. त्याचा पुरेपूर फायदा राम घेतो व तो डाव जिंकतो.

पुढे अशा प्रकारे पुन्हा पुन्हा खेळून शाम हरतच जातो.

मग पुढे शाम वकिली करतो की, आता मी प्रत्येक मोहऱ्याचे आणि प्याद्याचे मूल्य लक्षात ठेवूनच मारामारी करीन व असा काही चमत्कार घडवून आणीन की....

नाना : गप्पा नकोत, नीट खेळा पाहू. उद्या मी अगदी अनोखा डावपेच दाखविणार आहे. दुसऱ्या दिवशी ते सारे जमतात.

राम-शाम : नाना, दाखवा ना तो अनोखा डावपेच!

नाना : आ. ५७ प्रमाणे पटावरती दले मांडा पाहू. मुले तशी दले मांडतात.

नाना : आता पांढऱ्याची खेळी आहे. सांगा पाहू कोण जिंकला ते?

राम-शाम : काळ्याकडे हत्ती अधिक वजीर अशी बलशाली दले आहेत तेव्हा तोच जिंकणार की.

नाना : नाही बरे! मुलांनो, पांढरा जिंकतो!

राम-शाम : पांढरा? अजबच म्हणायचे की!

नाना : हे पहा **१ घो एफ७ +** ची चाल करून पांढरा शहमारा करतो.

राम-शाम : एकमेव असणारी **१...., रा जी८** ची चाल करतात व

म्हणतात नाना, फक्त ही एकच चाल काळ्या राजाला करता येते.

नाना : परत, **२ घो एच ६ +** ची चाल करतात.

राम-शाम : अहो नाना, हा घोडा **जी७** च प्याद्याने मारता येतो की!

नाना : तसे मारता येत नाही. त्या **जी७** प्याद्याने, घोड्याला, कारण पांढऱ्या वजिराचा शहमारा (**घोडा एच६** मधे गेल्याने) उघड होतो व जारी होतो ना! त्याचे काय?

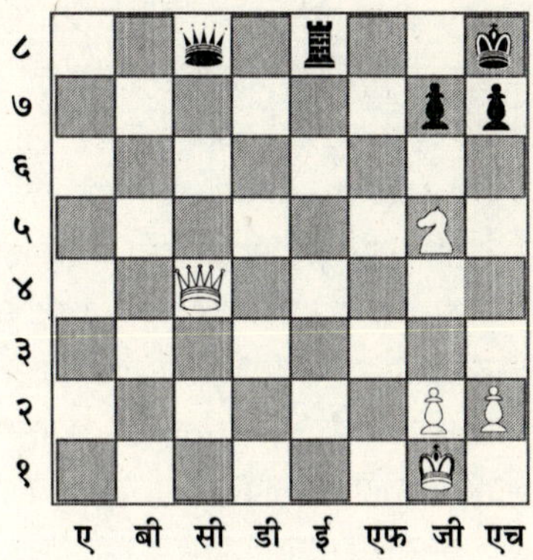

आकृती क्र. ५७

राम-शाम : अहो, मग त्या पांढऱ्या वजिराला काळा वजिर गारद करतो की!

नाना : अंहं, पांढऱ्या वजिरालाही गारद करता येत नाही. कारण मग पांढऱ्या घोड्याचा शहमाराही काळ्या राजावरती जारी आहे की.

नाना : कारण घोडा **एच६** मधे जाऊन काळ्या राजावर शहमारा करतोच.

राम-शाम : आणि **ए२-जी८** च्या कर्णावर असणाऱ्या पांढऱ्या वजिराचा शहमारा त्याच वेळी उघडा करतो. म्हणजे एकूण काळ्या राजावर वजीर व घोड्याचा असा दुप्पट शहमारा होतो.

नाना : यालाच दुहेरी शह म्हणतात.

राम : काळ्याला एकाच चालीने पांढऱ्या वजिराला व घोड्याला मारता येणे शक्य नाही तेव्हा –

शाम : आता काळ्याला उरतात फक्त दोनच चाली. पहिली **२...., रा एफ८**

नाना : मग **३ व एफ ७** शह मात होते.

राम-शाम : आता उरते दुसरी सुरक्षित चाल म्हणजे **२...., रा एच८** ची

नाना : पुनःश्च हरी ओम!

३ व जी ८ शह ही बलिदानी चाल करतात.

राम-शाम : अहो नाना, हे काय तुमचा वजीर हा **३..., ह × जी८** ने मारला पहा.

नाना : अं खरंच की मग, पहा आता **४ घो एफ ७** शहमात.

वजिराचे बलिदान करून पांढऱ्यानेच डाव जिंकला की?

यामधून तुम्ही काय बोध घ्याल? नुसतेच आपल्याकडे चांगले जादा बलवान सैन्य दल असून भागत नाही, तर समयोचित डावपेच टाकून बलवान प्रतिस्पर्ध्याला

विस्मयकारक रीतीने सहज हरवता येते. तेव्हा ह्यात आ. ५७ च्या स्थितीत पांढऱ्याला स्थितीवाचक लाभाचा फायदा मिळतो आणि वर दाखविल्याप्रमाणे समयोचित डावपेच टाकून व सक्तीच्या चाली लादून तो काळ्यावर निर्णायक मात करतो.

राम-शाम : नाना आता सांगा ना गोष्ट.

नाना : सांगतो. कराटे-फेम बुद्धिबळपटूची १९८४ ची राष्ट्रीय 'ब' स्पर्धा आंध्र मधील तेनाली येथे चालू होती. भाग घेतलेल्या खेळाडूंची राहण्याची सोय एका वसतीगृहामध्ये करण्यात आली होती. मणीपूरचा तरुण खेळाडू इमोचासिंग हा त्यापैकी एक होता. एका रात्री तो आपल्या खोलीवर आला. खोलीचे कुलूप जागच्या जागी ठीक होते. त्याने कुलूप उघडून खोलीत प्रवेश केला मात्र.... पाहतो तो काय- खिडकी सताड उघडी होती व एक अनोळखी गृहस्थ (चोरच तो) त्याच्या सामानाची उलथापालथ करीत होता. बिचाऱ्या चोराला काय कल्पना की आपण ज्याच्या खोलीत घुसलोय तो एक नुसता बुद्धिबळपटू नसून चांगला कराटेपटूही आहे त्याची! हाऽऽ हाऽऽ कराटे-फेम चित्कार काढीत इमोचासिंगने चोरावर झेप टाकीत त्याचा यथायोग्य पाहुणचार केला व त्याला खोलीत डांबून ठेवले व पोलिसांना बोलावून घेतले.

जेव्हा पोलीस आले तेव्हा चोराला हायसे वाटलेले दिसले. कारण चोर पोलिसांपेक्षा इमोचासिंगलाच जास्त घाबरलेला दिसत होता. "पोलिसांचे रट्टे परवडले पण ह्याचे कराटे नको रे बाबा" असेच चोर मनात म्हणाला असणार.

असा होता कराटे-फेम बुद्धिबळपटू इमोचासिंग!

■

पाठ क्रमांक १६

राम-शाम : मागील पाठ क्र. १५ मध्ये असणाऱ्या आ. ५७ मध्ये एकट्या घोड्याने केलेली अशक्यप्राय मात दाखवलीत नाना! पण, नाना, राजा नेहमी पटावरती गप्पच निमूटपणे बसतो का? राजाला काही आक्रमक चाल नाही का?

नाना : आहे बरं मुलांनो, डाव खेळा, विचार करा व शोधा पाहू तुम्ही. मी येथेच ही पुस्तकं आवरताना तुमचा डाव पाहतो, विचार ऐकतो. हं करा, सुरुवात.

राम-शाम दोन डाव खेळतात. मग त्यांच्या लक्षात आले की, डावाच्या शेवटामध्ये पटावरती जेव्हा अगदी कमी बुद्धिबळ दले उरतात. तेव्हा राजाला पटाच्या कडेपट्टीत ठेवून भागत नसते, त्याला पटमध्यात धोका न पत्करता, नेणे शक्य असते, कारण विरोधी बुद्धिबळ दले कमी असल्याने, राजावर हल्ला

होण्याची शक्यता कमी असते. हे विचार ते नानांना ऐकवतात.

नाना : आणखी एक खास बाब आहे, पहा बघू तुम्हाला सांगता येते का?

राम-शाम : हो, डावाच्या शेवटील परिस्थितीमधे, दोघांच्या बाजूंकडे, प्रतिस्पर्ध्याच्या राजावरती यशस्वी रीतीने हल्ला चढविता येण्याजोगे पुरेसे सामर्थ्यवान दल, पटावरती उरत नसल्याने, विरोधी राजावरती शह, मात करता येत नाही.

नाना : मग अशा वेळी तुम्ही काय कराल?

राम : अशा वेळी, खेळाडू आपापले प्यादे शेवटच्या रांगेत नेऊन, त्याचे रूपांतर नव-वजिरात करू शकतो.

शाम : आणि मग विरोधी राजाला गाठून त्याच्यावर मात करतो.

नाना : हे बोलणे सोपे आहे. परंतु, प्यादे बिनधोक पुढे चालविणे तितकेसे सोपे नसते. उदा. आकृती क्र. ५८ प्रमाणेची स्थिती पटावरती बऱ्याच वेळा उद्‌भवते. या आ. ५८ प्रमाणे दले पटावरती मांडा पाहू. (मुले तशी दले मांडतात.)

नाना : मुलांनो, बऱ्याच वेळा अशी (आ. ५८ ची) स्थिती पटावरती प्रत्यक्ष खेळताना उद्‌भवते. आता, पांढऱ्याने नेमकी कोणती चाल करावी बरे?

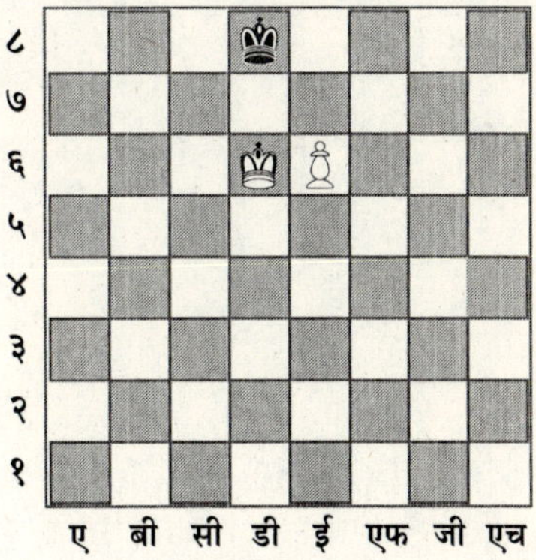

आकृती क्र. ५८

राम : **१ ई७ +** ची चाल करतो आणि काळ्या राजाला शह देणाऱ्या आनंदात असतो खरा तोच.

शाम : **१..., रा ई८** ची चाल लगेच करतो राजा, प्याद्याच्या पुढ्यात येऊन प्याद्याची आगेकूच थांबवतो.

राम : **२ रा ई६,** ची चाल करून प्याद्याला मागून जोर करतो.

शाम : (टाळ्या वाजवीत आनंदात ओरडतो.) रामराव, माझ्या राजाला खेळी असून चाल करता येत नाही तेव्हा डाव कुंठित होऊन, बरोबरी झाली आहे. कारण, काळ्या राजाला, सुरक्षितपणे चाल करून जाण्यासाठी पलायन घरच उरत नाही, काळा राजा हलूच शकत नाही.

नाना : आता मुलांनो, मला सांगा, दोहोपैकी कोणत्याही खेळाडूने त्याचे प्यादे आठव्या रांगेत नेऊन पोहोचविले तर त्याचे रुपांतर कशात करतात?

राम-शाम : अहो, नववजिरात की...

नाना : बहुदा रुपांतर नववजिरात करतात खरे परंतु, अशा प्याद्याचे रुपांतर कोणत्याही नवमोहऱ्यात करता येते. असे बुद्धिबळ नियमात सांगितलेले. पाठ

क्र. सातमधे (आकृती ३१ व आकृती ३२) तुम्ही पाहिले आहे. तेव्हा कोणत्याही नव मोहऱ्यात रुपांतर करता येते. याचे कारण तुम्हाला सांगता येते का?

राम-शाम : दोघेही माना डोलावून नाही म्हणतात.

नाना : मी सांगतो, ऐका व पहा –

पटावरती अशी काही परिस्थिति उद्‌भवते की, प्याद्याचे रुपांतर नववजिरात करून आपल्याला हवे ते उद्दिष्ट साधता येत नाही. तेव्हा प्रसंग पाहून, पटावरील प्याद्याचे रुपांतर नववजिराऐवजी नवहत्तीत किंवा नवघोड्यात करतात.

राम-शाम : असे केव्हा व का करावयाचे?

नाना : आता आकृती क्र. ५९ प्रमाणे पटावरती दले मांडा पाहू. (मुले तशी दले मांडतात.)

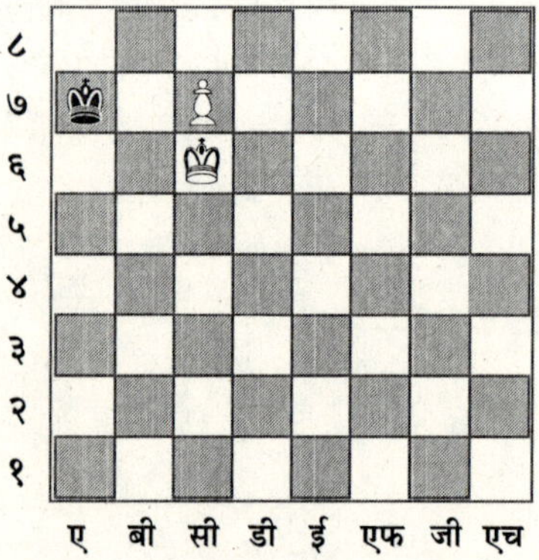

आकृती क्र. ५९

नाना : आता पांढऱ्याची खेळी आहे. अशा स्थितीत राम, तू सांग पाहू, तू नेमके काय करशील ते!

राम : **१ सी ८ = व** ही केली मी चाल!

नाना शामकडे पाहून डोळ्याने प्रश्न विचारतात.

शाम : अहो, काळ्या राजाला चालच उरत नाही. तो कुंठित होतो व डाव बरोबरीचा होतो.

नाना : पटावरती आकृती क्र. ५९ प्रमाणे क्वचित प्रसंगी उद्‌भवणाऱ्या परिस्थितीमध्ये बलिष्ट नववजिराची निवड करण्याऐवजी त्याच्याहून लहान मोहरे बढतीसाठी निवडतात. तेव्हा मुलांनो, आता सांगा पाहू नेमके कोणत्या मोहऱ्यात प्याद्याची बढती करून काळ्या राजावर मात कराल?

राम : नवहत्तीत त्याचे रुपांतर करावे **१ सी ८ = ह**.

नाना : म्हणजे नेमके काय होते, शाम तू सांग पाहू.

शाम : काळ्या राजाला **१..., रा एद**, ची चाल करता येणे शक्य होते.

राम : (उतावळेपणाने) काळ्या राजाला चाल मिळाल्याने, बरोबरी होत नाही. आणि त्याच्या राजाला एक खेळी करण्याची मुभा मिळते आणि पुढच्याच चालीत.

राम-शाम : एकदम **२ ह-ए८**, ची चाल करून पांढरा काळ्यावर मात करतो.

नाना : आता पटले ना मुलांनो, नेहमीच प्याद्याची बढती नववजिरात करणे फायदेशीर नसते. आता मी आणखी एक मजेदार उदाहरण देतो. आकृती क्र.

६० प्रमाणे दले पटावरती मांडा पाहू. मुले तशी दले मांडतात. आता खेळी पांढऱ्याची आहे. पांढरा प्यादे आठव्या रांगेत नेऊन बढती कोणत्या नवमोहऱ्यात करेल ते सांगा पाहू.

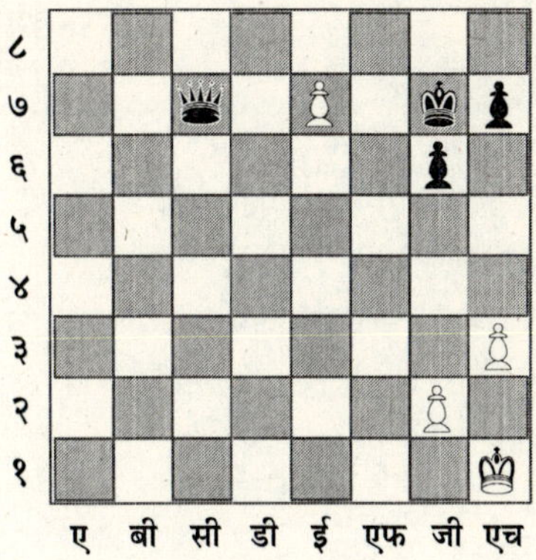

आकृती क्र. ६०

राम : (एकदम ओरडून) अहो नवघोड्यात **१ ई८ = घो +**

शाम : अगदी बरोबर नवघोड्यातच, कारण, प्याद्याची बढती नववजिरात केल्यास दोघांकडे सम संख्येतील दले पटावर राहतात. परंतु आता प्याद्याचे नव घोड्यात रुपांतर केल्याने तो एकीकडे काळ्यावर राजाला शह तर देतोच आणि त्याच वेळी काळ्या वजिरावर मर्मघातक हल्लाही चढवतो.

राम : आणि घोड्याने शह दिला असल्याने काळ्याला राजा शहमाऱ्याबाहेर हलविणे भाग पडते. उदा. **१..., रा एफ७.**

शाम : मग **२ घो × सी७** ची चाल करून, काळा वजीर गारद करतो. मग पांढऱ्याचे एक जादा मोहरे पटावरती उरते आणि पुढे तो मात करू शकतो व डाव जिंकतो.

नाना : अशाप्रकारे प्याद्याची बढती नेमका परिणाम साधू शकणाऱ्या इच्छित नव मोहऱ्यात करून अंती डाव जिंकता येतो.

राम-शाम : नाना आता गोष्ट...

नाना : हा बैठा खेळ आहे. आता तो पुरे झाला. तुम्ही आता मैदानात जा आणि मैदानी खेळ उदा. हुतूतू, फुटबॉल, वगैरे मैदानी खेळ खेळणे आवश्यक आहे. बहुतेक सारे जागतिक आघाडीचे बुद्धिबळपटू मैदानी खेळही खेळतात. बौद्धिक बरोबर शारीरिक व्यायामही करतात.

नाना : मुलांनो, तुम्ही सूर्यनमस्काराचा, पोहण्याचा व्यायाम अवश्य करा.

राम-शाम : होय नाना, आम्ही मैदानी खेळ व सूर्यनमस्कार घालू.

■

पाठ क्रमांक १७

राम-शाम : (पट मध्ये ठेवून त्यावरती दले मांडतात व डाव सुरू करणार इतक्यात.)

राम : (प्याद्याला हात लावतो व झटक्यात हात मागे घेतो व शामला म्हणतो) अरे शाम, नानांनी एक गोष्ट आपल्याला शिकवली नाही. ती कोणती ते सांग बरे?

शाम : राम नानांनी सर्व काही शिकवले आहे की आता आणखीन काय शिल्लक आहे?

राम : अरे शाम पाठ आठमध्ये नानांनी 'प्याद्याची वाटमारी'चा उल्लेख केला आहे. त्याबद्दल आपल्याला काहीच कसे सांगितले नाही.

(हा संवाद नाना ऐकतात.)

नाना : होय बरे. प्याद्याच्या वाटमारी विषयी मी आज तुम्हाला सविस्तरपणे सांगणार आहे. आता सर्व पट रिकामा करा पाहू.

(मुलं तसे करतात.)

मागे पाठ क्र. सहा व सातमध्ये प्याद्यांविषयीची बहुतेक माहिती मी सांगितली आहे. प्याद्याचे ठळक वैशिष्ट्य प्याद्याची बढती याबद्दलही मी सांगितले आहे. प्याद्याची कविताही तुम्ही वाचली आहे. आता प्याद्याच्या सामर्थ्याबद्दल मी सांगणार आहे.

प्याद्याचे सुप्त सामर्थ्य प्याद्याच्या बढतीत असते. याबद्दल मी मागे पाठ सात मध्ये (आ. क्र. ३०, ३१, ३२ पहा.) सांगितलेले होते. आता मी प्याद्याच्या वाटमारीबद्दल सविस्तर सांगणार आहे.

प्याद्याची वाटमारी : फार पूर्वी (चतुरंगाचा डाव खेळत असताना) प्यादे नेहमीच एका खेळीत फक्त एकच घर जात असे. परंतु आता, जेव्हा प्याद्याला त्याच्या अगदी पहिल्या खेळीत एकदम दोन घरे पुढे जाण्याचा हक्क प्राप्त झाला, तेव्हा काही विशिष्ट परिस्थितीत वाटमारीने विरोधी प्यादे मारण्याचा हक्कही प्राप्त होतो. बाब अशी आहे की, प्यादे एक घर पुढे चालविण्याऐवजी एकदम दोन घरे पुढे गेल्याने काही वेळेला लगतच्या पट्टीतील विरोधी प्याद्याच्या मारण्याच्या वाटेतून एकदम पुढे जाते आणि त्यामुळे ते, त्या विरोधी प्याद्याने मारण्याच्या कचाट्यातून सुटू शकते. तेव्हा एक खास नियम तयार करण्यात आला, तो असा की, अशा प्रकारे एकदम दोन घरे पुढे आलेल्या प्याद्याला (जणू काय ते केवळ एक घर पुढे गेले आहे असे समजून) लगतच्या पट्टीतील पाचव्या घरात असणारे विरोधी प्यादे, 'वाटमारीने' (एन पासंट-मूळ फ्रेंच शब्द आहे.) मारू शकते.

राम-शाम : हे सारे नीट समजावून सांगा नाना.

नाना : सांगतो. प्याद्याची हलण्याची चाल सरळ आहे आणि प्याद्याची मारण्याची चाल तिरकी आहे हे आपण मागे आकृती क्र. २१, २२, २३, २४ मध्ये पाहिले आहे.

प्यादे तिरक्या कर्णघरातील विरोधी बुद्धिबळाला मारते ही प्याद्याची सर्वसाधारण मारामारी झाली; परंतु ह्याशिवाय त्याच्या माऱ्यातील घरातून जाणाऱ्या विरोधी प्याद्याचा बळी घेण्याची एक वैशिष्ट्यपूर्ण पद्धत आहे ती अशी.

आकृती ६१ पहा. ज्यावेळी (अ किंवा ब) प्यादे त्याच्या पहिल्या चालीत एकदम दोन घरे पुढे जाते आणि त्यावेळी त्याच्या लगतच्या पट्टीत प्रतिपक्षाचे (क) प्यादे पाचव्या घरात आले असल्यास; त्या (क) प्याद्याला त्याच्या सहाव्या रांगेतील माऱ्याच्या घरातून पुढे जाणाऱ्या विरोधी (अ किंवा ब) प्याद्यास मारता येते. आ. ६२ पहा. अशा तऱ्हेने विरोधी प्याद्याला मारण्याचे वरदान फक्त पंचमस्थानीय प्याद्यालाच मिळते आणि ह्या विशिष्ट मारामारीला 'प्याद्याची वाटमारी' असे म्हणतात. इंग्रजीमध्ये ह्याला Enpassant किंवा Inpassing Pawn असे म्हणतात.

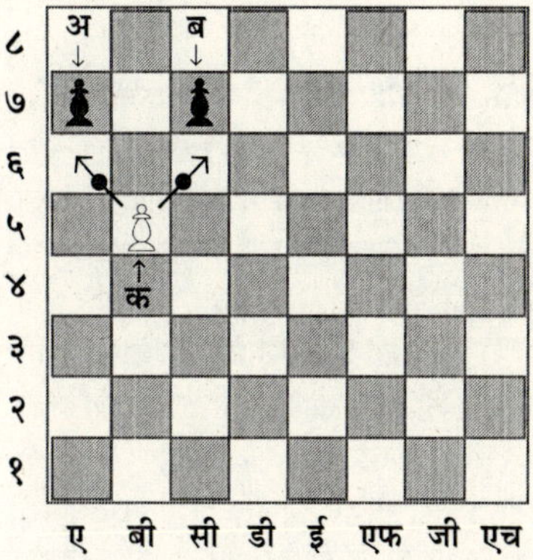

आकृती क्र. ६१

आकृती ६१ पाहा : पांढरे 'क' प्यादे त्याच्या पाचव्या घरात आहे. ह्या पांढऱ्या 'क' प्याद्याच्या वाटमारीत दोन कर्ण ↖↗ घरे येतात. आणि ह्या पां. 'क' प्याद्याच्या लगतच्या दोन्ही (उभ्या) पट्टीत काळी 'अ' आणि 'ब' प्यादी त्यांच्या स्वगृहात आहेत. जेव्हा दोन्होंपैकी एक काळे प्यादे उदा. सी७ चे प्यादे एक घर पुढे जाते (आकृती ६२ पाहा) तेव्हा ते ';क' प्याद्याच्या 'सी६' या माऱ्यातील घरात येते आणि मग नियमानुसार पांढरे 'क' प्यादे त्या काळ्या प्याद्याचा (वाटमारी चालीने) बळी घेऊ शकते.

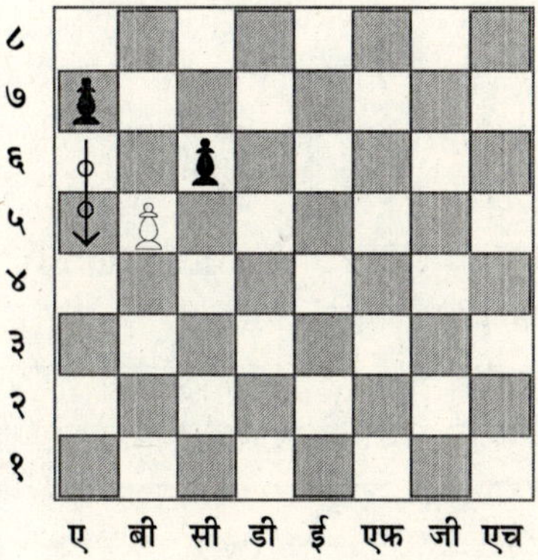

आकृती क्र. ६२

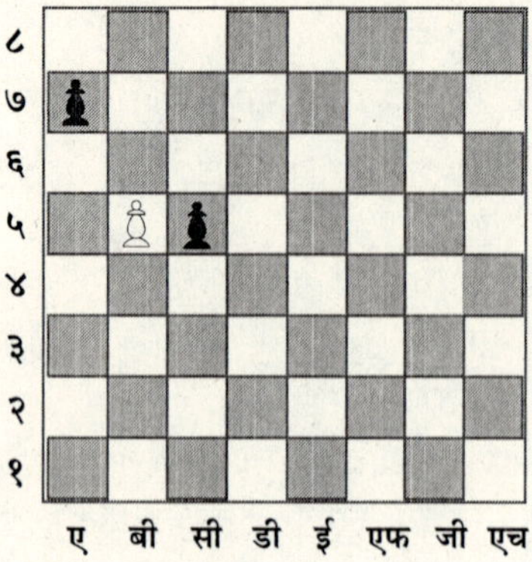

आकृती क्र. ६३

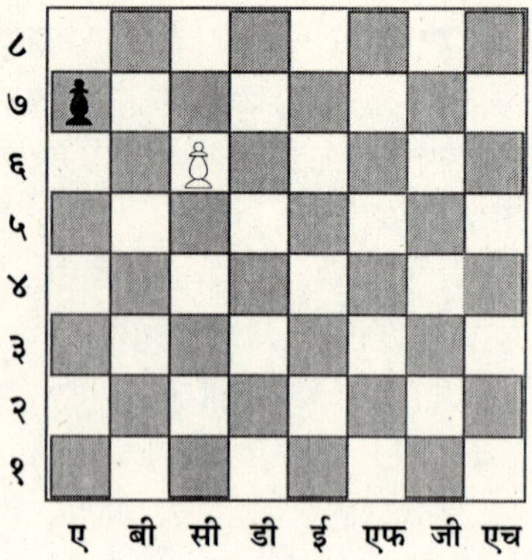

आकृती क्र. ६४

काळ्याने आपली खेळी पुरी केली आहे.
१) १..., सी५ परंतु दोहोपैकी एक काळे प्यादे (उदा. **सी७** मधील प्यादे) एकदम दोन घरे पुढे चालविले आहे. वास्तविक काळ्या प्याद्याची ही चाल पांढऱ्या 'क' प्याद्याच्या माऱ्यातील **सी६** चे आक्रमण करून होत आहे. (आ. ६२ पाहा.) म्हणूनच जणू काय ते (सी७) काळे प्यादे एक घर पुढे चालविले आहे असे समजून, त्याला मारण्याचा हक्क पांढऱ्या प्याद्याला पोहोचतो. (आ. ६३ पाहा.)

पांढऱ्याने आपली खेळी पुरी केली आहे.
२) बी × सी ६ ...(वा. मा.)
आपल्या माऱ्यातील घरातून पुढे जाणाऱ्या प्याद्याचा बळी घेण्याचा न्याय्य हक्क पांढऱ्या प्याद्याने बजावून आपली वाटमारी पुरी केली आहे. त्याची नोंद पुढीलप्रमाणे करतात. (आ. ६४ पाहा.)
२) बी × सी ६, (वा. मा.) येथे **वा. मा.** म्हणजे 'वाटमारीतील प्यादे' असा अर्थ होतो.

अशा तऱ्हेने वाटमारीने विरोधी प्याद्याला मारण्याचे वरदान फक्त पाचव्या रांगेत असणाऱ्या प्याद्यालाच मिळते. (सूचना : काळ्यासाठी पाचवी रांग म्हणजे ४ क्रमांकाची रांग होय.) आणि ह्या विशिष्ट मारामारीला प्याद्याची वाटमारी (वा. मा.) असे म्हणतात. ह्या चालीची नोंद पुढीलप्रमाणे करतात. उदा. (आकृती ६४ पाहा) **(२) बी × सी६ (वा. मा.)** फक्त पाचव्या घरातील प्याद्याला त्याच्या माऱ्यातील घरातून पुढे जाणाऱ्या विरोधी प्याद्याचा बळी घेण्याचा हक्क पोहोचतो. म्हणूनच त्याच्या लगतच्या पट्टीतील स्वगृहातून एकदम दोन घरे पुढे जाणाऱ्या विरोधी प्याद्याला धोका असतो. पाचव्या घरातील प्याद्याच्या माऱ्यातून पुढे जाणाऱ्या विरोधी प्याद्याची वाटमारी करणे ही एक ऐच्छिक बाब– (दुसरी एखादी कायदेशीर खेळी जर करण्याजोगी असेल तर)– आहे. आणि असा वाटमारीने जर बळी घ्यावयाचा असेल तर तो लगेचच्या खेळीला घ्यावा लागतो. (आ. ६५, ६६ पाहा.)

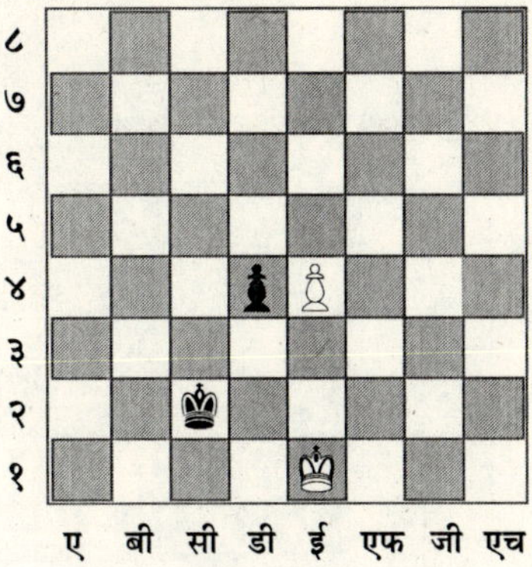

आकृती क्र. ६५

काळ्याची खेळी आहे.

१, ई ४,..., ही खेळी पांढऱ्याने नुकतीच पुरी केली आहे. पाचव्या घरात असणाऱ्या काळ्या प्याद्याच्या माऱ्यातून पांढरे प्यादे नुकतेच पुढे गेले आहे. परंतु काळ्याने वाटमारीने ते पांढरे प्यादे लगेच मारले नाही. (उदा. आ. ६६ पाहा.)

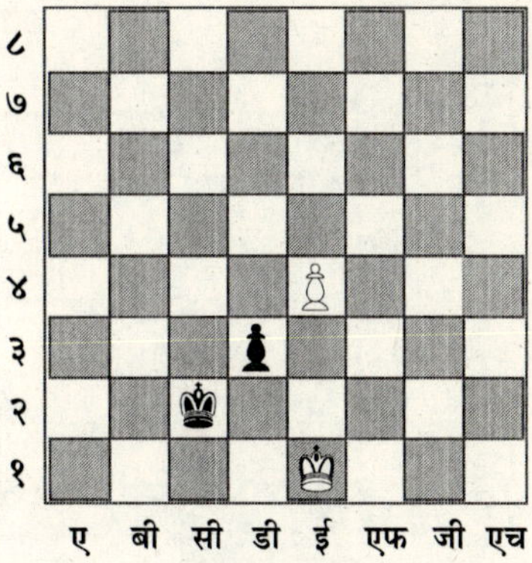

आकृती क्र. ६६

काळ्याने खेळी पुरी केली आहे.

१..., डी ३; काळ्याने पांढरे प्यादे वाटमारीने न मारता (लगेच) पुढे चालविले आहे आणि ते पांढरे प्यादे वाटमारीतून बचावले आहे असे समजतात.

नाना : काळ्या वाटमारीने प्यादे मारण्याची संधी आली असतानासुद्धा ते प्यादे का मारले नाही?

राम-शाम : (घुटमळतात) नाना तुम्हीच सांगा ना!

नाना : सांगतो. काळ्याने वाटमारीने पांढरे प्यादे मारल्यास काळे ई पट्टीत पांढऱ्या राजापुढील घरात म्हणजे ई३ मध्ये आयते आले असते आणि काळ्याला त्या प्याद्याचा वजीर करून डाव जिंकण्याची संधी गमवावी लागली असती. तेव्हा वाटमारीने पांढरे प्यादे न मारता काळे प्यादे 'डी' पट्टीतच पुढे चालविल्यास त्या प्याद्याचा यशस्वी रीतीने वजीर केवळ दोन खेळीत करता येणे शक्य आहे; (कारण काळ्या राजाचा **डी १** ह्या वजिरीकरणाच्या घरावर ताबा आहे.) आणि शेवटी काळ्याला डाव सहज जिंकता येतो.

नाना : आता वाटमारीचे एक आगळे उदाहरण आकृती क्र. ६७ व ६८ मधून समजावून देतो ते पाहा.

वाटमारीचे उदाहरण

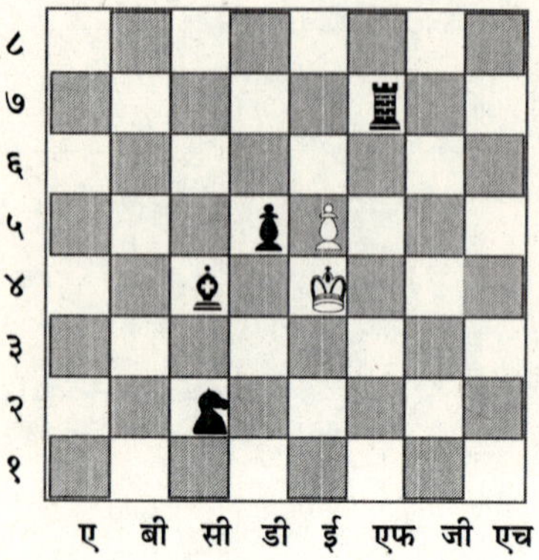

आकृती क्र. ६७

काळ्याने नुकतीच खेळी पुरी केली आहे.

उदा. **१... डी ५ शह;** काळ्याने आपले प्यादे स्वगृहातून एकदम दोन घरे पुढे चालवून पांढऱ्या राजाला शह दिला आहे. तेव्हा पांढऱ्याला एकच कायदेशीर चाल करणे भाग पडते.

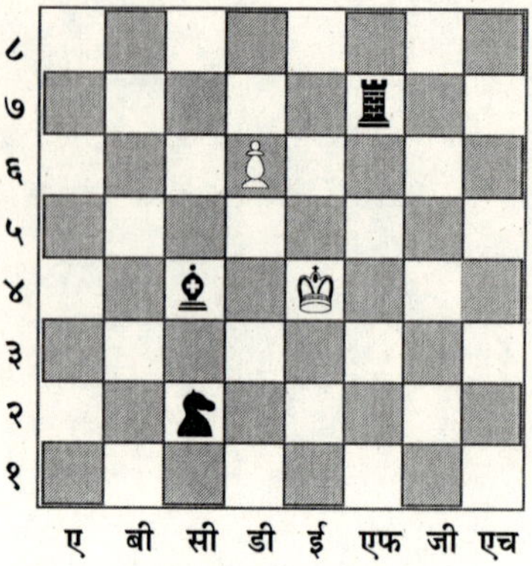

आकृती क्र. ६८

पांढऱ्याने खेळी पुरी केली आहे.

उदा. **२ . ई × डी ६ (वा.मा.);** ती म्हणजे शह देणाऱ्या प्याद्याची वाटमारी करणे; कारण ही वाटमारी केली नाही तर; पांढऱ्या राजावर प्यादे (शह) मात होते.

मुलांनो, बुद्धिबळ खेळाचे बहुतेक नियम व सर्व बुद्धिबळ दलांच्या चालीबद्दल सविस्तर सांगितले आहे. आता तुम्ही या सर्वांची नीट उजळणी करावयाची. पुढच्या आठवड्यात मी गावी जाऊन येईन. तेव्हा पुढच्या बैठकीच्या वेळी मला सांगावयाचे बरं का? (असे सांगून नाना व सुधा जातात.)

राम : अरे शाम, सर्व पाठ पुन्हा पुन्हा वाचून काढू आणि त्यावर आपण स्वत:च्या शब्दात सारे लिहून काढू.

शाम : वा! राम तुझ्या कल्पनेची आयडीया एकदम पसंत. आपण लिहून काढावयाचे खरे, तेव्हा आपण असे करू या का, तू प्यादे, उंट व वजीराविषयी लिहून काढ आणि मी हत्ती, घोडा व राजाविषयी लिहून काढतो. तेव्हा आपण रोज या वेळी जमू व लिहून काढू. आणि १ तारखेला नानांना दाखवू!!

राम : शाम दे टाळी! ही आयडीया पटली! असे म्हणून जातात.

■

पाठ क्रमांक १८

(मागे ठरल्याप्रमाणे १ तारखेला राम व शाम आपापले लिखाण घेऊन येतात.)

शाम : बोले तैसा चाले! त्याची वंदावी पाऊले!
मी बोललो ते सारे लिहून काढले.
(नाना व सुधा गुपचूप तेथे येतात व ऐकत बसतात.)

राम : हो, मी पण लिहून काढले
ऐक मी सांगतो ते सगळे!!
प्यादे, वजीर व उंटाबद्दल!
मी आता सांगतो प्याद्याबद्दल.
प्यादे म्हणजे खड्‌गधारी शिपाई
थंड डोके, नाही त्याला घाई!!
दिसायला छोटा, मोठा हिम्मत बहाद्दर
आहे शूर, नाही कुणाला भिणार!!
मार्गात येणाऱ्याला अडवणार
बाजूने नाही कुणाला जाऊ देणार!
पुढे आगेकूच करणार
प्याद्याला नाही माहीत माघार!!
सरळ चालणार, तिरके मारणार
कर्णघरांवरती मारा करणार!!
इतर मोहऱ्यांहून लहान आणि कमकुवत
एकमेकांना जोर देत वाढवणार हिंमत!!
आपल्या मोठ्या मोहऱ्यांना दिलासा देतात
आश्रयाचा आसऱ्याचा हात देतात!!
बळकट मजबूत बचाव करतात
एकमेकांना जोर देऊन वाचवतात!!
प्याद्यांची तटबंदी किल्ल्यांची
राजांची भक्कम दुर्गाश्रयाची!!
प्याद्यांच्या बेचक्यात उंट विसावतात
लांब कर्णावरून मारा करतात!!
प्याद्यांचा अडथळा घोडे ओलांडतात

विरोधी दलांवर घाला घालतात!!
वजीरसुद्धा धोक्याच्या क्षणी
प्याद्यांच्या मागे आसरा घेतो झणी!!
प्यादे आठव्या घरात घुसते
नववजीर या मोहऱ्याचे रूप घेते!!
डावात नवचैतन्य मग ओतते
प्रतिस्पर्ध्याची तिरपीट खूप उडवते!!
असे आहे पराक्रमी प्यादे
आहे छोटे, देते मोठे फायदे!!
शाम : वाहवा! रामराव वाहवा
हे सारे लिहिलेले नानांना दाखवा!!
हत्तीबद्दल सांगतो मी आता
रामराव तुम्ही ऐका आता!!
ओबडधोबड बेढब हत्ती
आहे मात्र शीघ्र गती!!
पटावरती भरधाव धावतो
प्रसंगी मुसंडी तो मारतो!!
कोंडलेल्या मर्यादित जागेत
त्याचे बळ जखडले जाते!
तेव्हा, त्यांना लागते सदा खुली जागा
मोकळे स्तंभ व आडव्या रांगा!
हत्ती आहे बलशाली दांड
दोन हत्तींची एकमेका मिळता जोड
मुसंडी मारून भगदाड पाडतील
वाटेत येणाऱ्या शत्रूंची दाणादाण करतील!!
असा आहे हत्ती
सांगायचे कित्ती!!
राम : जोड देतात दोन हत्ती एकमेकांना,
जोड देऊच शकत नाही, उंट एकमेकांना!!
कारण डाव सुरुवातीपासून तो, थेट संपेपर्यंत
एक उंट चालतो, पांढऱ्या कर्णघरातून फक्त
तर दुसरा चालतो, काळ्या कर्णघरातून फक्त
उंटांना जावे लागते तिरकस चालीनेच फक्त!!

बुद्धिबळ नियमांमुळे या सफाईदार योध्यांनाही,
एकमेकांच्या बचावासाठी मात्र जाता येत नाही!!
यातून दिसून येते, दोन्ही उंटांची जडणघडण
मर्यादित आहे परी, त्यांचे दळणवळण!!
तरीसुद्धा पांढऱ्या व काळ्या कर्णावरून
शत्रुपक्षाची उडवतात भंबेरी नि गाळण!!
यातूनच दिसून येते एकमेकांच्या मित्रत्वाची जाण!
शाम : आहे खरी मित्रत्वाची चुणूक
पण पहा घोड्याची धमक नी चमक!!
घोड्याची चाल अडीच घरांची असते
घोडा हे एकमेव मोहरे आहे की जे!
कोणत्याही दलावरून उडी मारून जाऊ शकते
किंवा जोरदार मारामारीही करू शकते!!
पटाच्या मधल्या घरातून घोडा चढवतो
एकूण आठ घरांवरती मारा जारी करतो!!
अचानक घाला घोडा घालतो
घोड्याचा खेळ मनोवेधक ठरतो!!
अदमनीय अशी आहे घोड्याची उड्डाण चाल
अचानकपणे प्रतिस्पर्ध्याचे करतो घोडा हाल!!
विरोधी राजावर द्विघाती शहमारा करतो
आणि मोठ्या मोहऱ्यावर प्राणघातक हल्ला चढवतो!!
घोडा अनपेक्षितपणे असा दुहेरी मारा करतो
विरोधी दलाचा हमखास बळी घेतो!!
घोडा शत्रुपक्षाची दाणादाण करतो
संताजी, धनाजीची आठवण करून देतो!!
असा आहे घोडा अचपळ नि धोकादायक
तेव्हा खेळाडूने असावे, सदा दक्ष तत्पर नि जागरूक!!

राम : घोड्याच्या चालीचे वेगवेगळे पैलू, ते दाखविलेस. आता मी सांगतो वजिराविषयी. वजीर म्हणजे हत्तीची 'महा' उंटाची 'न' मिळून होणारी संयुक्त, चाल, पल्ला आणि गतीचे एकवटलेले 'महान' सामर्थ्यवान! पटावरती असतो, त्याची दहशत आणि वर्चस्व सतत जाणवते! त्याच्यापुढे इतर मोहरी, किती भेदनीय आणि कमकुवत ठरतात. वजिराबद्दल जेवढे सांगावे तेवढे थोडेच आहे.

शाम : आता मी सांगतो राजा विषयी. एखाद्या ढब्बू बेढब माणसासारखा राजा, मोठ्या कष्टाने एक एक पाऊल टाकतो, राजा, प्याद्यांच्या तटबंदीमागे दुर्गाश्रयात सुखाने बस्तान मांडतो. तेव्हा त्याची विविध दले त्याच्यासाठी कशी लढाई करतात हे तो जागरुकतेने पाहात बसतो.

ही काही तशी प्रतिष्ठित सन्माननीय बाब नाही. पण याबाबत तुम्ही आम्ही काहीच करू शकत नाही. कारण बुद्धिबळ खेळाच्या नियमानुसार राजाशिवाय बुद्धिबळ खेळ खेळताच येत नाही. तेव्हा सर्व विविध बुद्धिबळ दलांनी, या राजेसाहेबांचे संरक्षण करणे अत्यावश्यक ठरते. असा आहे बुद्धिबळ खेळाचा कायदा! पण... पण... बुद्धिबळ डावाच्या शेवटील अंतिम पर्वात राजा, त्याच्या सुरक्षित (लपलेल्या) जागेतून धीटपणे बाहेर पडतो व मोठ्या धैर्याने त्याच्या उरलेल्या शिपाईप्याद्यांना जोर देतो, दिलासा देतो. तेव्हा राजेपणाला साजेसे असे त्याचे शौर्य व धैर्य वाखाणण्यासारखे असते.

(वरील सर्व संवाद नाना व सुधा गुपचूप ऐकत असतात. मग एकदम बाहेर येऊन राम व शामला शाबासकी देतात.)

नाना : अशा प्रकारे विविध बुद्धिबळ दलांचे, गुण, लक्षणे निरनिराळी असतात, त्यामुळे प्रत्येक मोहऱ्याची चाल, गती, पल्ला ही निरनिराळी असतात. ती विरोधी दले एकमेकांवरती हल्ले, प्रतिहल्ले चढवतात. वेगवेगळ्या चालींनी, मारामारी करीत करीत विरोधी राजावर मात करणे हाच बुद्धिबळ खेळाचा मुख्य उद्देश असतो.

राम-शाम : नाना, एखादा चांगला सबंध डाव पटावरती खेळत खेळत, आम्हाला समजावून सांगा ना!

नाना : बरं मुलांनो, पुढच्या बैठकीत, एक नामांकित डाव मी समजावून सांगेन.

■

पाठ क्रमांक १९

राम-शाम : आज नाना सबंध डाव खेळत, खेळत आपल्याला समजावून सांगणार आहेत. (इतक्यात नाना व सुधा तेथे येतात.)

नाना : आज मी 'बुद्धिबळाचा एक बोलका डाव' कसा असतो ते सांगणार आहे. मुलांनो, डाव सुरुवातीच्या स्थितीप्रमाणे बुद्धिबळदले पटावरती मांडा पाहू. (मुले तशी पटावर मांडतात.)

हा डाव इ.स. १८५८ साली झाला. एका बाजूला, ब्रुन्सविकचा ड्यूक आणि त्याचा जोडीदार ऐसॉर्डचा काउंट ह्या दोघा बुद्धिबळपटूंनी काळी बुद्धिबळे घेतली होती आणि त्यांच्या विरुद्ध बाजूला अमेरिकेचा इतिहासप्रसिद्ध कुशल बुद्धिबळपटू पॉल मार्फी होता. ह्या सामन्याचे प्रसंगोचित वर्णन मी करणार आहे

राम, तू पांढरी दले घे. शाम, तू काळी दले घे आणि मी सांगेन त्या त्या प्रमाणें तुम्ही चाली पटावरती प्रत्यक्ष करावयाच्या बरं का!

राम : होय नाना. मी पांढऱ्याची चाल करेन.

शाम : मी काळ्याची खेळी खेळेन.

नाना : तुम्ही खेळी पूर्ण केली की मी त्या त्या खेळीचे गुणावगुण सांगेन, प्रात्यक्षिक दाखवीन ते तुम्ही नीट लक्षपूर्वक ऐकावयाचे व ध्यानात ठेवावयाचे.

राम-शाम : दोघेही होकार देतात.

नाना आता मी डाव सुरू करतो.

(१) ई ४, ई ५

दोन्ही बाजूंनी **रा.** प्यादे चालवून डाव सुरू केला आहे. अशा रीतीने राजापुढील प्यादी केंद्रघरांमध्ये चालविल्याने ती (१) एकमेकांचे मार्ग रोखतात, (२) त्यांच्या माऱ्यातील उदा. **ई ४ चे प्यादे, डी ५** आणि **एफ ५** या घरांवर मारक दृष्टी रोखून आहेत. त्यामुळे (३) विरोधी बुद्धिबळांना त्या घरात स्थिरावण्यास मज्जाव करतात; त्याच वेळी (४) उंटाचा कर्णमार्ग आणि (५) वजिराचा कर्णमार्ग मोकळा करतात.

मुलांनो, या डाव सुरुवातीच्या चालींचे महत्त्व तुमच्या लक्षात आले ना?

राम-शाम : होय नाना.

(२) घो एफ ३, डी ६

पांढऱ्याने सुरुवातीला एक लहान मोहरे (उदा. घोडे) बाहेर काढून डाव रचण्यास शुभारंभ केला आहे. परंतु काळ्याने सुरुवातीलाच आणखी एक प्यादे पुढे चालवून **(१) रा** उंटाचा कर्णमार्ग तात्पुरता बंद करून स्वबंधनकारक चाल केली आहे. तसेच (२) एखादे लहान मोहरे बाहेर काढण्याची सुसंधी त्याने दवडली आहे. म्हणून काळ्याची **'...,डी ६** ही चाल तितकीशी स्वागतार्ह नाही. ती का?

राम : कारण **एफ ८** च्या काळ्या उंटाचा कर्णमार्ग **डी ६** च्या प्याद्याने अडवला जातो म्हणून.

नाना : आता मी तिसरी चाल सांगतो.

(३) डी ४, उं जी ४

पांढऱ्याने वजीर-प्यादे दोन घरे पुढे सारून **ई ५** मधील काळ्या प्याद्यावर, आपल्या घोड्यानिशी दुहेरी मारा चढवला आहे. काळ्या **ई ५** प्याद्याचा एकेरी बचाव पाहून काळ्या उंटाने पांढऱ्या घोड्यास खिळवून ठेवला आहे. (कारण घोडा

काढल्यास, काळा उंट पांढरा वजीर मारू शकतो.) सर्वसाधारणपणे लांब पल्ल्याचा उंट बाहेर काढावयाच्या आधी उड्डाण चालीचा घोडा केंद्रघरावर जरब बसवण्यासाठी बाहेर काढतात. येथे काळ्याने **३..., घो सी ६** ही खेळी करणे इष्ट ठरते, त्याने तसे न करता उंट बाहेर काढला आहे. आता मी डावातील चवथी खेळी सांगतो.

(४) डी × ई ५, उं × एफ ३

पांढरा घोडा इरेस धरल्याने, डी ४ प्याद्याचा एक जोर कमी होतो आणि काळ्या **ई ५** प्याद्याने **डी ४** चे प्यादे मारल्यास ते काळे प्यादे वजिराने घ्यावे लागते. (आणि नंतर काळा उंट घोड्यास मारून पांढऱ्याची किल्लेकोटाची एक तटबंदी ढासळून टाकू शकतो, वगैरे) म्हणून पांढऱ्याने **ई ५** चे प्यादे मारले आहे. काळ्याने मात्र बाहेर काढलेल्या, सध्या सुस्थितीत असलेल्या उंटाने पांढरा घोडा मारण्याची अकाली घाई केली आहे. काळ्याने सुरुवातीच्या चालीत तेच ते (उंटाचे) मोहरे दोन वेळा हलवून वेळ फुकट दवडला आहे.

राम-शाम : पण नाना, ई पट्टीत पांढऱ्याची दोन प्यादी येतात की? आणि काळा उंट पांढऱ्या वजिरावर मारा करतो की?

नाना : दोनापैकी **ई ५** चे प्यादे **डी ६** च्या काळ्या प्याद्यावर मारा करते तर आता पहा मी पुढची खेळी सांगतो.

(५) व × एफ ३, डी × ई ५

काळ्या उंटाला वजिराने मारून पांढऱ्याने आपला वजीर निर्धास्तपणे बाहेर काढला आहे. म्हणजे पांढऱ्याने एक मोहरे बाहेर काढले आहे. ह्या उलट काळ्याचा बाहेर आलेला उंट मारला गेला आहे.

राम-शाम : म्हणजे काळा डाव वाढीत मागे पडला आहे.

नाना : आता मी पुढची चाल सांगतो.

(६) उं सी ४, घो एफ ६

पांढऱ्याने आपला उंट मध्यवर्ती स्थानात बाहेर काढून, **एफ ७** मधील काळ्या प्याद्यावर दुहेरी मारक दृष्टी रोखली आहे. काळ्याने उशिरा का होईना, रा-घोडा बाहेर काढून पांढऱ्या **ई ४** च्या प्याद्यावर मारक दृष्टी रोखली आहे; आणि त्याच वेळी पांढऱ्या वजिराच्या **एफ ७** मधील काळ्या प्याद्यावरील मारक दृष्टीला अडथळा आणला आहे.

राम-शाम : पांढऱ्याने परिणामकारक डाववाढ साधून दोन मोहरी बाहेर आणलीत तर काळ्याने फक्त एकच मोहरे आणले.

नाना : हं, आता मी पुढची खेळी सांगतो.

(७) व बी ३, व ई ७

पांढऱ्याने वजीर आणि उंट एकाच कर्णात आणून **एफ ७** मधील काळ्या प्याद्यावरील मारा परत दुपटीने वाढविला म्हणून काळ्याने वजीर बाहेर काढून त्या प्याद्याला दुसरा जोर दिला आहे. आता मी पुढची चाल सांगतो.

(८) घो सी ३, सी ६

पांढऱ्याने घोडा बाहेर काढून ई ४ च्या प्याद्याला जोर केला आहे. अशा रीतीने आतापर्यंत पांढऱ्याने तीन मोहरी बाहेर सुस्थानात काढली आहेत; परंतु काळ्याने प्यादे चालवून मोहरे बाहेर काढण्याची संधी घालवली आहे.

राम-शाम : म्हणजे बुडत्याचा पाय खोलात ना?

नाना : हं, आता मी नववी चाल सांगतो.

(९) उं जी ५, बी ५ (आ. क्र. ६९ पाहा.)

पांढऱ्याने दुसरा उंट स्वगृहातून बाहेर सुस्थानी काढून त्याचवेळी एफ ६ मधील काळ्या घोड्यास इरेस धरला आहे. ह्याउलट काळ्याने, अगदी क्षुल्लक लाभ डोळ्यासमोर ठेवला आहे. सुरुवातीच्या चालीत प्यादी चालविण्याने त्याची फक्त दोनच मोहरी बाहेर आली आहेत. परंतु पांढऱ्याने ह्याच वेळेमध्ये चार मोहरी बाहेर काढून 'डाववाढ' चांगली केली आहे. आतापर्यंत केलेल्या चालीतील काही ठळक गोष्टी पुढे दिल्या आहेत.

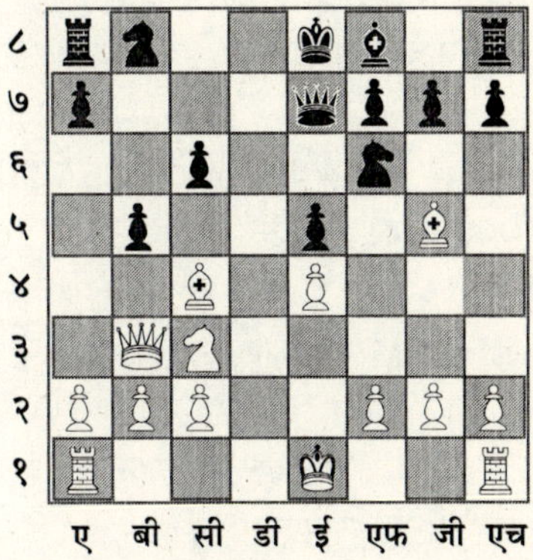

आकृती क्र. ६९

१) आतापर्यंत दोन्हीही बाजूच्या खेळींची संख्या सारखी आहे म्हणजे पांढऱ्याने आणि काळ्याने प्रत्येकी नऊ-नऊ खेळ्या पुऱ्या केल्या आहेत.

२) पांढरी मोहरी योग्य रीतीने बाहेर काढल्याने पांढऱ्याला 'डाववाढ' चांगली साधली आहे.

३) पांढऱ्याला दोहोंपैकी कोणत्याही बाजूचा किल्लेकोट करण्याची मोकळीक मिळाली आहे.

४) पांढरा सुसंघटितरीतीने मारामारी करण्यास सिद्ध झाला आहे. परंतु ह्याच्या उलट काळ्याची परिस्थिती आहे. उदाहरणार्थ –

१) काळी मोहरी सुस्थापित झाली नाहीत आणि ती मारामारी करण्याच्या तयारीत नाहीत. २) काही काळ्या मोहऱ्यांनी त्यांची स्वगृहे सोडली नाहीत त्यामुळे ३) काळ्याला किल्लेकोट करणे सद्य:परिस्थितीत जमणार नाही. ४)

काळ्याला 'डाववाढ' करणे बरोबर जमले नाही.

एकूण, पांढऱ्या बुद्धिबळांनी केंद्रघरावर दृढ ताबा मिळविला आहे. ह्याउलट काळ्याची स्थिती अनुकंपनीय आहे; कारण त्याने बाहेर काढलेली मोहरी निष्क्रिय आहेत. उदा. बाहेर काढलेल्या काळ्या घोड्यास पांढऱ्या उंटाने खिळवून ठेवलेला आहे; आणि इरेस धरून (**एफ७**) मधील प्याद्याचा बचाव करण्यामध्ये वजिरासारखे महान सामर्थ्यवान मोहरे गुंतले आहे. ह्या गोष्टीवरून दिसून येते की, डाववाढीच्या दृष्टीने काळा पांढऱ्याच्या खूपच मागे आहे. ह्याउलट चपळ हालचाली क्षमतेने आणि सुसंघटितरीत्या मारा करण्याच्या पात्रतेने पांढऱ्या बुद्धिबळांच्या ताब्यात जास्तीत जास्त घरे येतात. त्यामुळे पांढऱ्या मोहऱ्यांना फायदेशीर हालचाली सहजरीतीने करण्यास चांगला वाव मिळू शकतो. ह्या सर्व गोष्टी जमेस धरता, पांढरा आक्रमक पवित्रा घेऊ शकतो.

इकडे लक्ष द्या. मी पुढची १० वी व ११ वी चाल सांगतो.

(१०) घो × बी ५, सी × बी ५

पांढऱ्याने केवळ एका प्याद्याच्या मोबदल्यात आपला घोडा बळी दिला आहे; हे आक्रमक बलिदान कशासाठी बरे? कारण

(११) उं × बी ५ +, घो (बी) डी ७

उंटाने दुसरे प्यादे मारून काळ्या राजावर शहाचा हल्ला चढविला आहे. काळ्याने घोडा (ढालीसारखा) मध्ये घालून शहाचे निवारण केले आहे.

आणि आता केलेल्या चालींतून काळ्याने खरोखरीच डाववाढ साधली आहे का? सुधा, तू सांग.

सुधा : नाही. कारण काळ्याने काढलेली तिन्ही मोहरी वजीर व दोन्ही घोडे कार्यपिडित आहेत. दोन्ही घोडे इरेस धरल्याने ते हलूच शकत नाहीत.

नाना : शाबास! आता पुढची चाल सांगतो.

(१२) ०-०-०, ह-डी ८

पांढऱ्याने वजिराच्या बाजूचा किल्लेकोट करून मधल्या मोकळ्या डी पट्टीवर, आपला हत्ती एकाच खेळीत आणण्याची किमया करून त्याच वेळी शहनिवारक काळ्या घोड्यावर दुसरा मारा जारी केला आहे, तेव्हा घोड्याला जोर देण्यासाठी काळा हत्ती डी ८ मध्ये आणला आहे.

राम-शाम : हत्ती स्वगृहाबाहेर काढला, परंतु तोही घोड्याला जोर देण्यासाठी म्हणजे कार्य पीडितच की. –

नाना : होय. आता मी पुढची खेळी सांगतो.

(१३) ह × डी ७, ह × डी ७

हत्तीने घोडा मारून, पांढऱ्याने उंटाने काट-शह देण्याची तयारी केली आहे.

काळ्याने तसा शह बसू नये म्हणून हत्तीने हत्ती मारला आहे.

पांढऱ्याने स्थितीवाचक लाभ टिकविण्यासाठी आणि डावावर वर्चस्व राखण्यासाठी, लहान घोड्यासाठी आपल्या हत्तीसारखे मोठे बुद्धिबळ खर्ची घातले आहे. तेव्हा ही समयोचित अशी एक उत्कृष्ट खेळी आहे.

मुलांनो, मी पुढची चाल सांगतो.

(१४) ह डी १, व ई ६ (आ. ७० पहा.)

पांढऱ्याने आपला हत्ती, मोकळ्या डी पट्टीत आणून, उंटाने धरलेल्या **डी७** च्या हत्तीवर आणखी एक मारा चढविला आहे. काळ्याने मात्र वजिरा-वजिरी करण्याच्या ईर्षेने त्याचा वजीर **ए २ - जी ८** या कर्णघरात चालवून **एफ ६** मधील इरेस धरलेल्या घोड्यास खेळण्याची सवड दिली आहे. हे पहा. आता मी पंधरावी चाल सांगतो हं.

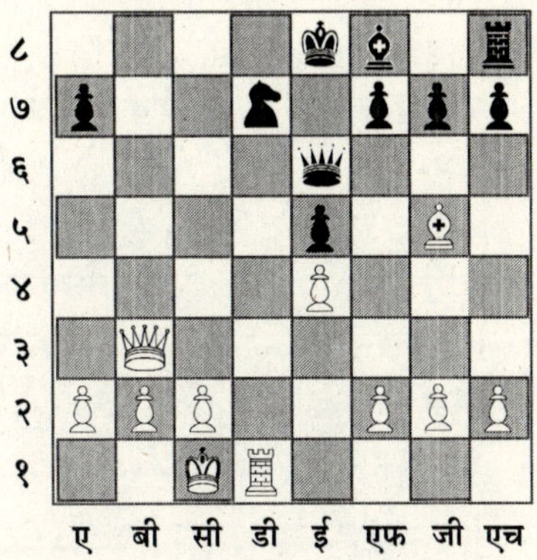

आकृती क्र. ७०

(१५) उं × डी ७ + घो × डी ७

आकृती ७० पहा. ह्या मारामारीच्या मालिकेतून एक गोष्ट ठळकपणे दिसून येते की, पांढऱ्या मोहऱ्यांपेक्षा, एक काळे मोहरे (उदा. घोड्याचे) अधिक असूनसुद्धा काळा राजा हालचाल करण्यास असमर्थ आहे, तसेच त्याचा एकुलता एक हत्ती स्वगृहात तसाच पडून आहे. ह्याच्या उलट, पांढरी मोहरी कार्यक्षम आहेत आणि पांढऱ्याने परिणामकारक स्थितीवाचक (पोझिशनल) लाभ मिळवल्याने तो निर्णायक रीतीने मात करू शकतो.

स्वाध्याय पाठ

नाना : वरील डावाचा अभ्यास करून पुढील प्रश्नांची उत्तरे द्या.

प्रश्न : आकृती मधील परिस्थितीत पांढरा काळ्यावर कशी मात करू शकेल, हे तुम्ही शोधून काढा. (हे शोधून काढण्यासाठी तुम्हाला एक डावपेच सांगतो. वजिराचे बलिदान करून पांढऱ्याला मात करता येते का ते पहा.) पहा बरे. नीट सुसंगतपणे विचार करा व सांगा पाहू.

राम : वजिराचे बलिदान करावयाचे ते कसे काय?

शाम : अरे, **व × ई ६** ने वजिरा-वजिरी करून काळ्याचा वजीर मारता येतो ना!

राम : पण हे काही बलिदान नव्हे!

नाना : सुधा तू सांग पाहू.

सुधा : **१६ व बी ८ शह!!** हाच तो पांढऱ्याचा बिनतोड डावपेच आहे.

नाना : पांढऱ्याने आपल्या वजिराचे बलिदान का बरे केले आहे? राम, शाम, सांगा पाहू.

राम : काळा राजा हलूच शकत नाही.

शाम : तेव्हा पांढऱ्या वजिराचा शह काढण्यासाठी त्याला घोड्याने मारणे भाग पडते. **१६..., घो × बी ८**.

नाना : ही चाल काळ्यावर लादली आहे का ते सांगा पाहू.

राम-शाम : अं हं! नाही सांगता येते.

नाना : सुधा, तू सांग पाहू.

सुधा : कारण **डी ७** मधे असणाऱ्या घोड्याचा अडथळा दूर झाल्याने **डी १** मधला पांढरा हत्ती सरळ मुसंडी मारू शकतो.

नाना : मुसंडी कशी ती सांग राम.

राम-शाम : **१७ ह डी ८+** (आ. ७१ पहा.)

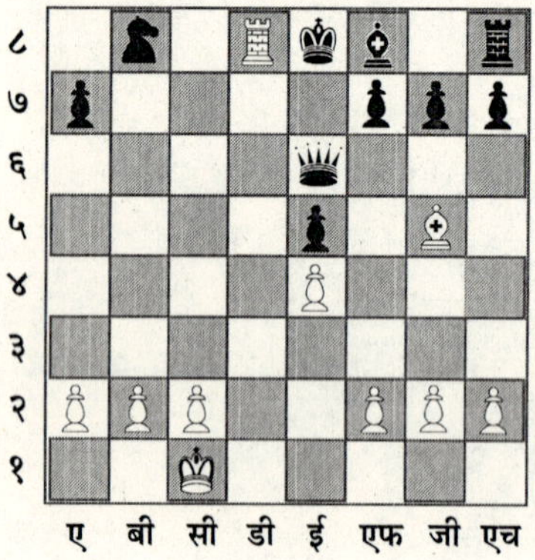

आकृती क्र. ७१

नाना : नुसता शहच का? सुधा, तू सांग.

सुधा : **डी ८** मध्ये येऊन शह देणाऱ्या पांढऱ्या हत्तीला राजाने मारता येत नाही कारण, **डी ८** मधे आलेल्या पांढऱ्या हत्तीला **जी ५** मधल्या पांढऱ्या उंटाचा भक्कम जोर आहे. आणि काळा राजा हलूच शकत नाही. त्याला हत्तीचा शहही काढता येत नाही. त्यामुळे काळ्यावर शह-मात झाली आहे.

नाना : असा आहे हा एक बोलका डाव.

राम-शाम-सुधा : नाना, गेला महिनाभर तुम्ही रोजच या बुद्धिबळ खेळावरती लिहीत होता, व त्यासाठी निरनिराळ्या आकृत्याही तयार केल्यात त्यावरती टीपा-सूचनाही दिल्यात हे सारे कशासाठी व कोणासाठी हो?

नाना : सांगतो. हे सारे तुमच्यासाठीच आहे, कारण मी महिनाभर बाहेर गावी जाणार आहे. तेव्हा हे सारे लिखाण तुमच्या ताब्यात देतो; ते सर्व तुम्ही मनापासून

वाचावयाचे. त्याचा अभ्यास करायचा. तो कसा करावयाचा असतो, हे सारे पहिल्या भागात बुद्धिबळ खेळाची प्राथमिक माहिती सांगताना तुमच्याकडून प्रात्यक्षिके करून घेतली आहेत. आता या खेळाची पुढची प्रगती या भाग दोनमध्ये दिली आहे. (त्याची थोडक्यात माहिती भाग दोनच्या अनुक्रमणिकेत दिली आहे, ती वाचा.) हे सारे धडे तुम्ही (त्या त्या सटीप आकृत्या प्रत्यक्ष पटावरती मांडून अभ्यासा. कारण कोणताही खेळ त्यातल्या त्यात बुद्धिबळ खेळ स्वतःहूनच एकलव्यासारखा शिकावा लागतो व त्यात तरबेज व्हावे लागते. त्यासाठी तुम्ही रोज एक डाव (डावाची सुरुवातीची व अखेरची वेळ घड्याळाप्रमाणे नोंदवून) पटावरती खेळा. त्या त्या डावांच्या चाली आपापल्या वह्यांमध्ये नोंदवा व ते ते डाव पुन्हा प्रत्यक्ष पटावर मांडून नेमक्या कोणत्या कमकुवत चालींमुळे हरलात ते तुम्हीच हुडकून काढा. मी परत आलो की तुम्हाला निरनिराळ्या बुद्धिबळ स्पर्धांमधून भाग घ्यावयाचा आहे. त्याची ही पूर्व तयारी आहे.

राम-शाम-सुधा : नाना आमच्या एवढी लहान मुलेमुली या स्पर्धांमधून भाग घेऊ शकतात का?

नाना : हो, केवळ ५$^{१}/_{२}$ वर्षाच्या चिमुकल्या प्रियाल नागरे हिने ठाण्याच्या बुद्धिबळ स्पर्धेमध्ये भाग घेऊन खास बक्षिस मिळविले आहे, तर बाराव्या राष्ट्रीय स्पर्धेच्या ७ वर्षाखालील वयोगटातील ३४ स्पर्धकांच्या सामन्यात कु. श्रीया भट्टाचार्यजीने अजिंक्यपद (चँपियनशीप) जिंकले. ही श्रीया केवळ ३॥ फूट उंचीची मुलगी, उभी राहून पटावरील चाली करावयाची, कारण खेळाची सर्व टेबले उंच होती. असो. आता ह्या भाग दोनचे लिखाण तुमच्या ताब्यात देतो.

■

भाग दोन

धडा एक

बैजिक पद्धतीमध्ये खेळी नोंदविताना बुद्धिबळ दलांची मराठी व इंग्रजी नावे व चिन्हे

दलांची मराठी नावे व	चिन्हे	दलांची इंग्रजी नावे व	चिन्हे
१) राजा	**रा**	1) King	**K**
२) वजीर	**व**	2) Queen	**Q**
३) हत्ती	**ह**	3) Rook	**R**
४) उंट	**उं**	4) Bishop	**B**
५) घोडा	**घो**	5) Knight	**N**
६) प्यादे	**प्या**	6) Pawn	**×P**
७) मारले किंवा बळी घेतले	**X**	7) Captured	**X**
८) – ला हलविणे	–	8) Moves to	–
९) शह	**+शह**	9) Check	**+Ch.**
१०) काट शह	**काटशह**	10) Discovered Check	**Dis. Ch.**
११) दुहेरी शह	**दु. शह**	11) Double Check	**Db. Ch.**
१२) प्याद्याची वाटमारी	**वा. मा.**	12) en. Passant	
१३) किल्लेकोट (राजांच्या बाजूचा)	**o – o**	13) Castles (King Side)	**o – o**
१४) किल्लेकोट (वजीराच्या बाजूचा)	**o – o – o**	14) Castle (Queen Side)	**o – o – o**
१५) चांगली खेळी	!	15) A good move	!
१६) अत्युत्तम खेळी	!!	16) A very good move	!!
१७) वाईट खेळी	?	17) A bad move	?
१८) अतिवाईट खेळी	??	18) A very bad move	??
१९) कडून अथवा कडे	/	19) From or at	/
२०) वजीर प्राप्तीची बढती	**/व**	20) Promoted to Queen	**/Q**

बुद्धिबळ डावाच्या खेळी दोन उभ्या स्तंभातून नोंदवावयाच्या असतात. त्यापैकी पहिल्या (पांढऱ्या) स्तंभामध्ये पांढऱ्या (म्हणजे पांढऱ्या बुद्धिबळांच्या) खेळी नोंदवितात आणि दुसऱ्या (काळ्या) स्तंभामध्ये काळ्याच्या (म्हणजे काळ्या बुद्धिबळांच्या) खेळी नोंदवितात.

बैजिक पद्धतीने प्याद्याची चाल लिहिताना (प्या किंवा P) हे अक्षर गाळतात. ते ज्या उभ्या पट्टीत आहे त्या उभ्या पट्टीचे नाव (आ. १ प्रमाणे) लिहून ते प्यादे ज्या घरात हलविले जाते त्या घराचे नाव आ. २ प्रमाणे त्या प्याद्याची चाल लिहितात भाग१ पान क्र. ९ पहा.

निरनिराळ्या बुद्धिबळ दलांची तौलनिक मूल्ये

बुद्धिबळांच्या चाली, पल्ला, गती निरनिराळ्या आहेत; त्यामुळे त्यांची तौलनिक मूल्येही निरनिराळी होतात. ती पुढे दिली आहेत–

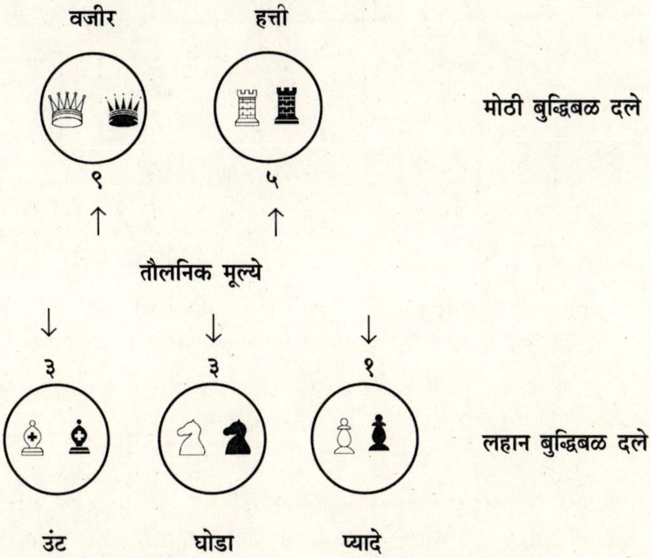

प्रत्येक बुद्धिबळ दलाची तौलनिक मूल्ये ध्यानात घेऊन (विरोधी) बुद्धिबळ दलाशी (दलांशी) मारामारी करतात. ही बाब नेहमी लक्षात ठेवावी.

आता आपण 'मारामारीचे तंत्र' कसे असते ते जाणून घेऊ.

मारामारीचे तंत्र

जो खेळाडू, आपल्या डावाची जलद वाढ करून स्वत:च्या बुद्धिबळांना हालचालीचे अग्रेसरत्व मिळवून देऊ शकतो; तो शेवटी डाव जिंकू शकतो.

बुद्धिबळांच्या हालचालींना जास्तीत जास्त वाव मिळवून देऊन त्यांना कार्यप्रवृत्त करण्यासाठी खेळाडू, मारामारी करण्यास उद्युक्त होतो. परंतु मारामारी योग्य रीतीने करावयास हवी. जर मारामारी करताना चुकीचे तंत्र वापरले गेले तर तोटा होतो. परंतु योग्य रीतीने मारामारी केल्यास ती फायदेशीर ठरते. ह्यासाठी मारामारीचे तंत्र नीट रीतीने जाणून घेणे आवश्यक आहे. मारामारीचे काही ठळक प्रसंग पुढे दिले आहेत ते पाहावेत.

प्रसंग १ आणि २

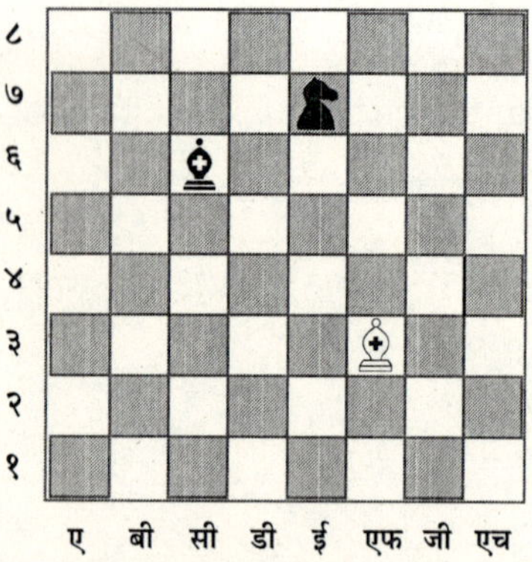

आकृती क्र. ७२

पांढऱ्याची खेळी आहे.

समतोल मारामारी

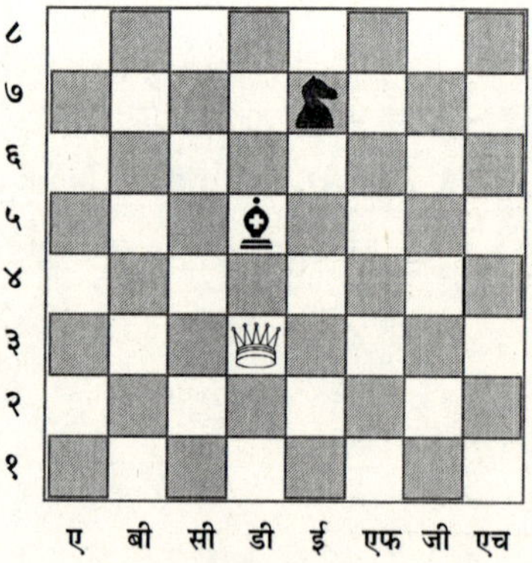

आकृती क्र. ७३

पांढऱ्याची खेळी आहे.

हानीकारक मारामारी

आकृती ७२ : **१) उं × सी ६, घो × सी ६,**

उंटास उंट मारला गेल्याने ही मारामारी समतोल होते.

आकृती ७३ : **१) व × डी ५, घो × डी ५**

पांढऱ्याने केवळ उंटासाठी वजीर दिला आहे, त्यामुळे त्याचे कधीही भरून न येणारे नुकसान होते. ही अत्यंत प्रतिकूल मारामारी आहे. (कारण वजीर = ९ मूल्ये = ३ लहान मोहरी) येथे वजीराने उंट मारणे ही एक महान घोडचूक ठरते.

प्रसंग ३ आणि ४

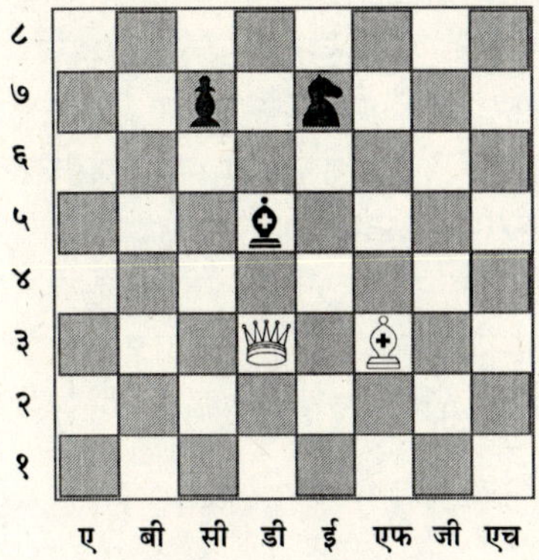

आकृती क्र. ७४

पांढऱ्याची खेळी आहे.
फायदेशीर मारामारी

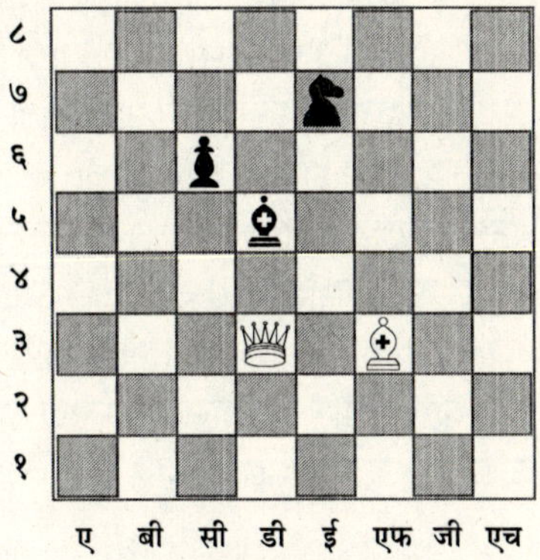

आकृती क्र. ७५

पांढऱ्याची खेळी आहे.
हानिकारक मारामारी

आकृती ७४ : येथे काळ्या उंटावर पांढऱ्याचा दुहेरी मारा (उदा. वजीर + उंटाचा मारा) होत आहे; आणि त्याचा बचाव फक्त एक घोडा करीत आहे; हे पाहून एक मोहरे पांढरा फुकटात मिळवू शकतो. उदा.

(१) उं × डी ५, घो × डी ५

(२) व × डी ५, ...,

अशा रीतीने पांढऱ्याला घोडा फुकटात मिळतो. परंतु अतिउत्साहाचे भरात पांढऱ्याने जर काळा उंट वजीराने मारला तर ती अत्यंत तोट्याची मारामारी होईल.

उदा.

(१) व × डी ५?, घो × डी ५ !;

(२) उं × डी ५, ...;

वजीराच्या बदल्यात पांढऱ्याला फक्त दोन लहान मोहरी मिळतात. केवळ सहा मूल्यांसाठी नऊ मूल्ये देणे योग्य नव्हे. आकृती ७४ आणि आकृती ७५ मध्ये थोडासा फरक आहे. कारण आकृती ७५ मध्ये काळ्या उंटाला आता दुहेरी (म्हणजे प्याद्याचा + घोड्याचा) जोर झाला आहे. तसेच त्याच्यावर पांढऱ्याचा दुहेरी (म्हणजे वजीराचा + उंटाचा) मारा होत आहे. एकूण पांढऱ्याला मारामारी करून कोणताही लाभ मिळविता येणार नाही. फारफार तर तो उंटाने उंट घेऊ शकेल. उदा.

(१) उं × डी ५, घो × डी ५

आणि आता हा काळा घोडा पांढऱ्या वजीराने जर घेतला उदा.

(२) व × डी ५ ?...; तर पांढरा वजीर, काळ्या प्याद्याने मारून उदा. **(२) ..., सी × डी ५!** काळ्याचा खूपच फायदा करून दिल्यासारखे होईल; आणि पांढऱ्याचे कधीही भरून काढता येणार नाही असे भयंकर नुकसान होईल; म्हणूनच उत्साहाने कधीकधी असा अध:पात होतो. तेव्हा मारामारी करताना नेहमी जागरूक असावे लागते. मारामारी करताना अत्यंत दक्ष राहावयास पाहिजे आणि तारतम्य पाहून वेळीच मारामारी थांबविणे इष्ट ठरते. (आकृती ७५ वरून आणखी एक गोष्ट दिसून येते की मोहऱ्यांना योग्य जोर देऊन, पूर्ण संरक्षण द्यावे. **मोहऱ्याला जोर देण्यासाठी प्यादे उपयोगी पडते,** उदा. आकृती ७५ मध्ये काळ्या उंटाला प्याद्याने जोर दिला आहे.)

प्रसंग ५ आणि ६

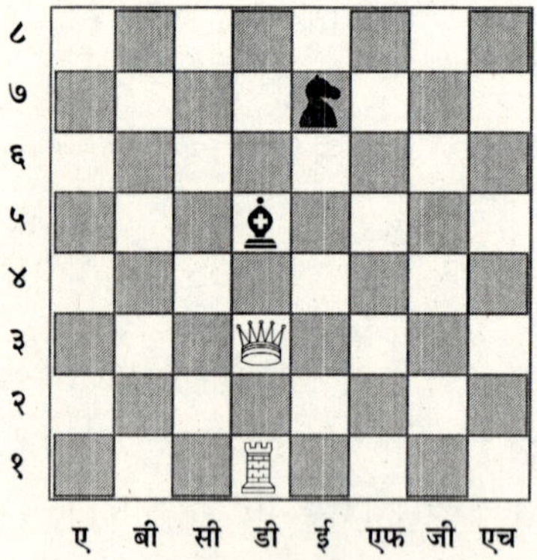

आकृती क्र. ७६

पांढऱ्याची खेळी आहे.
हानिकारक मारामारी

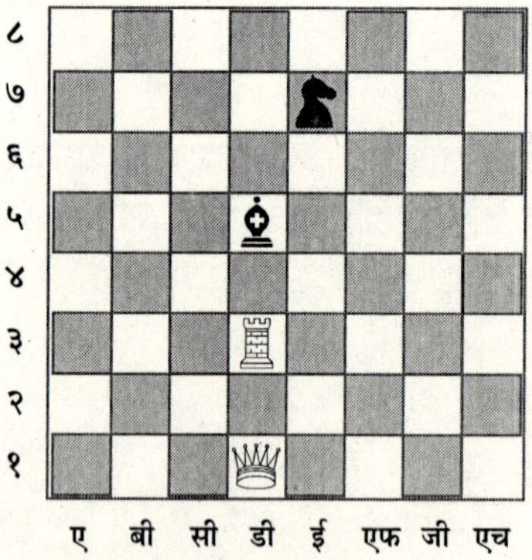

आकृती क्र. ७७

पांढऱ्याची खेळी आहे.
लाभदायक मारामारी

आकृती ७६ : येथे काळ्या उंटाला एकेरी जोर आहे, आणि त्याच्यावर दुहेरी मारा होत आहे. असे असूनसुद्धा काळा उंट मारून पांढऱ्याला कोणताही लाभ होणार नाही, उलट खूप तोटा होईल. उदा.

(१) व × डी ५? घो × डी ५

(२) ह × डी ५, ...;

म्हणजे वजीराच्या बदल्यात, फक्त दोन लहान मोहरी मिळतात. अशा रीतीने

ही मारामारी हानिकारक ठरते.

आकृती ७६ मधील वजीर आणि हत्तीने एकमेकांच्या स्थानांची अदलाबदल केलेली आकृती ७७ मध्ये दिसून येते. अशा (आकृती मधील) स्थितीत पांढऱ्याचा लाभ होऊ शकतो. उदा.

(१) ह × डी ५, घो × डी ५

(२) व × डी ५ ...;

येथे हत्ती देऊन दोन लहान मोहरी मिळतात (म्हणून ५ मूल्ये देऊन ६ मूल्ये मिळतात) म्हणून ही मारामारी लाभदायक आहे.

प्रसंग ७ आणि ८

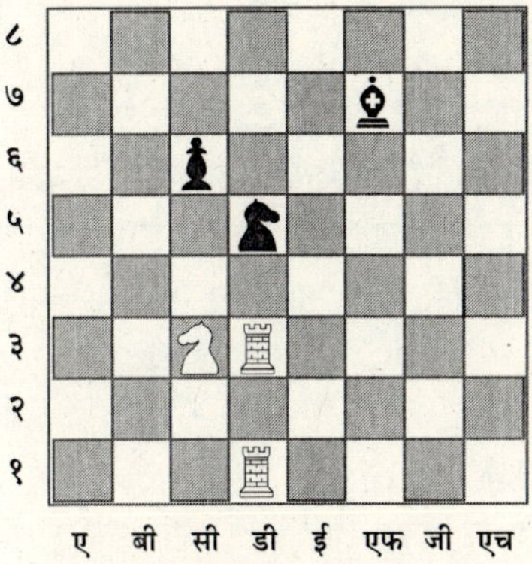

आकृती क्र. ७८

पांढऱ्याची खेळी आहे.
फसवी मारामारी

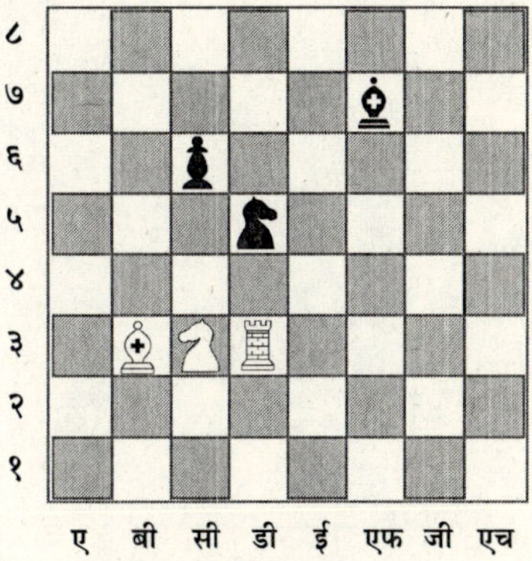

आकृती क्र. ७९

पांढऱ्याची खेळी आहे.
लाभदायक मारामारी

आकृती ७८ : काळ्या घोड्याला दुहेरी जोर आहे; आणि त्याच्यावर तिहेरी मारा होत आहे; म्हणून पांढऱ्याने काळा घोडा मारून जर पुढे मारामारी केली तर तो फसतो.

(१) घो × डी ५, उं × डी ५,

(२) ह × डी ५? सी × डी ५,

(३) ह × डी ५, ...;

म्हणजे घोड्यास घोडा देऊन; उंट आणि प्याद्यावर, पांढऱ्याने आपला हत्ती दिला आहे. (५ मूल्ये देऊन त्याला (३+१) फक्त चार मूल्ये मिळतात.) म्हणूनच

ही फसवी मारामारी तोट्याची आहे. येथे पांढऱ्याला लाभ होत नाही, कारण जोर देणारी बुद्धिबळे कमी प्रतीची लहान बुद्धिबळे आहेत आणि हल्लेखोर बुद्धिबळे उच्च प्रतीची मोठी बुद्धिबळे आहेत. म्हणून पांढऱ्याने फार तर घोडा देऊन मारामारी थांबविणे इष्ट आहे. उदा.

(१) घो × डी ५, सी × डी ५; ह्यानंतर पांढऱ्याने

(२) ह × डी ५? ही चाल करू नये कारण **(३) ..., उं × डी ५** प्याद्यावर हत्ती देणे भाग पडते किंवा (१) घो × डी ५, उं × डी ५ येथेच मारामारी थांबवावी.

(२) ह × डी ५? ही चाल करू नये. कारण **(३) ..., सी × डी ५** उंटासाठी हत्ती देणे भाग पडते.

थोडक्यात : कोणत्याही परिस्थितीत हत्तीने दुसरे लहान बुद्धिबळ दल म्हणजे उंट किंवा प्यादे मारण्याचा मोह वेळीच आवरावा हेच श्रेयस्कर ठरते. कारण शेवटी मारामारी तोट्याची होते.

आकृती ७९ : येथेसुद्धा काळ्या घोड्याला दुहेरी जोर आहे, आणि त्याच्यावर तिहेरी मारा होत आहे अशी आकृती ७८ सारखी परिस्थिती आहे. परंतु आकृती ७९ मधील स्थितीत पांढऱ्याने मारामारी केल्यास त्याचा फायदा होईल. कारण काळ्याचे दुसरे मोहरेसुद्धा, पांढरा, आपल्या लहान मोहऱ्याने घेऊ शकतो. उदा.

(१) घो × डी ५, उं × डी ५;

(२) उं × डी ५, सी × डी ५ ;

(३) ह × डी ५, ...;

येथे घोड्यास घोडा देऊन तसेच उंटास उंट देऊनसुद्धा पांढऱ्याला एक काळे प्यादे फुकटात मिळते. एकूण एक प्याद्याचा लाभ होतो. (परंतु येथेही आकृती ७८ खाली स्पष्टीकरण केल्याप्रमाणे, एक गोष्ट लक्षात ठेवावी की, पांढऱ्याने पहिली अथवा दुसरी मारामारी करताना हत्ती केव्हाही वापरू नये कारण अशा मारामारीत हत्ती मारला गेला म्हणजे पांढऱ्याचा फायद्याऐवजी तोटा होईल.)

प्रसंग ९ आणि १०

आकृती ८० : येथे काळ्या प्याद्यावर चौफेर मारा होत आहे, परंतु त्याच्या संरक्षणास फक्त दुहेरी जोर आहे. असे असूनसुद्धा मारामारी केल्यास पांढऱ्याला फायदा मिळणार नाही. कारण हल्ला करणारी मोठी बुद्धिबळे संरक्षक लहान बुद्धिबळांहून मूल्यवान आहेत. फार फार तर पांढऱ्याला प्याद्याने प्यादे मारता येईल. उदा.

(१) ई × डी ५, ई × डी ५ प्याद्याला प्यादे किंवा

(१) ..., घो × डी ५ नंतर पांढऱ्याने मारामारी थांबविणे इष्ट आहे. कारण

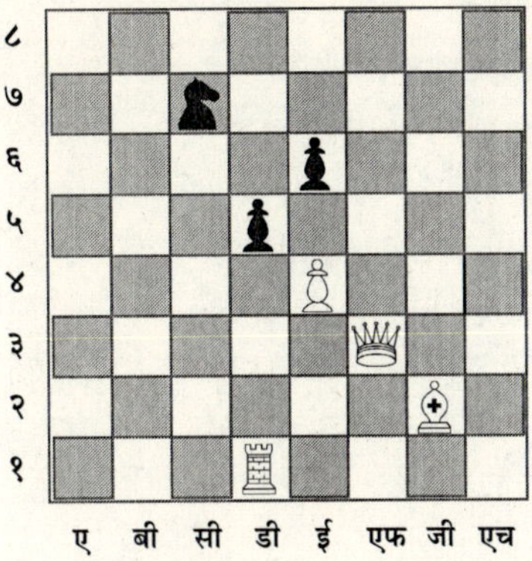

आकृती क्र. ८०

पांढऱ्याची खेळी आहे.

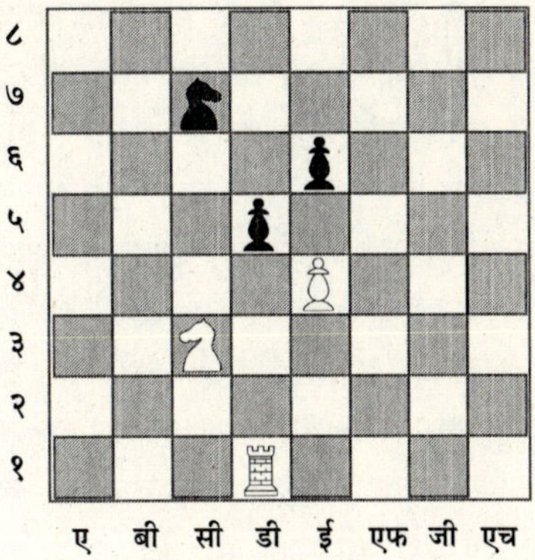

आकृती क्र. ८१

पांढऱ्याची खेळी आहे.

ह्यानंतर पांढऱ्याने जर काळे प्यादे किंवा काळा घोडा मारला तर त्याचा शेवटी तोटा होतो.

आकृती ८१ : ह्या प्रसंगात पांढऱ्याला एक प्यादे जास्ती मिळू शकते. कारण तो दुसरी मारामारी लहान मोहऱ्याने करतो. उदा.

(१) ई × डी ५, ई × डी ५,
(२) घो × डी ५, घो × डी ५;
(३) ह × डी ५, ...;
एकूण पांढऱ्याने एक प्यादे जादा घेतले आहे.

वरील सर्व उदाहरणांवरून एक गोष्ट कळून येते की, हल्लेखोर मोहऱ्यांची आणि बचावखोर मोहऱ्यांची तौलनिक मूल्ये लक्षात घेऊनच मोहरे द्यावे किंवा घ्यावे. कारण मारामारीच्या चक्रात

पहिली मारामारी प्याद्याने करावी.
दुसरी मारामारी लहान मोहऱ्याने करावी, आणि
तिसरी मारामारी मोठ्या मोहऱ्याने (म्हणजे हत्तीने किंवा वजीराने करावी.)

कारण ह्याच अनुक्रमाने विरोधी संरक्षक बुद्धिबळ दलेसुद्धा प्रथम (१) प्याद्याने मारामारी करतील. (२) नंतर लहान बुद्धिबळ दलाने मारामारी करतील; वगैरे, परंतु हा नियम म्हणजे काही दगडावरील रेघ नव्हे. की सर्व प्रसंगात तो उपयोगी पडेल. मारामारी करताना, मारण्याचा क्रम कसा असावा ही गोष्ट नेहेमी नीट

लक्षात ठेवूनच मारामारी करणे फायदेशीर ठरते. बुद्धिबळ दलांची मारामारी नेहेमी पूर्व योजना करून आणि मूल्यांकन लक्षात घेऊन करावी.

सर्व बुद्धिबळ दलांच्या चाली, गती, पल्ला तसेच मारामारीचे तंत्र वगैरे विषयांची माहिती तुम्ही करून घेतली आहे; आणि आकृती १ प्रमाणे बुद्धिबळांची सुरुवातीची मांडणी पटावर करून तुम्ही आता डाव खेळावयास उत्सुक झाला असाल. परंतु सुरुवातीची खेळी कशी करावी! प्रथम काय खेळावे? असे प्रश्न तुमच्यापुढे उभे राहतात, आणि तुमच्या मनाचा गोंधळ उडतो. असा गोंधळ होऊ नये यासाठी अगदी सुरुवातीच्या खेळीपासून योजनापूर्वक कसे खेळावे हे जाणून घेणे आवश्यक आहे. सुरुवातीच्या खेळ्यांविषयीची माहिती पुढील प्रकरणात दिली आहे ती पाहावी.

■

धडा दोन

सुरुवातीच्या चाली

बुद्धिबळाच्या डावाची आखणी आणि डावपेचांची विभागणी सर्वसाधारणपणे तीन भागात करतात. उदा.

(१) सुरुवातीच्या चाली - आदिपर्व - Opening
(२) मध्यंतरीच्या खेळ्या - मध्यपर्व - Middle game
(३) शेवटच्या खेळ्या - अंतिमपर्व - End game

वर उल्लेख केलेले भाग केवळ आपल्या इच्छेवरती अवलंबून असतात; कारण संपूर्ण डावाची विभागणी हवाबंद डब्यासारखी अगदी काटेकोरपणे करता येत नाही. आणि समजा तशी विभागणी केल्यास नवोदित खेळाडूंना डाव समजावून घेण्यास त्रासदायक आणि अडचणीची ठरेल.

वास्तववाद दृष्टिकोनातून बुद्धिबळ खेळाकडे पाहिल्यास आपणास कळून येईल की, 'वस्तुतः बुद्धिबळाचा प्रत्येक डाव म्हणजे सुसंगत तर्कशास्त्राचा एकवटलेला भाव आहे.'

सुरुवातीच्या चाली, मध्यंतरीच्या डाव-आखणीसाठी गुंतागुंतीच्या कल्पना विणीत असतात. मध्यपर्वामध्ये बरीच मोहरी आणि प्यादी कार्यान्वित होतात.

मारामारी करून डाव आटोक्यात आणतात; आणि डाव समाप्तीचा साचा तयार करतात. ह्या सर्व गोष्टी जाणून न घेता आणि पूर्वयोजना न करता केवळ दैवावर विसंबून जर नवोदित खेळाडू बुद्धिबळाचा डाव खेळला तर त्याचा पराभव सहज होऊ शकतो म्हणूनच डावाच्या अगदी सुरुवातीपासून योजनापूर्वक खेळी खेळाव्या लागतात. डाव चांगल्यारीतीने खेळण्यासाठी तुमच्या मनात विशिष्ट विचारप्रणाली आणि निश्चित हेतू आणि उद्दिष्ट असावे लागतात. कारण निर्हेतुक आणि निष्कारण चाली करून तुम्ही काहीच साधू शकणार नाही. तसेच चुकीचे उद्दिष्ट गाठण्यासाठी केलेल्या चाली तुम्हाला धोक्यात टाकतील.

अगदी सुरुवातीच्या चालीत मारामारी करून झटपट शह-मात करण्याचे उद्दिष्ट तुम्हाला गाठता येत नाही. यासाठी सुरुवातीच्या चालीतून कोणते मुख्य हेतु साधावयाचे असतात ह्याची माहिती पुढे दिली आहे.

डावाच्या सुरुवातीला दोहो बाजूंचे बुद्धिबळ दल निष्क्रिय असल्याने बलहीन असते. तेव्हा त्यांना कार्यान्वित करण्यासाठी पुढे 'अ' 'व' 'घ' 'ड' मध्ये दिलेल्या गोष्टी सुरुवातीच्या चालींतून साधावयाच्या असतात :

'अ' : 'वेळ फुकट न दवडता' आपल्या बुद्धिबळ दलांना स्वगृहातून बाहेर काढून,

'व' : त्यांना 'सुस्थानात' ठेवून,

'घ' : 'डाव वाढ' साधणे; अशागोष्टी मुख्यत्वेकरून सुरुवातीच्या चालीतून साधावयाच्या असतात आणि हे सर्व करत असताना,

'ड' : 'राजाच्या संरक्षणाच्या बाबीकडे' केव्हाही दुर्लक्ष करून चालणार नाही.

'अ' : वेळ फुकट दवडणे म्हणजे काय?

'वेळ' म्हणजे आपले उद्दिष्ट गाठण्यासाठी लागणाऱ्या चालींची संख्या होय. जी गोष्ट साधण्यासाठी केवळ एका चालीची आवश्यकता असते. त्यासाठी जर दोन चाली विनाकारण केल्या तर वेळ (फुकट) दवडला असे म्हणतात.

'वेळेचे तत्त्व' डावाच्या अगदी सुरुवातीच्या चालीपासून ते अगदी शेवटच्या खेळीपर्यंत काटेकोर रीतीने पाळावयास पाहिजे.

'व' : 'सुस्थानात' म्हणजे काय?

'डाववाढ' योग्य रीतीने साधण्यासाठी आपल्या बुद्धिबळ दलांना अशा मोक्याच्या स्थानी हलवावयाचे असते की त्या (बुद्धिबळ दलां)ना त्या स्थानांतून प्रतिस्पर्धी बुद्धिबळ दले सहजासहजी हकलून देऊ शकणार नाहीत. आणि त्याचप्रमाणे वेळप्रसंगी प्रतिस्पर्ध्याच्या मर्मस्थळांवर हल्ला करता येणे शक्य होते. मग अशी

बुद्धिबळ दले सुस्थानात आहेत असे म्हणतात. मोक्याची स्थाने ही बहुधा 'केंद्रस्थाने' असतात.

'घ' : 'डाव वाढ' म्हणजे काय?

सुरुवातीच्या चालींत, स्वगृहातील बुद्धिबळ दले त्वरित बाहेर सुस्थानात काढल्याने, त्या (बुद्धिबळ दलांच्या) हालचालीस भरपूर वाव मिळतो. त्यामुळे ती जास्त कार्यक्षम बनतात. जो खेळाडू सुरुवातीच्या चालीतून हे सारे यशस्वी रीतीने साधू शकतो त्याने 'डाववाढ' (Development) साधली आहे असे म्हणतात.

जो खेळाडू कमीत कमी खेळ्यात (वेळात) डाववाढ पूर्ण करू शकतो तो प्रतिस्पर्ध्यापेक्षा डावावर लवकर पकड मिळवू शकतो. ह्या उलट जो खेळाडू सुरुवातीच्या चालीत वेळ फुकट दवडतो, त्याला बुद्धिबळ दलांना स्वगृहांबाहेर काढण्याची योग्य संधी मिळत नाही; तेव्हा त्याची बुद्धिबळ दले निष्क्रिय राहतात; एकूण त्याला डाववाढ नीट रीतीने साधता येत नाही. डाव वाढ करण्यामध्ये मागे पडल्याने त्याच्या ताब्यात प्रतिस्पर्ध्यापेक्षा कमी घरे राहतात त्याचप्रमाणे त्याची मोहरी स्वगृहाबाहेर न आल्याने त्याची सर्व बाजूंनी कुचंबणा होते.

'ड' : 'राजाचे संरक्षण' म्हणजे काय?

राजा त्याच्या स्वगृहात असतो, तेव्हा तो भेदनीय असतो, त्यामुळे त्याला धोका पोहोचण्याचा म्हणजे त्याच्यावर हल्ला होण्याचा संभव अधिक असतो. यासाठी त्याला सुरक्षित ठिकाणी– उदा. किल्लेकोटात ठेवणे – हितकारक असते. किल्लेकोट केल्याशिवाय 'डाववाढ' पूर्ण होत नाही. म्हणूनच सुरुवातीच्या चालींत योग्य समयी किल्लेकोट करणे ही एक आवश्यक बाब आहे. किल्लेकोटात राजाला ठेवून कोटाचा हत्ती केंद्रघरांना जोर देण्यासाठी उपयुक्त ठरतो. (आकृती ४४, ४५ पहा.)

आपणास माहीत आहे की 'विरोधी राजाला कचाट्यात पकडून त्यावर निर्णायक रीतीने मात करावयाची' हाच बुद्धिबळ खेळाचा एकमेव उद्देश असतो. परंतु हे उद्दिष्ट नीट रीतीने साधण्यासाठी, डावाची स्वानुकूल अशी उभारणी अगदी सुरुवातीच्या खेळीपासून वर 'अ' 'व' 'घ' 'ड' मध्ये सांगितल्याप्रमाणे पद्धतशीरपणे करावयास हवी. जर योग्य रीतीने डाववाढ करता आली नाही तर तो डाव पत्त्यांच्या बंगल्यासारखा कसा कोलमडून पडतो ते आपण मागे भाग एक मधील पाठ १३ मधील आ. ५०, ५१, ५२ मध्ये पाहिले आहे.

■

धडा तीन

भाग एक मधील शेवटच्या पाठामध्ये अमेरिकेच्या कुशल बुद्धिबळपटू पॉल मॉर्फीने जिंकलेला डाव दिला आहे तो डाव पटावर मांडून खेळा म्हणजे–

ह्या डावावरून एक गोष्ट स्पष्ट होते की, पॉली मॉर्फीने प्रथमपासून केंद्रघरावर ताबा मिळविण्याची धडपड केली आहे, आणि त्यात तो यशस्वी झाला आहे.

केंद्रस्थानांच्या आसपास मोहऱ्यांना योग्य ती व्यूहरचना करण्यास त्वरित यश मिळाल्यास स्वसंरक्षणाची किंवा प्रतिस्पर्ध्यावर हल्ला करण्याची संधी सहजगत्या मिळू शकते. परंतु याउलट मोहरी जर, पटाच्या कडेला पट्टीमध्ये किंवा एखाद्या कोपऱ्यातील घरात जाऊन बसली की त्यांना अशा तऱ्हेची संधी कदापि मिळणार नाही.

आता केंद्रस्थाने किंवा केंद्रघरे म्हणजे काय हे आपण पुढील आकृत्यांवरून जाणून घेऊ.

आपल्या निदर्शनास पुढील एक गोष्ट प्रामुख्याने आणावयाची आहे की, 'मोहऱ्याच्या ताब्यात (म्हणजे पल्ल्यात) जास्तीत जास्त घरे येतात तेव्हा त्याच्या हालचाली आपणास हव्या तशा सहज करता येतात.' यासाठी मोकळ्या पटावरील, नेमक्या कोणत्या घरात मोहरे ठेवले असता, त्या (मोहऱ्या) च्या पल्ल्यात जास्तीत जास्त घरे येतील हे आपण प्रत्यक्ष पाहू या. प्रथम आपण मोकळ्या पटावर, वेगवेगळ्या घरात घोडा ठेवून, त्याच्या पल्ल्यात कशी कमी-जास्त घरे येतात हे पाहू – (आकृती ८२ पाहा.)

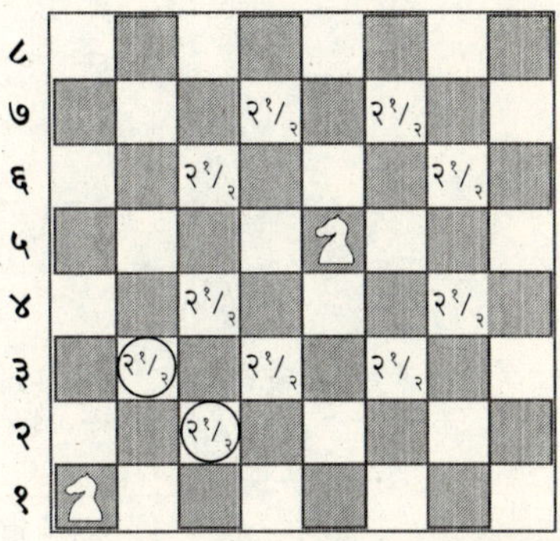

आकृती क्र. ८२

घोडा जर 'ए१' ह्या घरात ठेवला तर त्याच्या पल्ल्यात बी३ आणि सी२ (२१/२) ह्या खुणांनी दाखविलेली दोन घरे येतात. घोडा जर बी१ ह्या घरात ठेवला तर त्याच्या पल्ल्यात, ए३, सी३ आणि डी२ अशी तीन घरे येतात. घोडा जर बी२ ह्या घरात ठेवला तर त्याच्या पल्ल्यात, ए४, सी४, डी३ आणि डी१ अशी चार घरे येतात. घोडा जर सी ३

ह्या घरात ठेवला तर त्याच्या पल्ल्यात ए२, ए४, बी१, बी५, डी५, डी१, ई२, आणि ई४ अशी एकूण आठ घरे येतात. त्याचप्रमाणे डी४ घरात घोडा असेल तर त्याच्या पल्ल्यात आठ घरे येतील. आकृती ८२ मध्ये घोडा ई५ ह्या केंद्रघरामध्ये असताना त्याचा पल्ला २१/२ ह्या आकड्यांनी दाखविलेल्या आठ घरांवर कसा पोहोचतो हे दाखविले आहे.

वरील वस्तुस्थितीनिदर्शक गोष्टींवरून कळून येईल की घोड्याचा पल्ला कमीत कमी दोन घरांपासून जास्तीत जास्त आठ घरांपर्यंत पोहोचू शकतो, आणि पटाच्या अगदी कोपऱ्यातील घरापेक्षा, मध्यवर्ती घरात, किंवा त्याहीपेक्षा केंद्रघरात जर घोडा असेल तर त्याचा पल्ला वाढत वाढत जातो.

आता आपण, मोकळ्या पटावर, वेगवेगळ्या घरात '**म हा न**' सामर्थ्यवान वजीर ठेवून, त्याच्या पल्ल्यात कशी कमी जास्त घरे येतात ते पाहू. आकृती ८३ पहा.

आपण मागे प्रकरण २ मध्ये पाहिले आहे की वजीर म्हणजे हत्तीची अधिक तो ज्या रंगाच्या घरात आहे त्या कर्णातील उंटाची मिळून होणारी संयुक्त चाल, गती आणि पल्ला होय.

वजीराची चाल, गती आणि पल्ला = { हत्तीची (**म+हा**) चाल, गती आणि पल्ला + उंटाची '**न**' चाल, गती आणि पल्ला }

आता आपण वजीर पुढे दिल्याप्रमाणे निरनिराळ्या घरात ठेवून त्याचा पल्ला अजमावून पाहू. आकृती ८३ पहा.

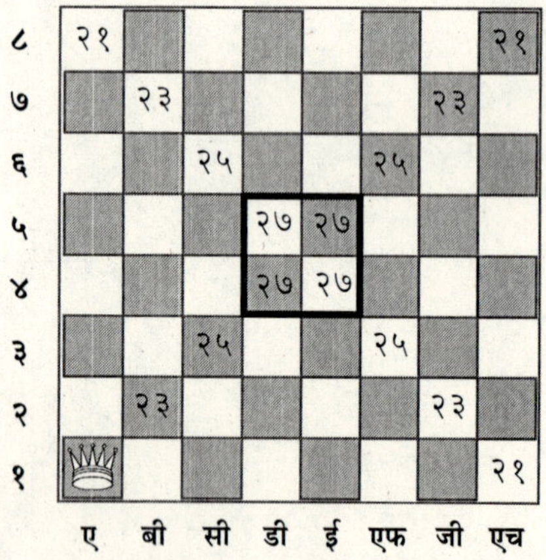

आकृती क्र. ८३

(ब) वजीर जर 'ए१' ह्या घरात असेल तर त्याच्या पल्ल्यात एकूण २१ घरे येतात. उदा. :-

हत्तीच्या **'म'** चालीने रांकेतील ७ घरे वजीराच्या पल्ल्यात येतात,
+ हत्तीच्या **'हा'** चालीने पट्टीतील ७ घरे वजीराच्या पल्ल्यात येतात,
काळ्या कर्णातील उंटाच्या **'न'** चालीने | ए१-एच८ ह्या कर्णातील ७ घरे वजीराच्या पल्ल्यात येतात;

अशी एकूण २१ घरे वजीराच्या पल्ल्यात येतात.

(र) आता वजीर जर 'बी२' ह्या घरात असेल तर त्याच्या पल्ल्यात एकूण २३ घरे येतात. उदा.

हत्तीच्या **म+हा** चालीने एकूण १४ घरे वजीराच्या पल्ल्यात येतात,
+उंटाच्या **न** चालीने | + ए१-एच८ कर्णातील ७ घरे वजीराच्या पल्ल्यात येतात,
| + सी१-ए३ कर्णातील २ घरे वजीराच्या पल्ल्यात येतात;

अशी एकूण २३ घरे वजीराच्या पल्ल्यात येतात.

(च) आता वजीर जर 'सी३' ह्या घरात असेल तर त्याच्या पल्ल्यात एकूण २५ घरे येतात. उदा. :-

हत्तीच्या **म+हा** चालीने एकूण १४ घरे वजीराच्या पल्ल्यात येतात,
+उंटाच्या **न** चालीने | + ए१-एच८कर्णातील ७ घरे वजीराच्या पल्ल्यात येतात,
| + ई१-ए५ कर्णातील ४ घरे वजीराच्या पल्ल्यात येतात;

अशी एकूण २५ घरे वजीराच्या पल्ल्यात येतात.

(ढ) आता वजीर जर 'डी४' ह्या घरात असेल तर त्याच्या पल्ल्यात एकूण २७ घरे येतात. उदा. :-

हत्तीच्या **म+हा** चालीने एकूण १४ घरे वजीराच्या पल्ल्यात येतात,
+उंटाच्या **न** चालीने | + ए१-एच८ कर्णातील ७ घरे वजीराच्या पल्ल्यात येतात,
| + जी१-ए७ कर्णातील ६ घरे वजीराच्या पल्ल्यात येतात;

अशी एकूण २७ घरे वजीराच्या पल्ल्यात येतात.

ह्याचप्रमाणे वजीर जर डी५ किंवा ई४, ई५ मध्ये असेल तर त्याच्या पल्ल्यात एकूण २७ घरे येतात.

उपरिनिर्दिष्ट **'व' 'र' 'च' 'ढ'** मधील वस्तुस्थितीनिर्देशक गोष्टी पांढऱ्या रंगाच्या (कर्ण) घरातील वजीरालासुद्धा लागू पडतात हे निराळे सांगावयास नको.

आपण वर पाहिले आहे की, वजीर जर डी४ किंवा ई५ ह्या घरात असेल तर त्याच्या पल्ल्यात एकूण २७ घरे येतात; त्याचप्रमाणे वजीर जर ई४, किंवा डी५ ह्या घरात असेल तर त्याच्या पल्ल्यात एकूण २७ घरे येतात. डी४, डी५, ई४ आणि ई५ ही केंद्रघरे आकृती १४५ मध्ये जाड चौकटीत दाखविली आहेत. ह्या केंद्रघरांपैकी कोणत्याही एका केंद्रघरात जर वजीर असेल तर त्याच्या पल्ल्यात एकूण २७ घरे येतात. वजीराच्या पल्ल्यात २७ घरे येतात ह्याचा वस्तुत: खेळात उपयोग म्हणजे सहज हालचाली करता येण्याजोगी २७ पर्यायी घरे वजीराच्या वाट्याला येतात. वरील सर्व गोष्टींवरून आणखी एक गोष्ट स्पष्ट होते की, पटाच्या कडेच्या घरापासून वजीर (किंवा उंट) जसजसा केंद्रघरांकडे जातो तसतसे त्याला हलता येईल अशा पर्यायी घरांची संख्या वाढत जाते. यासाठी प्रत्येक बुद्धिबळपटू आपल्या मोहऱ्यांना पटावरील केंद्रघरे मिळवून देऊन त्याचवेळी प्रतिस्पर्धी मोहऱ्यांना त्या केंद्रघरापासून दूर ठेवण्याचा सतत प्रयत्न करत असतो.

डाव वाढीमध्ये मोहऱ्यांना केंद्रघरातील स्थान मिळवून देण्यात प्याद्यांची उपयुक्तता केव्हाही विसरून चालणार नाही. कारण प्रतिस्पर्धी मोहऱ्यांना केंद्रघरापासून दूर ठेवण्याची महत्त्वाची कामगिरी प्यादी चोख रीतीने करू शकतात. यावरून दिसून येईल की केंद्रघरातील प्याद्यांना खूपच महत्त्वाची आणि जबाबदारीची कामगिरी बजावावयाची असते. उदा. आकृती ८४ आणि आकृती ८५ पाहा.

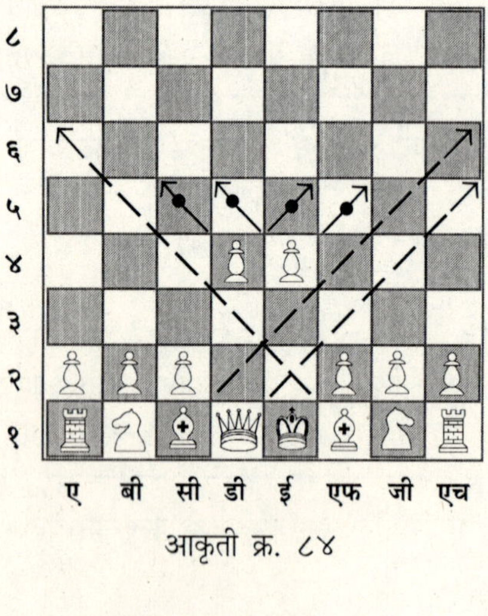

आकृती क्र. ८४

आकृती ८४ मध्ये पांढऱ्या राजाच्या आणि वजिराच्या पुढील प्याद्या **ई४** व **डी४** मध्ये चालवल्या जातात, तेव्हा ती केंद्रघरातील **(सी४, डी४, ई४, एफ४)** या केंद्रघरांवरती कशी मारक दृष्टी रोखतात हे बाणांनी दर्शविले आहे. तसेच त्या त्या प्याद्या पुढे गेल्याने, त्यांच्या वजिराचा व दोन्ही उंटांचे कर्णमार्ग

मोकळे झाल्याने, त्या त्या मोहऱ्यांचा मारा कोणकोणत्या कर्णमार्गांतील सर्व घरांवरती, तसेच त्यांचा पल्ला थेट पटाच्या कडे पट्टीतील घरांपर्यंत कसकसा पोहोचतो हे सर्व त्या त्या बाणांनी दर्शविले आहे.

त्याचप्रमाणे आकृती ८५ मध्येही काळ्या राज्याच्या व वजिराच्या प्याद्या पुढे **ई५** व **डी५** मध्ये चालवल्याने त्यांचा व त्यांच्या मोहऱ्यांचा मारा वर उल्लेख केल्याप्रमाणे, त्या त्या बाणांनी दर्शविला आहे.

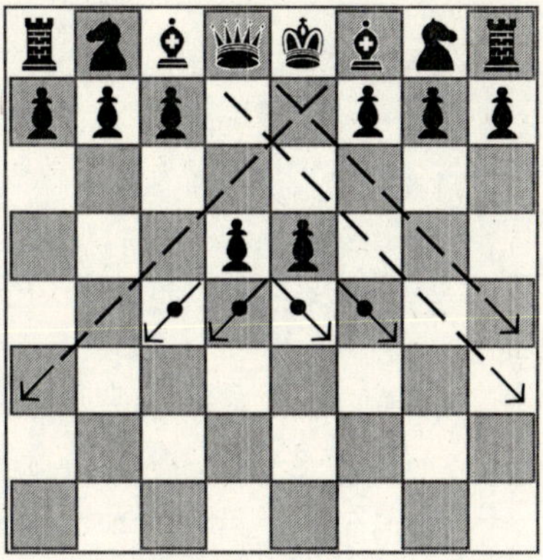

आकृती क्र. ८५

ह्यावरून कळून येईल की जो खेळाडू सुरुवातीच्या चालींत राजा आणि वजीरापुढील प्यादी यशस्वीरीतीने पुढे चालवू शकतो तो केंद्रघरावरती योग्य रीतीने ताबा ठेवू शकतो.

आकृती ८४ आणि ८५ वरून आणखी एक गोष्ट निदर्शनास येते की, मोहऱ्यांना हलता येतील अशा घरांची संख्या वाढली म्हणजे त्यांचे सामर्थ्यही त्या प्रमाणात वाढते. ह्या वस्तुस्थिती निदर्शक गोष्टीचा उपयोग डावाच्या प्रत्येक स्तरात प्रत्ययास येईल. उदा. आकृती ८४, ८५ मधील स्वगृहातील (म्हणजे ए१, ए८, एच१ एच८ मधील) हत्तींचे सामर्थ्य शून्य आहे. कारण त्यांना हालचाल करता येत नाही. परंतु पान क्र. १०६ वरील आकृती क्र. ७० मधील डी१ ह्या घरातील हत्तीचे सामर्थ्य वृद्धिंगत झाल्याचे आढळून येईल. यावरून आणखी एक गोष्ट उघड होते की मोहऱ्यांना सहजसुलभ हालचाल करणे शक्य झाले म्हणजे योग्य वेळी मोक्याच्या घरात जाऊन प्रतिस्पर्ध्यावर हल्ला करणे सहज शक्य होते.

आणखी एक गोष्ट प्रकर्षाने दिसून येते की, केंद्रघराच्या राजमार्गावरूनच मोहरी प्रतिपक्षावर हल्ला चढवितात; आणि प्रतिस्पर्ध्याने जर का अशा चढाईखोर मोहऱ्यांना बिना अडथळा केंद्रस्थानात बसू दिले तर डावाचा समतोल नाहीसा होऊन त्या (प्रतिस्पर्ध्या) ला बचावात्मक फळी उभारण्याची संधी मिळण्यापूर्वीच त्याचा डाव कोलमडतो. केंद्रघरांवरचे हे राजमार्ग म्हणजे मर्मस्थानेच होत आणि चांगले बुद्धिबळपटू ते सुरक्षित ठेवण्याची दक्षता अगदी सुरुवातीच्या चालीपासून घेतात.

सर्वसाधारणपणे पांढऱ्याला १८ प्रकारच्या सुरुवातीच्या चाली करण्याची संधी लाभते. परंतु ह्या सर्वांमध्ये ज्या चालींनी केंद्रघरावर प्रभुत्व मिळविता येते

त्या चाली अत्यंत महत्त्वाच्या आहेत. उदा.

(१) ई४, ...; किंवा
(२) डी४, ...; किंवा
(३) सी४, ...; किंवा   ह्या होत. ह्यानंतर
(४) एफ४,
(५) घो-एफ३,...; ही चाल बरी आहे.

ह्या सगळ्या चालींमध्ये पहिल्या दोन चाली अत्यंत लोकप्रिय आहेत, कारण त्या एकाच वेळी केंद्रघरांचा ताबा मिळवून त्याच वेळी उंटांचा मार्गही मोकळा करतात. ह्या पहिल्या चालीनंतर पांढऱ्याने केवळ प्याद्यांच्या उनाड चाली न करता आपली मोहरी सुस्थानात आणणे उचित ठरते. वर पांढऱ्याबद्दल जे सांगितले आहे ते सारे काळ्यालाही लागू पडते हे निराळे सांगावयास नको.

(१) **ई४, ...;** आणि (१) **डी४, ...;** ह्या चाली सरळ केंद्रघरात जातात एवढेच नाही तर त्याचे पुढील कर्णघरांवर मारक नजर रोखून विरोधी प्याद्यांच्या मार्गात आल्याने त्यांची आगेकूच रोखतात.

यासाठी पांढऱ्याला शक्य झाल्यास वरील दोन्हीही प्याद्यांच्या चाली सुरक्षितपणे करता आल्यास फायदेशीर असते. कारण त्यामुळे त्याला त्वरित डाववाढ साधणे शक्य होते. पांढऱ्याची पुढे सरसावणारी अशा प्रकारची डाववाढ वेळीच रोखण्यासाठी, काळ्याला सर्व शक्ती पणाला लावणे भाग पडते. ह्यासाठी काळ्यानेही काही केंद्रघरांवर ताबा मिळवावा लागतो, किंवा तसा ताबा पुढे मिळविण्याची तजवीज करून ठेवावी लागते. ह्या सर्व गोष्टींतून एकच निष्कर्ष निघतो तो म्हणजे 'केंद्रघरांवरील ताबा होय.' कारण –

''जो केंद्रघरांवर ताबा मिळवू शकतो,
तो डावावर वर्चस्व मिळवू शकतो.''

खेळावयाची दुसरी पाळी काळ्यावर येत असल्याने त्याला सुरुवातीला गैरसोय सहन करावी लागते. ह्याउलट पांढऱ्याला त्याचा हेतू साध्य करण्यासाठी प्रथमपासून उत्तम संधी लाभते; त्यामुळे तो सुरुवातीचे प्राधान्य काही काळ टिकवू शकतो. ह्या सर्व घडामोडी निरनिराळ्या प्रकारच्या सुरुवातीच्या चालींतून कशा घडतात हे पाहू.

■

धडा चार

सुरुवातीच्या चालींचे प्रकार

डावाच्या सुरुवातीच्या मांडणीवरून एक गोष्ट लक्षात येईल की, डावाची सुरुवात मोहऱ्यांपुढील प्यादी किंवा उड्डाण चालीचे घोडे करु शकतात. ह्यामधून सुरुवातीच्या चालींचे निरनिराळे प्रकार उद्भवतात आणि सोयीसाठी त्यांचे वर्गीकरण वेगवेगळ्या गटात करतात. ह्या वेगवेगळ्या गटांची नावेही निरनिराळी आहेत. उदा.

(१) काही गटांची नावे त्यांच्या शोधकांच्या नावावरून पडली आहेत. उदा. 'रूयलोपेझ' 'अलेखिनचा बचाव', 'निमझोविझची' सुरुवात वगैरे (२) काही नावे त्यांच्या मूळ उगमस्थानांवरून पडली आहेत. उदा. 'भारतीय बचाव', 'फ्रेंच बचाव', 'इंग्लिश सुरुवात', 'सिसिलियन बचाव' वगैरे. (३) काही नावे ज्या प्याद्याने किंवा ज्या मोहऱ्याने सुरुवात करतात त्याचे नाव त्या गटाला देतात. उदा. 'वजीर प्याद्याची' सुरुवात, 'दोन घोड्यांचा बचाव' वगैरे.

पुढे **'सु' 'रु' 'वा' 'त'** ह्याखाली काही खास गटांमधील, महत्त्वाच्या सुरुवातीच्या चालींची माहिती, सटीप आणि आकृत्यांसह दिली आहे ती पहावी.

(सु) दुहेरी राजा - प्याद्यांची सुरुवात :-

(१) केंद्रडाव :

(१) ई ४, ई ५.
(२) डी ४, ई × डी ४
(३) व × डी ४, ...;
(आकृती ८६ पहा)

(३) ...; घो सी ६
(४) व-डी१, उं-सी ५
(आकृती ८७ पहा)

पांढऱ्याची ही सुरुवात तितकीशी चांगली नाही; त्याची कारणे पुढे दिली आहेत. पांढऱ्याने,

(क) सुरुवातीला प्याद्यांच्या चाली केल्या आहेत; त्यामुळे

(ख) त्याला डाववाढीसाठी मोहरी बाहेर काढता आली नाहीत,

(ग) त्याने सुरुवातीच्या चालीतच वजीरासारखे **'म हा न'** सामर्थ्यवान मोहरे बाहेर काढले आहे, त्यामुळे

(घ) बाहेर पडलेल्या पां. वजीरावर दबाव आणण्यासाठी काळा वजीर-घोडा बाहेर काढण्याची संधी काळ्याला आयती मिळते. उदा. **..., घो-सी६;** ही

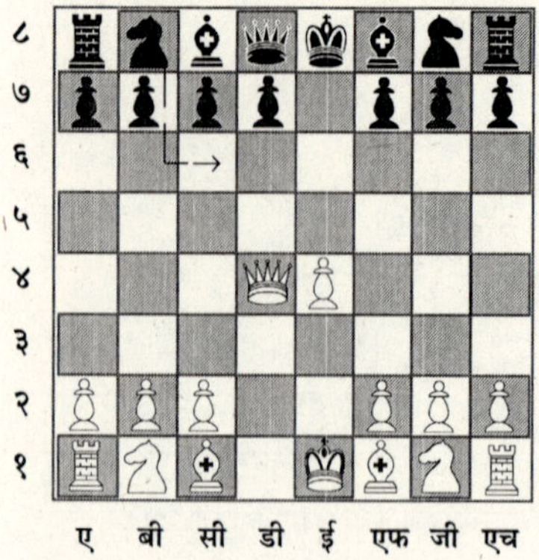

आकृती क्र. ८६

काळ्याची खेळी आहे.

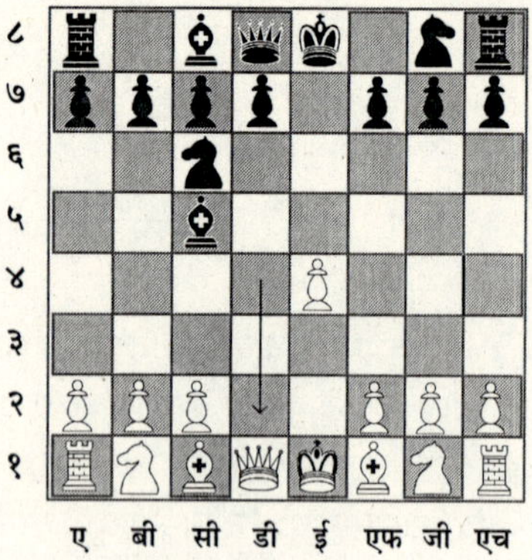

आकृती क्र. ८७

पांढऱ्याची खेळी आहे.

खेळी करून काळ्याला आपले एक मोहरे डाव वाढीसाठी बाहेर काढण्याची संधी सहज मिळते. आणि त्याच वेळी

(च) हा काळा घोडा पां. वजीरावर हल्ला करत असल्याने त्याचा बचाव करण्यासाठी, पांढऱ्याला तो वजीरच हलविणे भाग पडते तेव्हा

(छ) पांढऱ्याचे तेच, ते मोहरे सुरुवातीच्या खेळ्यांमध्ये दोनदा हलविले जाते. कारण पां. ला (४) **व-डी१, ...;** ही खेळी करणे भाग पडते आणि

(ज) पांढऱ्याने खेळी क्र. २ आणि ४, ह्या दोन उनाड चाली केल्यामुळे, काळ्याला 'वेळेचा फायदा' आपोआप मिळतो. आणि मग

(झ) काळ्याला दुसरे एक मोहरे बाहेर काढण्याची संधी सहज मिळते. उदा.

(४) **..., उं-सी५**

अशा रीतीने काळ्याने दोन मोहरी सुस्थानात बाहेर आली आहेत आणि त्यांच्या माऱ्यात दोन केंद्रघरे आणि इतर घरे येतात; थोडक्यात काळ्याच्या सुरुवातीच्या सर्व चाली डाववाढीसाठी पोषक आहेत, परंतु पांढऱ्याच्या सुरुवातीच्या चाली आत्मघातकी ठरतात.

(२) डॅनीशचे आमिष (Gambit)

(१) ई४, ई५;
(२) डी४, ई × डी ४;
(३) सी३, ...;
(आकृती ८८ पहा)

(३) .., डी × सी३;
(४) उं-सी४ सी × बी २
(५) उं × बी२, ...;
(आकृती ८९ पहा)

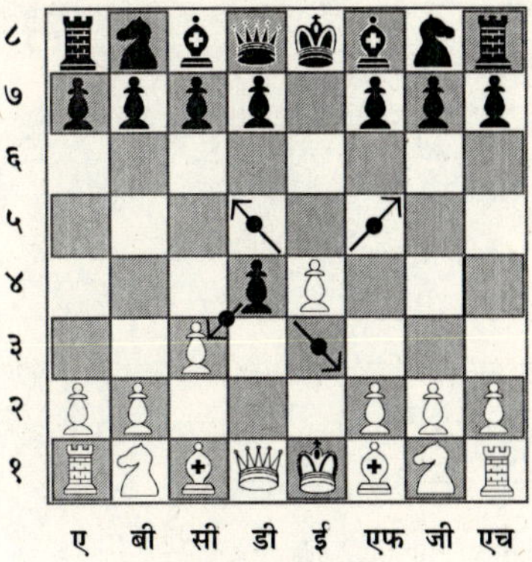

आकृती क्र. ८८

काळ्याची खेळी आहे.

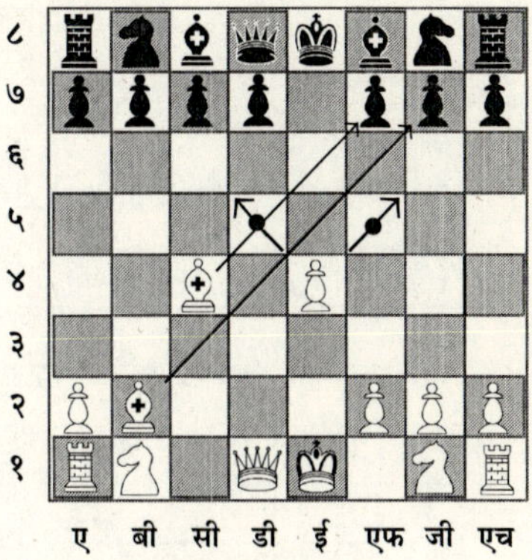

आकृती क्र. ८९

काळ्याची खेळी आहे.

प्याद्याचे हे एक आमिष आहे. 'आमिष' हा शब्द इटली भाषेतील `Gambit' ह्या शब्दाकरता वापरला आहे. गॅम्बीट म्हणजे आमिष– ही जोखीम पत्करून केलेली वैशिष्ट्यपूर्ण अशी सुरुवातीची चाल आहे, ह्यामध्ये खेळाडू जोखीम पत्करून प्रसंगी एखाद दुसऱ्या बुद्धिबळाचा आमिष रूपाने बळी देतो आणि त्याच्या बदल्यात अनुकूल डाववाढ साधण्यासाठी पुढाकार किंवा इतर स्थितीवाचक लाभ मिळवू शकतो. थोडक्यात आमिष (Gambit) म्हणजे ''स्थानानुकूल डाववाढ साधण्यासाठी, एखाद्या बुद्धिबळाचे (साधारण प्याद्याचे) आमिष दाखविणे होय.''

वरील आकृती ८८ मध्ये आमिषरूपाने दिलेल्या पांढऱ्या **'डी४'** प्याद्याचा बळी काळ्याने नुकताच (म्हणजे **२..., ई × डी३** खेळीने) घेतला आहे. ह्याशिवाय पांढऱ्याने दुसरे एक प्यादे– **सी३** मध्ये चालवून आणखी एक आमिष काळ्याला दाखविले आहे आणि या आमिषाचा स्वीकार काळा करील असा अंदाज पांढऱ्याने केला आहे. कारण काळ्याने जर का (३) **..., डी × सी३;** ही चाल करून आमिष स्वीकारले तर पांढरा (४) **उं - सी४...;** ही खेळी करून आपला एक उंट केंद्रात बाहेर सुस्थानी काढू शकतो आणि वर फुकटात मिळालेले आमिष गिळंकृत करणारा काळा आणखी एक आमिष स्वीकारतो. उदा.

(४) **..., सी × बी२;** ह्याला उत्तर म्हणून पांढरा मग

(५) **उं × बी२ ...;** ही खेळी करून आपला दुसरा उंट मारगिरी करण्यासाठी सुस्थानात बाहेर काढतो (आकृती ८९ पहा.)

ह्या सर्व पाच खेळ्यांची गोळा बेरीज केल्यास आपणास पुढील गोष्टी दिसून येतील –

पांढऱ्याने तीन प्याद्यांचे आमिषरूपाने बलिदान करून त्याच्या बदल्यात पुढील गोष्टी साधल्या आहेत–

(क) सुरुवातीच्या चालींत दोन मोहरी समर्थपणे सुस्थानांमध्ये बाहेर काढून, त्याने या पांढऱ्या उंटांच्या जोडगोळीचा मारा काळ्याच्या थेट आंतरगोटात जारी ठेवला आहे.

(ख) चांगली डाववाढ साधली आहे.

(ग) एक **पां.** प्यादे सुरुवातीपासूनच केंद्र घरात काढले आहे; ह्या उलट काळ्याची कृती आहे; कारण काळ्याने पुढील चुका केल्या आहेत. उदा.

(च) बाहेर काढलेल्या प्याद्याने मारामारी केली आहे; आणि

(छ) सुरुवातीला त्याने प्याद्याच्या चाली केल्या आहेत; त्यामुळे

(ज) त्याला आपली मोहरी बाहेर काढता आली नाहीत– तसेच

(झ) बाहेर काढलेले प्यादेसुद्धा शेवटी मारले जाते; त्यामुळे

(ट) त्याला एकही मोहरे किंवा प्यादे बाहेर काढण्याचे भाग्य लाभले नाही.

(ठ) त्याला डाववाढ करता आली नाही.

(ड) आमिषरूपी **पां.** प्यादे फुकटात मारण्याच्या नादात बाहेर काढलेले ई-प्यादेच दोन तीनदा हलविण्यात, काळ्याने 'वेळ फुकट दवडला' आहे.

(ढ) ह्याचा चौपट फायदा पांढऱ्याने घेतला आहे.

थोडक्यात सांगावयाचे म्हणजे, काळ्याने तीन प्याद्यांचे आमिष स्वीकारले आणि त्यापोटी बाहेर काढले गेलेल्या पांढऱ्या उंटांच्या जोडगोळीच्या प्रखर हल्ल्याचे आव्हानही काळ्याला स्वीकारणे भाग पडते.

(३) इव्हॅनचे आमिष

(१) ई४, ई५;
(२) घो-एफ३, घो-सी६;
(३) उं-सी४, उं-सी५;
(४) बी४, ...;

(आकृती ९० पहा.)

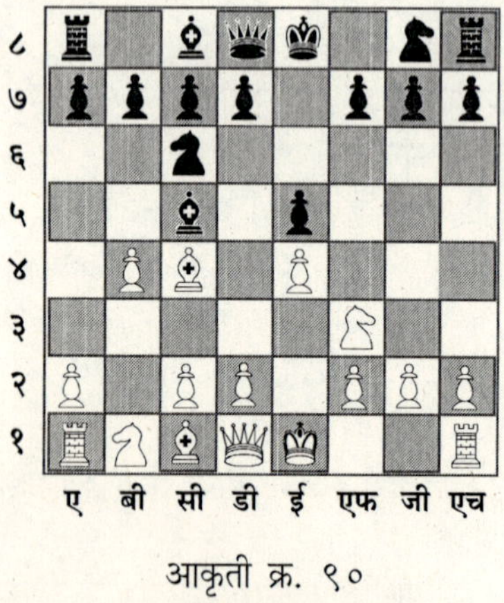

आकृती क्र. ९०

काळ्याची खेळी आहे.

प्याद्याचे आमिष पांढऱ्याने दाखविले आहे, आणि असा अंदाज बांधला आहे की जर काळ्याने ते आमिष स्वीकारले उदा.

(४) ..., उं × बी४; तर तो पुढीलप्रमाणे पाचवी आणि सहावी

(५) सी३, ...; खेळी करू शकतो.

(६) डी४, ...; आणि अशा रीतीने तो वजीरापुढील प्यादे निर्धोकपणे पुढे सारू शकतो, आणि प्याद्यांच्या सहाय्याने केंद्रघरांभोवती दृढ ताबा मिळवून डाववाढ साधू शकतो. तसेच संभाव्य हल्ला चढविण्याची पूर्वतयारी करू शकतो. आणि धडाकेबाज खेळ होऊ शकतो. त्यामुळे असा डाव खूप रंगतो.

परंतु अननुभवी खेळाडूंना हे सारे जमणार नाही तेव्हा नवोदित खेळाडूंनी शक्यतो "**(४) ...; उं - बी६;**" ही खेळी करून प्याद्याच्या आमिषाचा स्वीकार करू नये. अशा प्रकारचा धोपटमार्ग स्वीकारल्यास काळ्याला त्वरित धोका पोहोचत नाही. परंतु डाव लांबतो.

(४) चार घोड्यांचा डाव :

(१) ई४, ई५;
(२) घो-एफ३, घो-सी६;
(३) घो-सी३, घो-एफ६;
(आकृती ९१ पाहा.)

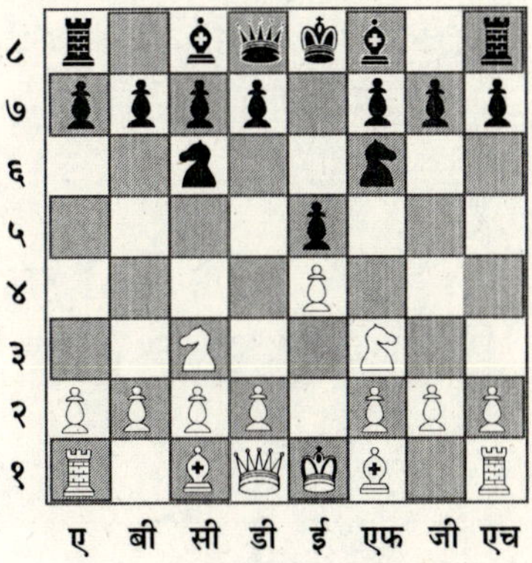

आकृती क्र. ९१

पांढऱ्याची खेळी आहे.

आकृती ९१ मधील स्थिती पुढील खेळ्यातून आणता येते. उदा.

(२) घो-एफ३, घो-एफ६;
(३) घो-सी३, घो-सी६;
किंवा
(२) घो-सी३, घो-सी६;
(३) घो-एफ३, घो-एफ६;

अशा प्रकारची सुरुवात जरी सुरक्षित असली तरी त्यामध्ये जिवंतपणा भासत नाही. कारण दोन्ही बाजूंना समान स्थिती प्राप्त होते त्यामुळे डावामध्ये तडफ उत्पन्न होत नाही; परंतु धोका नसल्याने, नवोदित खेळाडूंनी अशा प्रकारच्या सुरुवातीच्या चाली करावयास हरकत नाही.

(५) ग्युको पियानो

(१) ई४, ई५;
(२) घो-एफ३, घो-सी६;

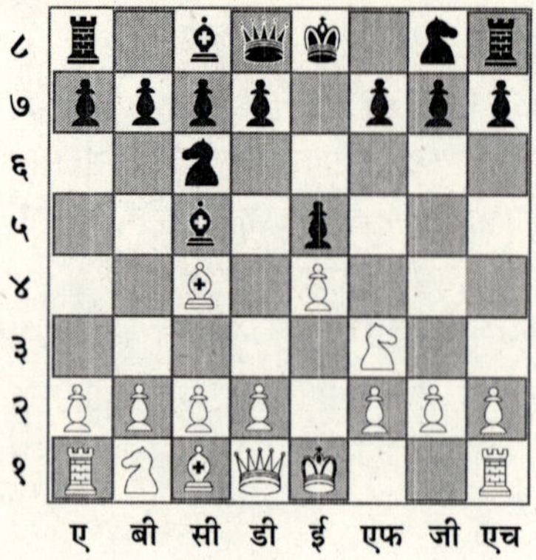

आकृती क्र. ९२

पांढऱ्याची खेळी आहे.

(३) उं-सी४, उं-सी५,

(आकृती ९२ पाहा.)

आणि ह्यापुढे पांढऱ्याने जर का

(अ) (४) डी३, ...;

(५) घो-सी३ ...;

डावाला सौम्य स्वरूप प्राप्त होते. परंतु पांढऱ्याने जर का :

(ब) (४) सी३, ...; ही खेळी करून, नंतर केंद्रघरावर ताबा मिळविण्यासाठी,

(५) डी४, ...; अशी खेळी करून वजीर प्यादे पुढे सरकविल्यास त्याला केंद्रघरांवर योजनापूर्वक दबाव आणता येतो, आणि ह्या हालचाली यशस्वी रीतीने केल्यास त्याच्या दोन प्याद्या केंद्रामध्ये राहतात आणि मग त्याला योग्य ती डाववाढ, करता येते.

(६) राजाचे आमिष

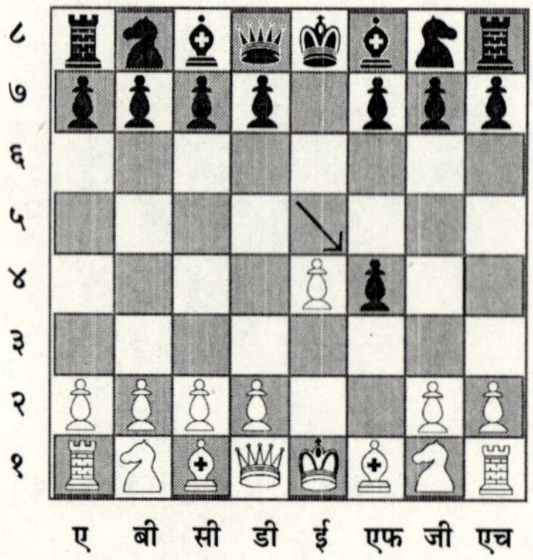

आकृती क्र. ९३

पांढऱ्याची खेळी आहे.

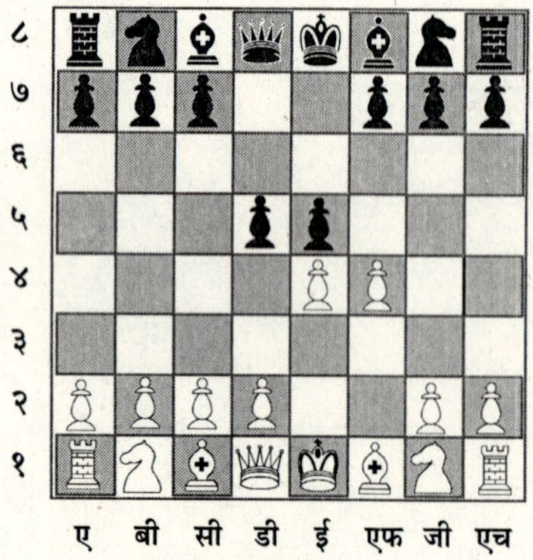

आकृती क्र. ९४

पांढऱ्याची खेळी आहे.

(१) ई४, ई५;

(२) एफ४, ई × एफ४

किंवा **(२) ..., डी५;**

ह्याला फाल्कबीरचे प्रतिआमिष म्हणतात.

आकृती ९३ पहा : पांढऱ्या प्याद्याचे आमिष काळ्याने स्वीकारले आहे त्यामुळे पांढऱ्याला पुढीलप्रमाणे फायदा होऊ शकतो.

(क) काळ्याचे केंद्रघरात पुढे आलेले प्यादे केंद्रघराबाहेर ओढले जाते.

(ख) काळ्याने सुरुवातीला पुढे धाडलेल्या प्याद्याने पांढरे प्यादे मारले आहे.

(ग) म्हणजे एकाच प्याद्याने, सुरुवातीच्या दोन खेळ्या करून, काळ्याने आपला वेळ फुकट दवडला आहे. कारण त्याने फुकटात मिळणारे आमिषरूपी प्यादे जरी मारले आहे तरी ह्या दुसऱ्या खेळीने त्याचा डावावाढीसाठी दृश्य असा कोणताही फायदा होत नाही. अशाने वेळ फुकट जातो आणि त्याचा फायदा पांढरा घेऊ शकतो. उदा.

(च) पांढऱ्याला निर्धोकपणे आपले दुसरे प्यादे म्हणजे 'डी' व-प्यादे एकदम दोन घरे पुढे चालवून सुरुवातीच्या चालीत आपली दोन प्यादी केंद्रघरांकडे चालवून केंद्रावरील ताबा दृढ करता येतो. अशा रीतीने केंद्रघरात सुरक्षितपणे दोन्ही प्यादी आल्याने पांढऱ्याला पुढीलप्रमाणे फायदा होतो. उदा.

(छ) दोन्ही उंटांचे मार्ग मोकळे होतात.

(ज) वजीराचा मार्गसुद्धा मोकळा होतो.

(झ) ह्यामुळे घोडे, उंट बाहेर काढून योग्य रीतीने डाववाढ त्वरित साधता येते.

(ट) वेळेवर किल्लेकोट करणे शक्य होते. वगैरे.

ह्या चालींतून डाव मात्र गुंतागुंतीचा होतो पण तितकाच तो चित्तवेधक आणि बुद्धीला चालना देणारा होतो.

परंतु वरीलप्रमाणे पां. प्याद्याच्या आमिषाचा स्वीकार न करता म्हणजे उपरिनिर्दिष्ट **(२) ...; ई × एफ ४;** ही खेळी न करता जर का काळ्याने

(अ) ...; उं-सी५; ही खेळी केली आणि पांढऱ्याने जर का

(३) एफ × ई५; ही खेळी केली तर ती पांढऱ्याची घोडचूक ठरेल कारण **(३) ..., व - एच४ शह;** ही खेळी काळ्याने केली तर मग पांढऱ्याची स्थिती केविलवाणी होते आणि काळ्याला डाववाढीसाठी मोहरी बाहेर काढण्याची संधी मिळू शकते आणि सुरुवातीच्या चालीतील पांढऱ्याचा पुढाकार जातो. कारण पांढऱ्याने सुरुवातीला प्याद्यांच्या चाली केल्या आहेत आणि राजाच्या संरक्षणाची योग्य ती काळजी घेतली नाही त्यामुळे तो डाववाढीमध्ये मागे पडण्याचा संभव आहे.

(ब) पांढऱ्या प्याद्याचे आमिष न स्वीकारता, काळ्याला (२) ..., डी५; ही चाल करून प्रतिटोला हाणता येतो. ह्यालाच "फाल्कबीरचे प्रतिआमिष" म्हणतात. (आकृती ९४ पहा.) मागे आकृती मध्ये दाखविल्याप्रमाणे 'ग्युको-पियानो' सारखा साधा खेळ न होता फाल्कबीरच्या प्रतिटोल्याच्या चालीतून गुंतागुंत वाढत जाते. यासाठी कोणत्याही प्रकारचे आमिष स्वीकारावयाच्या आधी

संपूर्ण विचार करणे अगदी आवश्यक आहे. कारण आमिष स्वीकारणे म्हणजे जाणूनबुजून संकटात उडी टाकणे होय. तेव्हा आमिष देण्यामागे कोणता हेतू दडला आहे हे नेमके हुडकून त्यावर वेळीच योग्य तो उपाय शोधला पाहिजे. कारण वेळेवर उपाययोजना झाली तरच डाव सावरता येतो.

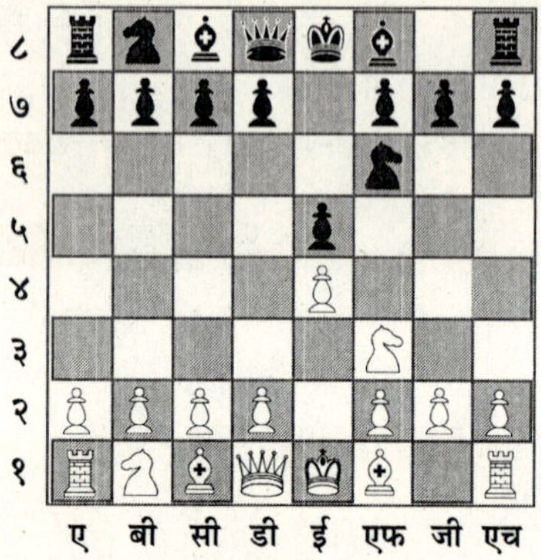

आकृती क्र. ९५

पांढऱ्याची खेळी आहे.

(७) पेट्रॉफचा बचाव

(१) ई४, ई५;

(२) घो-एफ३, घो-एफ ६

आकृती ९५ पहा. पांढऱ्या घोड्याने काळ्या रा-प्याद्यावर हल्ला चढविला असतानाही काळ्याने त्या प्याद्याला जोर करण्याऐवजी, बिनजोर पांढऱ्या **ई-**प्याद्यावर लगेच प्रतिहल्ला चढविला आहे.

ज्यांना डाव आणि प्रतिडाव चांगल्या रीतीने हाताळता येतील, त्यांनाच अशा प्रकारच्या सुरुवातीच्या चालींतील मौज लुटता येईल. उदा. पांढऱ्याने जर का (३) **घो × ई५ ...;** ही खेळी केली तर काळ्याने लगेच (३) **..., घो × ई४??** ही खेळी करणे धोक्याचे ठरेल. कारण पांढरा लगेच (४) **व-डी ई२, ...;** ही खेळी करून काळ्या घोड्याला हाकलतो. उदा. काळा ही खेळी (४) **..., घो एफ६??** करतो तेव्हा पांढऱ्याला काटशह सहज देता येतो. उदा.

(५) घो-सी६ काटशह, व ई७ आणि मग

(६) घो × ई७, उं × ई७;

किंवा

(५) घो-सी६ काट+, उं ई७ आणि मग

(६) घो ×सी८, रा × डी८;

अशा रीतीने घोड्याच्या मोबदल्यात, काळा वजीर पांढऱ्याला मारता येतो.

अशी ही घसरगुंडी थांबविण्यासाठी पांढऱ्याच्या तिसऱ्या खेळीला म्हणजे (३) **घो × ई५, ...;** ह्या खेळीला काळ्याने (३) **..., डी६;** ह्या खेळीने उत्तर देणे चांगले. कारण पांढऱ्याला (४) **घो-एफ३, ...;** ही चाल स्वीकारणे भाग पडेल. परंतु ह्या घडामोडीत सुरुवातीलाच काळ्याचे केंद्रप्यादे जाते.

(८) फिलीडोरचा बचाव

(१) ई४,   ई५,
(२) घो-एफ३,   डी६;

आकृती ९६ पहा.

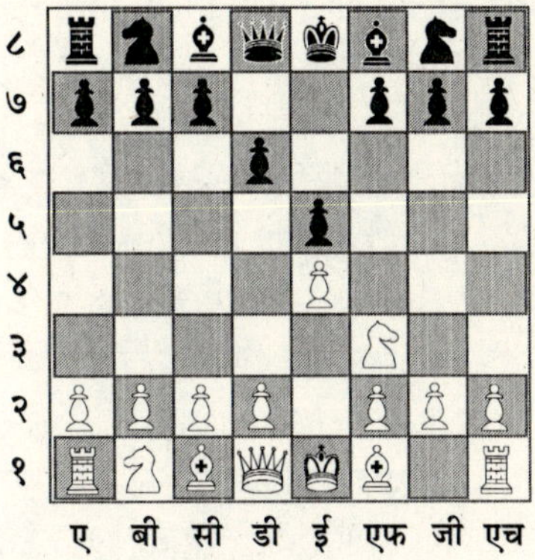

आकृती क्र. ९६

पांढऱ्याची खेळी आहे.

बिनजोर रा-प्याद्यावर **पां**-घोड्याने हल्ला चढविल्याने, त्याला, व-प्याद्याचा जोर काळ्याने दिला आहे. म्हणजे सुरुवातीला प्याद्यांच्या चाली केल्याने, आपले मोहरे बाहेर काढण्याची सुसंधी काळ्याने दवडली आहे. उदा. मागे शिफारस केलेली–

(२) ...,   **घो-सी६;** ही सुयोग्य चाल करण्याची संधी दवडली आहे. तसेच काळ्याने त्याच्या ई५ प्याद्याला जोर देण्यासाठी त्याचा डी६ या प्याद्याने जोर दिला आहे. परंतु तो निष्क्रिय वाटतो, कारण त्यामुळे काळ्याच्या डावबाढीमध्ये अडथळा होतो. उदा. **एफ८** मधील राजा-उंटाचा मार्ग तात्पुरता का होईना अडविला जातो. तसेच **बी८** मधला व-घोडा बाहेर काढण्याची सुसंधी दवडली जाते. त्याशिवाय रा-उंटाचा कर्णमार्ग खुंटतो, त्यामुळे ही चाल आत्मबंधनकारक ठरते.

(९) रुय लोपेझ

(१) ई४,   ई५;
(२) घो-एफ३,   घो-सी६;
(३) उं-बी५,   ...;

आकृती ९७ पहा. राजाच्या दुहेरी प्याद्यांच्या सुरुवातीमध्ये वर उल्लेखिलेली चाल बऱ्याच वेळा स्वीकारली जाते; कारण ह्यामध्ये काळ्याच्या खेळ्यांवर, पांढऱ्याला सतत दबाव आणणे शक्य होते, आणि त्यामुळे काळ्याच्या कळत न कळत

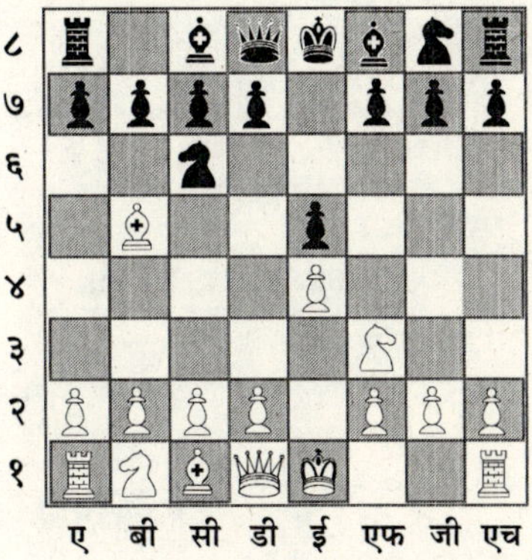

आकृती क्र. ९७

काळ्याची खेळी आहे.

चुका होण्याचा संभव वाढतो. परंतु येथे एक गोष्ट ध्यानात ठेवावी की, काळ्या **ई५**-प्याद्याला, सहजासहजी पांढऱ्याला मारता येणार नाही.

तसेच बाहेर काढलेल्या पां-उंटावर, काळ्याला प्यादे पुढे सारून हल्ला करता येतो. उदा. (३) **..., ए६;** आणि पां-उंट इतरत्र हलविल्यास खेळी वाया जाते. तेव्हा (४) **उं × सी६, डी × सी६;** ह्या खेळ्या होतात. आता जर का पांढऱ्याने काळ्याचे प्यादे घेतले उदा. (५) **घो × ई५ ...;** तर मग काळा (५) **..., व-डी४;** ही खेळी करून पांढऱ्याचे **ई४** प्यादे मारू शकतो. किंवा **५...,वजी५;** ही खेळी करून, **६,घो-एफ३, व×जी२; जी२** चे प्यादे मारू शकतो. थोडक्यात मारले गेलेल्या प्याद्याचा बदला घेता येतो आणि अशा वेळी वजीर बाहेर काढल्याने काळ्याचे फारसे नुकसान होत नाही; हा एक अपवाद आहे. कारण पांढऱ्याला आपला घोडा मागे (**६ घो एफ३,** मध्ये) घेऊन वाचविणे भाग पडते. त्यामुळे बाहेर काढलेल्या वजीरावर लगेच हल्ला होत नाही.

(१०) स्कॉचचा डाव

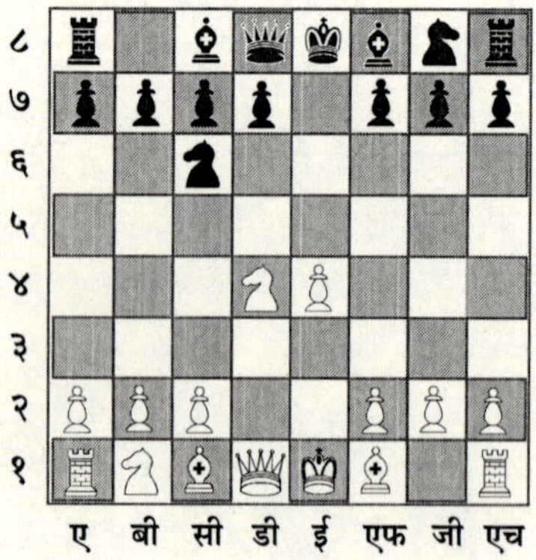

आकृती क्र. ९८

काळ्याची खेळी आहे.

(१) ई४, ई५;
(२) घो-एफ३, घो-सी६;
(३) डी४, ई × डी४;
(४) घो ×डी४, ...;

आकृती ९८ पहा.

येथे सुरुवातीच्या चालीत पांढऱ्याने आपला घोडा दोन वेळा खेळवून वेळ दवडला आहे; ह्याचा फायदा काळा घेऊ शकतो, त्याला सहज डाववाढ करता येते. उदा. **४..., घो-एफ६;** किंवा **४..., उं-सी५;** अशी खेळी करून आणखी एक मोहरे डाववाढीसाठी बाहेर काढता येते.

(११) दोन घोड्यांचा बचाव

(१) ई४, ई५;
(२) घो-एफ३, घो-सी६;
(३) उं-सी४, घो-एफ६;

आकृती ९९ पाहा.

येथे काळ्याने उंट बाहेर न काढता दुसरा घोडा बाहेर काढला आहे. अशा रीतीने आकृती मध्ये दाखविल्याप्रमाणे 'ग्युको पियानो'ची सुरुवात टाळली आहे. परंतु वरील चालीतून पुढे गुंतागुंत खूप वाढते. काळ्याने घोडा बाहेर काढून पांढऱ्या राजाच्या **ई४** -प्याद्यावर मारक दृष्टी ठेवली आहे. तेव्हा ई४ प्याद्याचे संरक्षण करण्यासाठी पांढरा **४घोजी५ ...;** ही खेळी करतो, आणि **ई४** प्याद्याचे संरक्षण करतोच, त्याशिवाय काळ्याच्या **एफ७** प्याद्यावर उंटाच्या सहाय्याने दुहेरी हल्ला चढवितो तेव्हा काळा पुढील खेळी करतो–

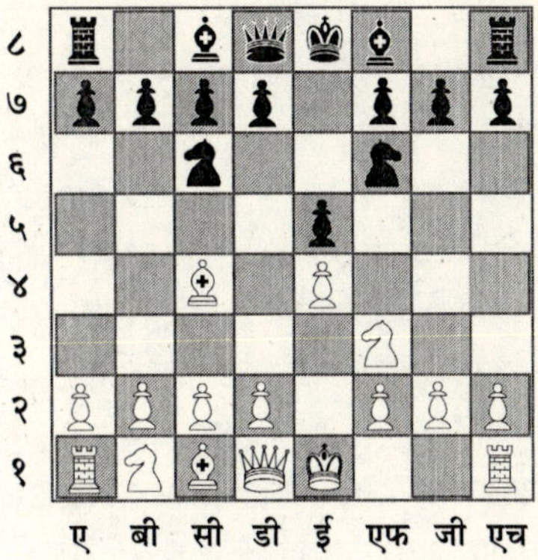

आकृती क्र. ९९

पांढऱ्याची खेळी आहे.

(४) ...; डी५; आणि पांढऱ्या उंटावर हल्ला चढवितो तेव्हा **(५) ई४ × डी५;** ही चाल करून प्याद्याने प्यादे मारतो. आणि काळ्या घोड्यावर हल्ला चढवितो. तेव्हा **'डी५'** मध्ये घुसलेल्या पांढऱ्या प्याद्याला काळ्या घोड्याने मारावे किंवा न मारावे हे नवोदित खेळाडूंनी संपूर्णपणे विचार करून ठरवावयास हवे, कारण;

(क) काळे प्यादे मारून **'डी५'** मध्ये पांढरे प्यादे आल्याने पांढऱ्या उंटाचा काळ्या **एफ७** प्याद्यावरील एक तीव्र मारा आपोआप रोखला जातो आणि मग काळ्याला घोडे वाचविण्यासाठी **(५) ..., घोए५;** ही खेळी करून पांढऱ्या उंटावर हल्ला चढविता येतो. (आकृती १०० पाहा) परंतु,

(ख) येथे काळ्याने जर **(५) ..., घो × डी५** ही खेळी केली तर पांढरा, घोड्याने **एफ७** मधील काळे प्यादे मारतो. उदा. **(६) घो × एफ७, ...;** अशा रीतीने पांढरा घोडा काळ्या वजीरावर आणि हत्तीवर एकाच वेळी दुहेरी हल्ला चढवितो. ह्यालाच **'फ्रेड लिव्हरचा हल्ला'** म्हणतात. आकृती मध्ये 'फ्रेड लिव्हरच्या हल्ल्याची' पूर्ण

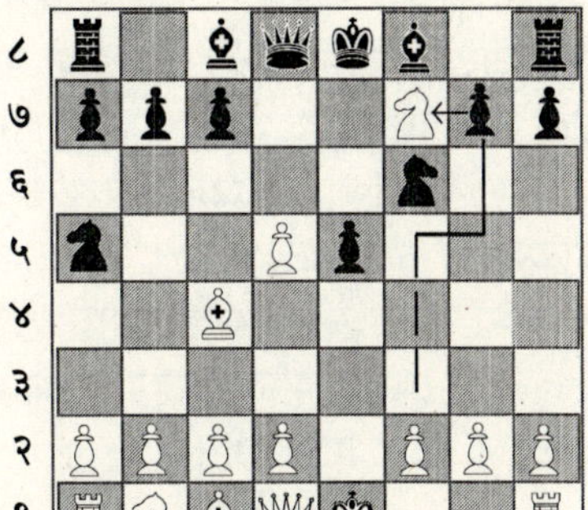

आकृती क्र. १००

फ्रेड लिव्हरचा हल्ला

कल्पना येण्यासाठी 'ए' पट्टीतील काळा घोडा 'सी६;' मध्ये हवा आहे; म्हणजे काळ्याने **५..., घो-ए४;** ही खेळी न करता काळ्याने **(५) घो (एफ) × डी५;** म्हणजे काळ्या (रा) घोड्याने **'डी५'** मधील पांढरे प्यादे मारलेल्या स्थितीनंतर पांढरा, **(६) घो × एफ७ ...,** ही खेळी (आकृती मध्ये दाखविली आहे.) करून, काळ्या वजीरावर आणि हत्तीवर "एकाच वेळी दुहेरी हल्ला" चढवितो. तोच "**फ्रेड लिव्हरचा हल्ला**" होय. तेव्हा असा हल्लेखोर द्विघाती घोडा, काळ्या राजाला मारणे भाग पडते.

(६) ...; रा × एफ७ या चालीने राजा हलविल्याने काळ्याची किल्लेकोट करण्याची संधी जाते. त्याचवेळी काळा राजा उघड्यावर आल्याने, पांढऱ्याला वजीराच्या सहाय्याने त्याच्यावर सहज हल्ला चढविता येतो. उदा.

(७) व-एफ३ शह, रा-ई६; आणि काळ्याला राजा हलविणे भाग पडते. अशा रीतीने पांढऱ्याला निर्धोकपणे वजीर बाहेर काढण्याची सुसंधी तर मिळतेच त्याशिवाय काळ्याला राजा हलविणे भाग पडल्याने त्याला मोहरे बाहेर काढून डाववाढ करण्याची संधी दवडावी लागते. अशा रीतीने पांढऱ्याचा 'वेळ वाचतो' त्यामुळे तो आणखी एक मोहरे बाहेर काढू शकतो. * काळ्याला राजा **'ई६'** मध्ये हलविणे भाग पडते कारण (ख :- **(५) ... घो × डी५;** ही खेळी करून) **डी५** मधील इरेस धरलेल्या काळ्या घोड्यावर पांढऱ्या उंटाचा आणि वजीराचा दुहेरी मारा होत असल्याने, काळा राजा **ई६** मध्ये आणून त्याला दुसरा जोर करावा लागतो.

(८) घो-सी३, ...; ही खेळी करून पांढरा इरेस धरलेल्या काळ्या घोड्यावर आणखी एक मारा चढवितो अशा रीतीने पांढरा आणखी एक मोहरे निर्धोकपणे बाहेर काढून यशस्वीरीतीने डाववाढ साधू शकतो. ह्याच्या उलट काळ्याची स्थिती होते. कारण इरेस धरलेल्या काळ्या घोड्याला तिसरा जोर देण्यासाठी **सी६** मधील बाहेर काढलेला घोडा हलविणे भाग पडते. उदा. **(८) ..., घो-ई७;**

अशा रीतीने बाहेर काढलेली काळ्याची तीच ती मोहरी पुन्हा पुन्हा चालविल्याने काळ्याचा वेळ फुकट दवडला जातो. आणि त्यामुळे तो डाववाढीत मागे पडतो.

तेव्हा काळा राजा स्वगृहाबाहेर हलविल्याने (अ) त्याची किल्लेकोटची संधी जाते आणि (ब) राजा उघड्यावर आल्याने तो भेदनीय ठरतो. हे सारे टाळण्यासाठी काळ्याने वर सांगितलेली (क) **(५) ..., घो-ए४** ही खेळी करणे इष्ट ठरते.

(१२) व्हिएन्नाचा डाव :

(१) ई४, ई५;
(२) घो-सी३, ...;

पांढऱ्याची ही चाल अगदी मिळमिळीत वाटते; कारण ह्या चालीने काळ्यावर कोणताही दाब आणता येत नाही. पांढऱ्याने (२) **घो-एफ३, ...;** ही खेळी केल्यास ई५ मधील काळ्या प्याद्यावर जसा मारक हल्ला चढवून दबाव आणता येतो तसा दबाव (२) **घो-सी३, ...;** ह्या चालीने आणता येत नाही.

(रु) एकेरी राजा प्याद्याची सुरुवात

दुहेरी राजा-प्याद्याच्या सुरुवातीपेक्षा एकेरी राजा-प्याद्याची सुरुवात, दोन्ही बाजूंच्या खेळाडूंना खेळणे अवघड जाते. परंतु काळ्याला अशा एकेरी राजा प्याद्याची सुरुवात थोडी लाभदायक होऊ शकते. कारण पांढऱ्याच्या (१) **ई४, ...;** ह्या खेळीला उत्तर म्हणून काळ्याने, जर, (१) ...; **ई५;** ही खेळी करण्याचे टाळले, तर, पांढऱ्याला त्याचे सुरुवातीचे आवडते डावपेच टाकण्यास आळा बसू शकतो.

१) अलेखिनचा बचाव

(१) ई४, घो-एफ६;

(आकृती १०१ पहा)

काळ्याने ही तऱ्हेवाईक खेळी करण्यामागे त्याचा हेतू उघड आहे. उदा. नुकताच बाहेर काढलेल्या काळ्या घोड्यावर पांढऱ्याला त्याचे बिनजोर रा-प्यादे पुढे सारण्याचा मोह व्हावा. आणि मग त्यातून पुढीलप्रमाणे खेळ्या होतील. उदा.

(२) ई५, घो-डी५;

(३) सी४, घो (डी५)-सी६;

(४) डी४, डी६;

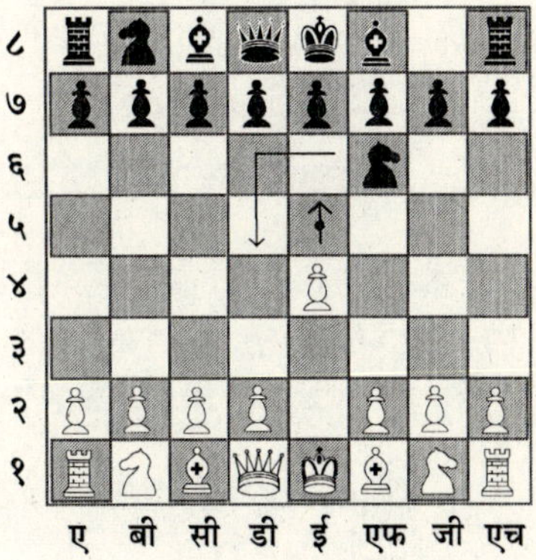

आकृती क्र. १०१

पांढऱ्याची खेळी आहे.

ह्या सर्व खेळ्यातून दिसून येईल की पांढऱ्याने सुरुवातीला प्याद्यांच्या चाली केल्या आहेत आणि काळ्याने प्रथम बाहेर काढलेला घोडा वरचेवर हलविला आहे.

पुढे पांढरा जर योग्य रीतीने खेळला तर, काळ्या बुद्धिबळांना मोक्याच्या घरात थारा मिळू शकणार नाही, त्यामुळे त्यांची भाऊगर्दी होण्याची शक्यता वाढते आणि मग काळ्याची स्थिती अवघडल्यासारखी होईल. परंतु काळ्याने वेळीच योग्य डावपेच टाकले तर, पुढे आलेल्या पांढऱ्या प्याद्यांना, पांढऱ्याला सांभाळणे अवघड जाईल आणि ह्या कमजोर प्याद्यांमुळे डावामध्ये कमकुवतपणा

वाढत जातो. १९७२ साली झालेल्या विश्वविजेतेपदाच्या चुरशीच्या डावांमध्ये अमेरिकेच्या बुद्धिबळपटू बॉबी फिशरने अलेखिनच्या बचावाचा उपयोग बऱ्याच वेळा केला.

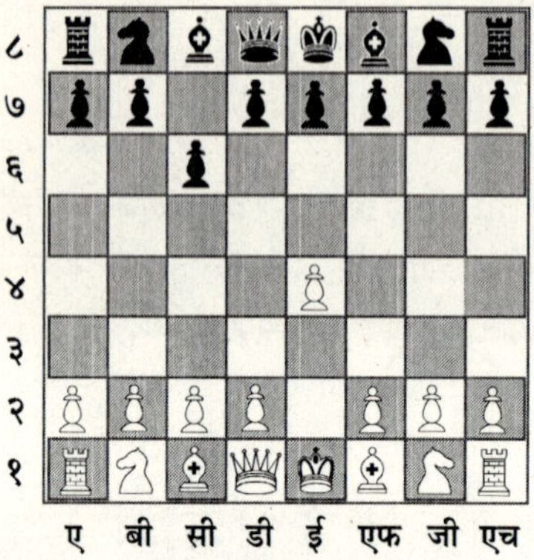

आकृती क्र. १०२

पांढऱ्याची खेळी आहे.

२) कॅरोकान्नचा बचाव

(१) ई४, सी६;

आकृती १०२ पहा. ह्यानंतर सर्वसाधारपणे पुढे दिलेल्या चाली केल्या जातात.

(२) डी४, डी५;

अशा परिस्थितीत एक गोष्ट प्रकर्षाने दिसून येते की, डावाची सुरुवात जेव्हा राजापुढील दुहेरी प्याद्यांनी दोन्ही खेळाडू करतात तेव्हा त्यातून केंद्रघरांच्या ताब्याविषयी स्पर्धा उद्‌भवते. परंतु काळ्याच्या सुरुवातीच्या उदा. (१) ..., **सी६;** ह्या चालीमुळे, तो केंद्रघराच्या स्पर्धेमध्ये आताच उतरणार नाही, असे अनुमान काढता येते; त्यामुळे केंद्रघरांच्या ताब्याची बाब टांगती राहते.

कॅरोकान्नचा बचाव सुरक्षित वाटतो. चांगल्या खेळाडूविरुद्ध तो खेळावयास हरकत नाही.

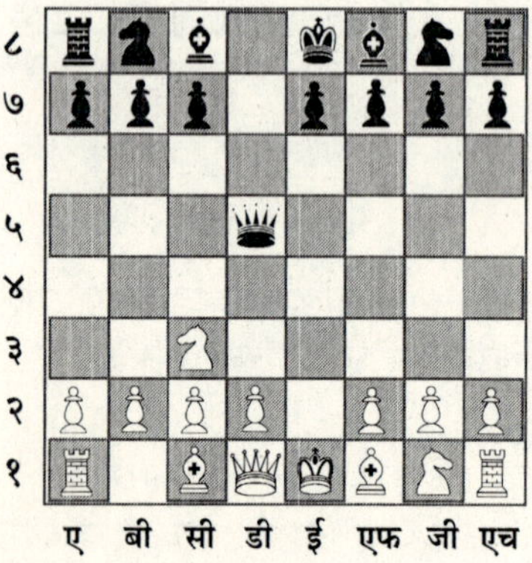

आकृती क्र. १०३

काळ्याची खेळी आहे.

३) प्रतिकेंद्र डाव

(१) ई४, डी५;

काळ्याचा हा बचाव स्वागतार्थ नाही. कारण मग पुढील चाली होण्याचा संभव असतो.

(२) ई × डी५, व × डी५;

(३) घो-सी३, ...;

आकृती १०३ पाहा. पांढऱ्याने आपला घोडा काळ्या वजीरावर घातल्याने, काळ्याला, त्याचा अकाली बाहेर काढलेला वजीर मागे सुरक्षित

ठिकाणी पिटाळावा लागतो. अशा रीतीने बाहेर काढलेले तेच ते मोहरे पुन्हा हलविल्याने त्याचा वेळ फुकट दवडला जातो. ह्या वस्तुस्थिती निदर्शक गोष्टीचा दुप्पट फायदा पांढऱ्याला मिळतो. कारण वजीर वाचविण्यासाठी फुकट केलेल्या खेळीमुळे पांढऱ्याला आणखी एक मोहरे बाहेर काढण्याची संधी आपोआप मिळते.

४) फ्रेंच बचाव

(१) ई४, ई६;

कॅरोकान्नमध्ये दाखविल्याप्रमाणे खेळ्या होतील.

(२) डी४, डी५;

आकृती १०४ पहा.

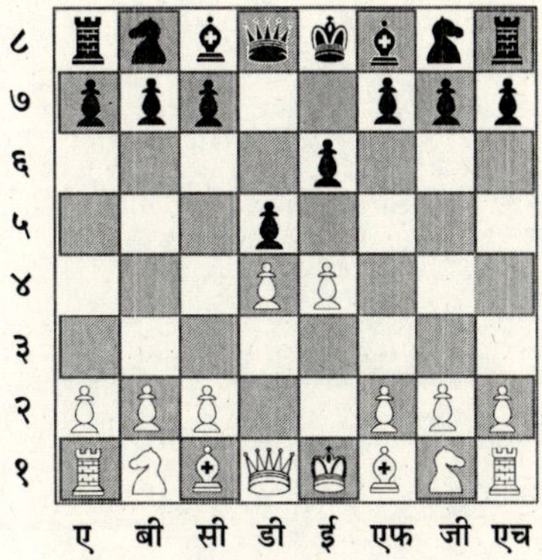

आकृती क्र. १०४

पांढऱ्याची खेळी आहे.

ह्या संघर्षातून, केंद्रघरांच्या ताब्यासाठी दोघांमध्ये चढाओढ चाललेली दिसून येते. ह्यामध्ये काळा **'ई५'** ऐवजी **'डी५'** मध्ये केंद्र सत्ता प्रस्थापित करू इच्छितो. ह्या डावामध्ये चांगली लढत जुंपते, बचाव भक्कम असतो, परंतु कॅरोकान्नपेक्षा हा डाव जोखमीचा आहे. काळ्याला, सुरुवातीला, डाव बंधनकारक वाटतो. पुढे तो खूप गुंतागुंतीचा आणि क्लिष्ट होतो. परंतु शेवटी काळा डाव जिंकण्याची शक्यता वाढते. कारण आवश्यकतेपेक्षा जास्त डाव (चौफेर) फैलावण्याचा मोह पांढऱ्याला होतो; त्याचा फायदा काळा घेऊ शकतो; आणि अंती डाव जिंकू शकतो. ह्याचे मुख्य कारण म्हणजे अगदी सुरुवातीपासून काळ्याने घेतलेला भक्कम बचावात्मक पवित्रा होय, ह्यामुळे पुढे तो शेवटपर्यंत चांगल्या रीतीने डाव लढवू शकतो.

५) सिसिलियन बचाव

(१) ई४, सी५;

ह्या चालीतून सुप्रसिद्ध 'सिसिलियन बचाव' उद्भवतो. आतापर्यंत दिलेल्या सुरुवातीच्या चालीतून आणि सिसिलियन बचावामध्ये तात्त्विकदृष्ट्या फरक आहे. येथे काळा, **'ई५'** किंवा **'डी५'** मध्ये प्यादी-केंद्र सत्ता प्रस्थापित करण्याऐवजी, वजीराच्या बगलेकडील एक प्यादे पांढऱ्या वजीर **डी**-प्याद्याच्या बदल्यात देऊ करून पांढऱ्याला शक्तीशाली केंद्रसत्ता प्रस्थापित करण्यापासून त्याला (म्हणजे

काळ्याला) वंचित करावयाचे आहे. आणि पुढे **ई६,** आणि **डी६,** मध्ये छोटे केंद्र स्थापून, काळ्याला केंद्रामधील अर्ध्या भागावर जरब बसवावयाची आहे. किंवा तो, डाववाढ करू शकतो. किंवा, तो पुढीलप्रमाणे खेळ्या करू शकतो. **..., डी६;** आणि पुढे **..., जी६;** आणि त्यांनतर **..., उं-जी७;** मग तो उंटाच्या सहाय्याने, केंद्रातील काळ्या कर्णपट्टीतील घरावर आणि सी च्या मोकळ्या पट्टीवर हत्तीच्या आणि वजीराच्या सहाय्याने सत्ता प्रस्थापित करू शकतो. ह्यामुळे सुरुवातीलाच, खेळाचे स्वरूप सौम्य करण्याचे टाळून खेळाडूंना, डावाचा शेवट बरोबरीने करण्याचे टाळता येते; कारण ह्या सिसीलियन बचावाच्या खेळ्यातून, पुढे, गुंतागुंतीचा लढा निर्माण होतो; आणि अशा लढ्यातून खेळाडूचे खरे कसब उठून दिसते. परंतु ह्यामध्ये पुढील धोका उद्‌भवतो. राजाच्या बगलेवर हल्ला करण्यास पांढऱ्याला बराच वाव मिळू शकतो, त्यामुळे काळ्याला बचावात्मक धोरण अत्यंत चातुर्याने आखावे लागते.

(२) घो-एफ३, ई६;

(३) डी४, ...;

पांढऱ्याने जर ही खेळी केली नाही तर मग काळ्याची **(३) ..., डी५;** ही खेळी त्याला लाभदायक ठरते.

(३) ..., सी × डी४;

(४) घो × डी४, घो-एफ६;

(५) घो-सी३, ...;

जर (५) ई५, व-ए५ शह; त्यांनतर (६) ...; व×ई५; अशा खेळ्या होतील.

(५) ..., डी६;

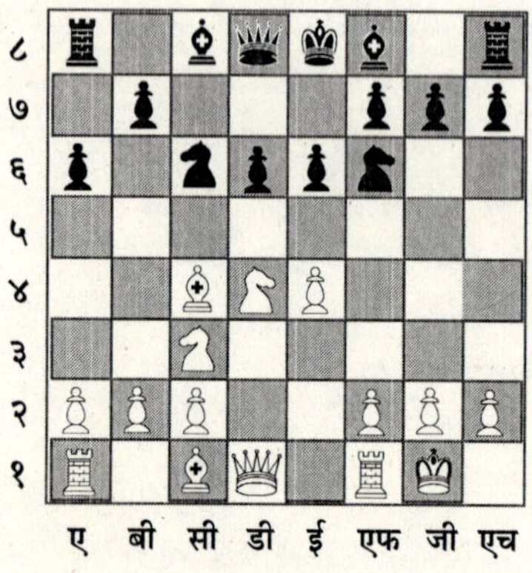

आकृती क्र. १०५

पांढऱ्याची खेळी आहे.

(६) उं-सी४; ...;

हा उंट राजाच्या बगलेवर हल्ला करू शकतो. ही कल्पना (अमेरिकेच्या) जगज्जेत्या बॉबी फिशरची अत्यंत आवडीची आहे. ह्या शिवाय आणखी पर्यायी खेळ्या पुढे दिल्या आहेत.

(६) उं-ई२ ...; नंतर एफ४, ...; त्यापुढे उं-एफ३; ...; ह्या खेळ्या करून; किंवा

(६) जी३, ...; नंतर उं-जी२; ...; ह्या खेळ्या करून; केंद्र कर्णातील पांढरी घरे, पांढऱ्याच्या पल्ल्यात येतील.

(६) ..., घो-सी६;

(७) ०-०; एद्;

ही एक महत्त्वाची चाल ठरते. कारण ह्यातून काळ्याला पुढील गोष्टी साधता येतील. आकृती १०५ पाहा.

(अ) **बी५** ह्या घरातून पांढऱ्या घोड्याच्या होणाऱ्या संभाव्य त्रासातून मुक्त झाल्याने, काळा वजीर सी७ ह्या स्थानात येऊन अधिक कार्यक्षम बनतो.

(ब) **बी७** चे प्यादे पुढे सारून पांढऱ्या वजीराच्या बगलेतील पांढऱ्या मोहऱ्यावर हल्ला चढविता येतो.

(वा) दुहेरी वजीर प्याद्यांची सुरुवात :

दुहेरी वजीर प्याद्यांच्या सुरुवातीच्या चालींतून म्हणजे अगदी आरंभापासून चुरशीच्या आणि चलाखीच्या डाव-प्रतिडावांतून गुंतागुंत वाढत जाते. खेळाला अचानकपणे वेगळे वळण लागते; आणि डाव चमकदार आणि बहारीचा होतो. अशा सुरुवातीच्या चालींतून निर्माण होणारे डावपेच अचूक हेरण्याचे कसब अंगी असावे लागते. यासाठी खेळाचा खूप अनुभव असावा लागतो. डावपेचांचे सखोल ज्ञान असावे लागते. डाव-प्रतिडाव करण्याची योग्यता असावी लागते. उदा.

१) वजीराच्या आमिषाचा स्वीकार

(३) डी४, डी५;

(४) सी४, डी × सी४;

आकृती १०६ पाहा.

संपूर्ण विचार केल्यास, पांढऱ्याने देऊ केलेले सी४ प्याद्याचे 'आमिष' खरे वाटत नाही. कारण आमिषरूपाने दिलेले प्यादे पांढरा व-ए४ शह, ...; ही खेळी करून काळ्याचे प्यादे मारू शकतो.

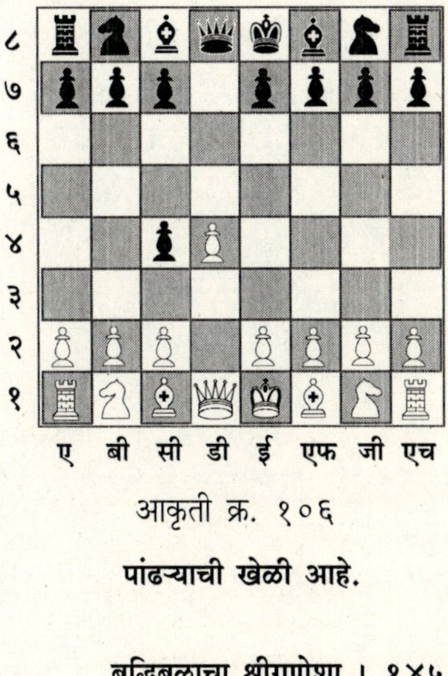

आकृती क्र. १०६

पांढऱ्याची खेळी आहे.

परंतु येथे काळ्याने, हे आमिष स्वीकारावे किंवा नाही हा एक वादग्रस्त प्रश्न आहे. कारण काळ्याने जर ते (आमिषरूपी) सी४ चे प्यादे मारले तर केंद्रघरातले त्याचे डी५ चे प्यादे

बाहेर ओढले जाते, त्यामुळे केंद्रघरावरील त्याचा ताबा कमकुवत होतो. ह्याउलट पांढरा, केंद्रघरांवरील आपला ताबा सहज दृढ करू शकतो. मग त्याला डाववाढ त्वरित करणे शक्य होते; तसेच त्याच्या बुद्धिबळांची समयोचित हालचाल करण्याची क्षमता खूप वाढते.

२) वजीराच्या आमिषाला नकार :

(किंवा व-प्याद्याचे आमिष नाकारणे)

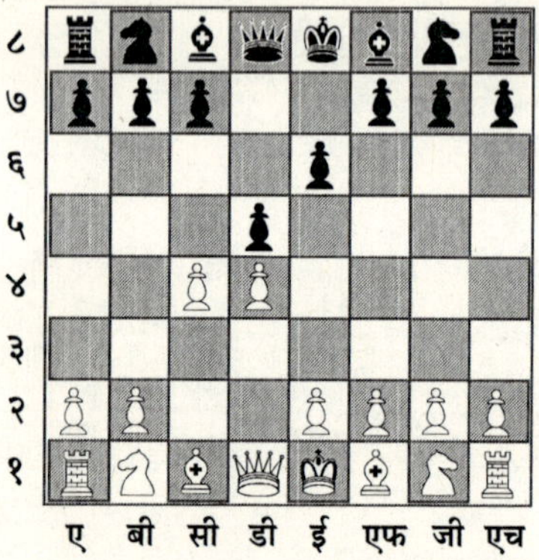

आकृती क्र. १०७

पांढऱ्याची खेळी आहे.

(१) डी४, डी५;
(२) सी४, ई६;
(आकृती १०७ पाहा.)
किंवा
(२) ..., सी६;

पांढऱ्याने देऊ केलेले आमिषरूपी **सी४** चे प्यादे, काळ्याने सध्यातरी मारण्याचे टाळले आहे. ह्या वस्तुस्थिती निदर्शक बाबीमुळे ह्याला 'वजीराच्या आमिषाला नकार' हे समर्पक नाव पडले आहे.

येथे काळ्याने ई६ मध्ये प्यादे (किंवा सी६ मध्ये प्यादे) खेळून डी५-प्याद्याला जोर केला आहे. ह्याचे कारण उघड आहे. ह्यामध्ये सुरुवातीला **'डी५'** ह्या केंद्रघरात स्वतःचे प्यादे राखून ठेवण्याचा काळ्याचा हेतू स्पष्ट होतो. ह्याचे मूळ कारण 'केंद्रघराचा ताबा' होय. हा दोघा खेळाडूंमधील एक वादग्रस्त प्रश्न आहे. उदा. येथे पांढऱ्याने जर का (३) सी × डी५, ...; ही खेळी केली तर काळाही (३) ई (किंवा सी) × डी५; ही खेळी करून 'डी५' ह्या केंद्रघरात प्यादे राखून ठेवू शकतो. यावरून दिसून येईल की, अशा प्रकारची सुरुवात नीट रीतीने खेळण्याचे ज्ञान आणि कसब दोघाही खेळाडूंना असावे लागते.

परंतु; काळ्याची स्थिती कोंडल्यासारखी होते. सुरुवातीपासून काळ्याचा डाव हळूहळू आवळला जातो; ह्या गळचेपीची जाणीव काळ्याला होत असते, त्यामधील धोकाही त्याला दिसून येतो. तेव्हा ह्या सर्व गोष्टींची जाणीव ठेवूनच त्याने, ह्या गळफासातून सुटका करून घेण्याचा योग्य इलाज ताबडतोब करावयास हवा. उदा. (आकृती १०८ पहा.)

येथे ई६, डी५, आणि सी६ मधील काळ्या प्याद्यांच्या वेढ्यात सापडलेल्या **सी८** च्या (व) उंटाला बाहेर कसे काढावे? ही एक मुख्य अडचण काळ्याला सुरुवातीपासून भेडसावीत असते. ही समस्या अशा प्रकारच्या चालींतून वरचेवर उद्‌भवते. आणि आकृती १०८ मध्ये दाखविल्याप्रमाणे प्याद्यांची रचना साहजिकच निर्माण होते. तेव्हा काळ्या प्याद्यांच्या कैदेत पडलेल्या **सी८** च्या (व) उंटाला मोकळा करण्याची तजवीज काळ्याने करावयास हवी. उदा. त्याने ..., ई५; किंवा ..., बी५; ह्या चाली करून काळ्या प्याद्यांच्या वेढ्यातून उंटाला बाहेर पडण्याची संधी द्यावी.

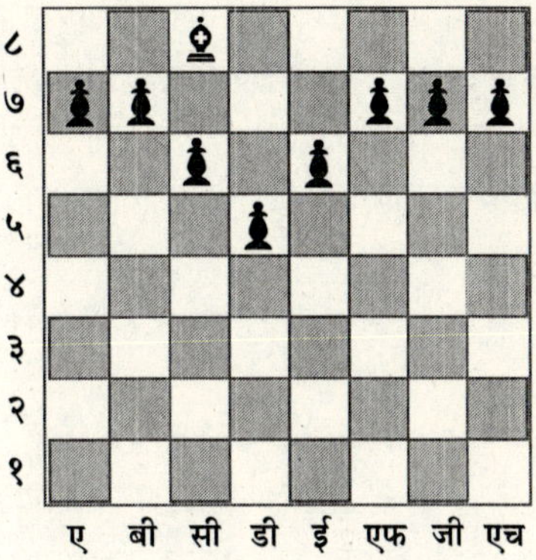

आकृती क्र. १०८

प्याद्याच्या वेढ्यात अडकलेला उंट

एकूण बुद्धिबळांच्या सर्व सुरुवातीच्या प्रकारांमध्ये ही सुरुवात अत्यंत चुरशीची आणि तितकीच उत्कंठा उत्पन्न करणारी आहे. म्हणून बुद्धिबळ खेळामध्ये ज्याने चांगली प्रगती केली आहे त्यानेच अशा प्रकारच्या सुरुवातीच्या चालींच्या वाटेला जावे हे बरे.

(त) एकेरी – वजीर प्याद्याची सुरुवात

आपण आताच पाहिले आहे की पांढऱ्याला **(१) डी४, ...;** ह्या चालीला काळ्याने जर **(१) ..., डी५;** ह्या चालीने उत्तर दिले तर पुढे डाव खेळणे अगदी कठीण जाते; म्हणून काळा, ही (१ ..., डी५;) खेळी न करता दुसरी एखादी योग्य चाल निवडतो. उदा.

(१) ..., घो-एफ६; आकृती १०९ पहा किंवा

(१) ..., एफ५; (आकृती ११० पहा.) ही चाल करून काळा पांढऱ्याच्या **'ई४'** ह्या घरावर ताबा मिळविण्याचा प्रयत्न करू शकतो. (ह्यामुळे दोन्ही खेळाडूंमध्ये केंद्रसत्तास्पर्धेचा लढा सुरू होतो.) ह्या चालींमुळे काळ्याचे दोन फायदे होतात.

पहिला फायदा : ह्या चालींमुळे, पांढऱ्याला हव्या तशा सुरुवातीच्या खेळ्या करण्यास आळा बसतो.

दुसरा फायदा : ही चाल केल्यामुळे काळ्याला हवा तसा डाव टाकता येण्याची संधी लाभते; अशा रीतीने खेळण्याचे स्वातंत्र्य काळ्याला लाभल्याने त्याचा आत्मविश्वास वाढतो. तसेच त्याला पांढऱ्याच्या ओंजळीने पाणी पिण्याचे टाळता येते आणि त्याच्या मनावरील दडपण आपोआप कमी होते; तो मोकळ्या मनाने डाव खेळू शकतो.

(१) बुडापेस्टचा बचाव :

(१) डी४, घो-एफ६;

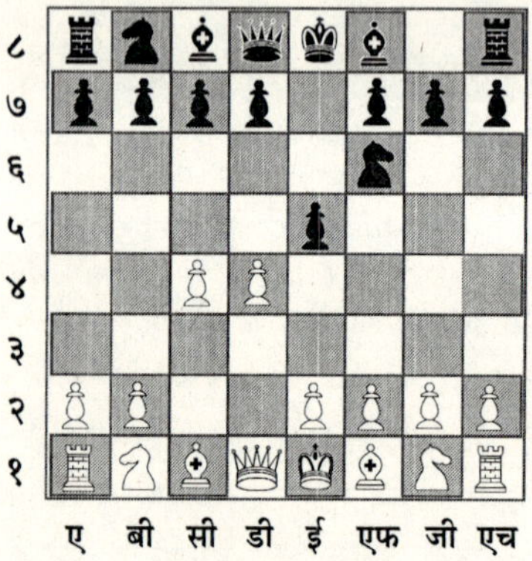

आकृती क्र. १०९

पांढऱ्याची खेळी आहे.

(२) सी४, डी५;

(आकृती १०९ पाहा.) विचारपूर्वक देऊ केलेले हे काळे प्यादे आहे. कारण पांढऱ्याने जर (३) डी × ई५, ...; ही खेळी केली तर; काळा (३) ..., घो-जी४; ही खेळी करतो आणि पुढे (४) ..., घो × एफ२; ही खेळी करू इच्छितो.

ह्या चार चालींमध्ये काळ्याने बाहेर काढलेला (रा) घोडा एकूण तीन वेळा हलविला आहे. सुरुवातीच्या चालींत तेच ते मोहरे हलवून वेळ दवडला आहे. तेव्हा पांढऱ्याने चवथ्या खेळीच्या वेळी "(४) एफ४, ...;" ही खेळी करून, पुढे गेलेल्या बिनजोर ई५ च्या (रा) प्याद्याला जोर करण्याच्या भानगडीत न पडता शांत चित्ताने आपली डाववाढ करावी हे उत्तम. परंतु ह्याउलट पांढऱ्याने त्या पुढे गेलेल्या ई५ प्याद्याला (४) एफ४, ...; ही खेळी केल्यास काळा (४) ..., उं-सी५; ही खेळी करून तो त्याचा उंट निर्धोकपणे बाहेर सुस्थानात आणतो आणि पांढऱ्यावर दबाव आणू शकतो.

(२) डच बचाव :

(१) डी४, एफ५; (आकृती ११० पहा)

वरील चाल पुढील चालीतून येऊ शकते.

(१) डी४, ई६;

(२) सी४, एफ५;

ह्या पुढे पांढऱ्याला (२) ई३, ...; ही खेळी करून फ्रेंच बचावात्मक चालीत रूपांतर करण्याची संधी लाभते.

चढाईखोर खेळाडूंना डच बचावात्मक डाव अनुसरण्यास चांगला आहे. कारण ह्यामध्ये बऱ्याच वेळी चढाईचे धोरण स्वीकारण्याची संधी काळ्याला मिळू शकते. त्याचप्रमाणे हा डाव बराच लवचिक आहे, कारण काळ्याला पुढील चाली करण्याची संधी मिळू शकते. उदा.

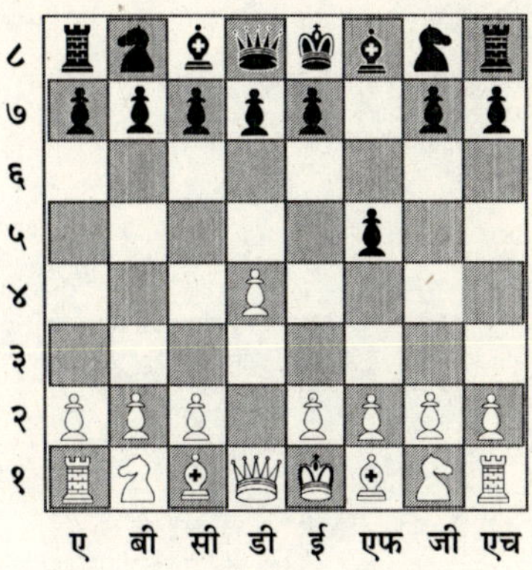

आकृती क्र. ११०

पांढऱ्याची खेळी आहे.

(अ) ..., ई६;
त्यानंतर ..., **डी५;** किंवा
(ब) ..., ई६,
त्यानंतर ..., **डी६;** किंवा
(क) ..., डी६ व ३; त्यानंतर ..., **ई५;**

(३) ग्रुन फिल्डचा बचाव :

(१) डी४, घो-एफ६;
(२) सी४, जी६;
(३) घो-सी३, डी५;
(आकृती १११ पहा.)

ह्या बचावामध्ये काळा (रा) उंट → जी७ ह्या घरात ठेवून, केंद्रकर्णातील घरांवर उंटाचा बचाव वाढविण्याचा, काळ्याचा उद्देश आहे. वरील तीन चालींनंतर पुढीलप्रमाणे चाली करता येतील. उदा.

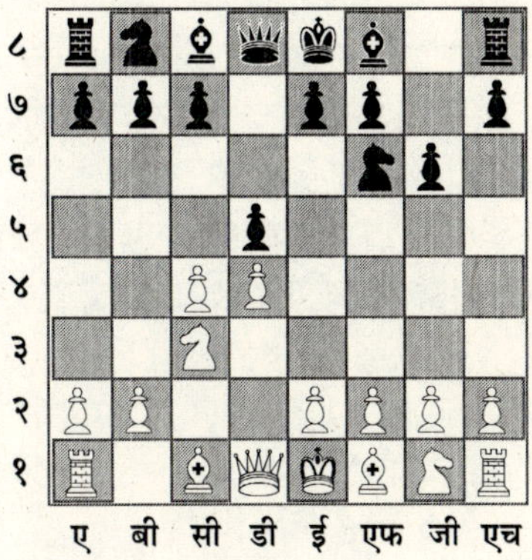

आकृती क्र. १११

पांढऱ्याची खेळी आहे.

(४) सी × डी५, घो × डी५
(५) ई४, घो × सी३;
(६) बी × सी३, सी५;
(७) घो-एफ३, उं-जी७;

अशा रीतीने काळा आपला उंट बाहेर काढतो. ह्या खेळ्यांमधून उद्‌भवणाऱ्या

स्थितीत, पांढऱ्या 'डी४-प्याद्याला' तिहेरी जोर आहे, आणि याच्यावर काळ्याचा तिहेरी मारा होत आहे. तेव्हा आता खरी चढाओढ केंद्रकर्णातील पांढऱ्या प्याद्यांच्या बलाविरुद्ध जी७ मधील केंद्रकर्णातील काळ्या उंटाच्या सामर्थ्यामध्ये आहे.

(४) राजाचा भारतीय बचाव :

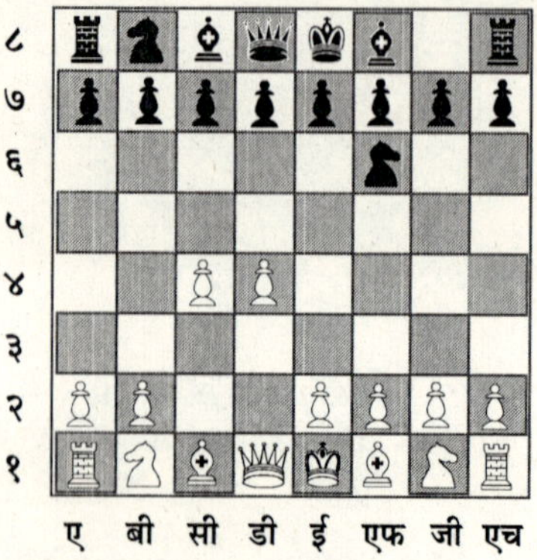

आकृती क्र. ११२

काळ्याची खेळी आहे.

(१) डी४, घो-एफ६;
(२) सी४, ...;
(आकृती ११२ पहा)
किंवा
(२) घो-एफ३, ...;
(२) ..., जी६;

ह्याच्यापुढे, खाली दिल्याप्रमाणे नमुनेदार चाली करता येतील. उदा.

(३) घो-सी३, उं-जी७;
(४) ई४, डी६;
(५) घो-एफ३, घो (बी) डी७;
(६) उं-ई२, ०-०;
(७) ०-०, ई५; वगैरे

ह्याच्यापुढे उंटाचा मारा वाढविण्यासाठी, काळा, ..., ई × डी४; ही खेळी करू शकतो. तेव्हा काळ्याचा हा बेत हाणून पाडण्यासाठी, पांढरा

(८) डी५, ...; ही चाल करू शकतो. तेव्हा असा पेच निर्माण झाल्यानंतर काळा, ...; घो-ई४; ही खेळी करून एफ पट्टीतील प्यादे पुढे दामटू शकतो. उदा. ..., एफ५; पुढे त्याला एफ पट्टी मोकळी करून, किल्लेकोटातील त्याच्या एफ८ च्या हत्तीला आणि इतर बुद्धिबळांना खेळावयास वाव मिळू शकतो.

(५) निमझो-इंडियन बचाव :

(१) डी४, घो-एफ६;
(२) सी४, ई६;
(३) घो-सी३, उं-बी४; आकृती ११३ पहा.

पांढऱ्याच्या (१) डी४, ...; ह्या सुरुवातीच्या पहिल्या चालीला काळ्याने वर दिलेले उत्तर (१) ..., घो-एफ६; खूपच लोकप्रिय आहे. येथे काळा आपले प्यादे

तात्पुरते पुढे चालवीत नाही.

तिसऱ्या खेळीत पांढऱ्याने व-घोडा सी३त बाहेर काढून 'ई४' चे घर त्याचे ताब्यात ठेवण्याचा स्पष्ट हेतू पाहून काळ्याने उंट बाहेर काढून त्या पांढऱ्या घोड्याला इरेस धरले आहे. त्याच वेळी एफ६ मधील काळा घोडा पांढऱ्याच्या 'ई४' घरावर मारा करीत असल्यामुळे पांढऱ्याला (४) ई४, ...; ही खेळी सध्या तरी करता येत नाही. आणि समजा त्याने ती खेळी केलीच तर काळा घोडा ते प्यादे सहज मारू शकातो. परंतु त्या काळ्या घोड्याला (इरेस धरलेला) पांढरा घोडा परत मारू शकणार नाही. त्यामुळे पांढऱ्याचे प्यादे फुकटात दिल्यासारखे होते आणि त्याचवेळी काळ्या उंटाने इरेस पकडलेल्या पां. घोड्यावर काळ्याचा दुहेरी मारा होतो.

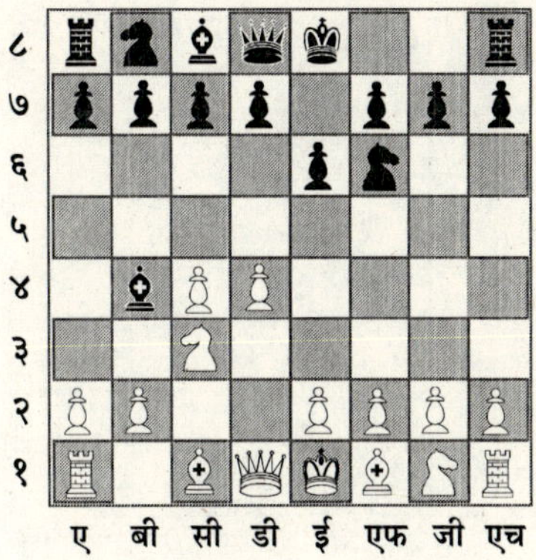

आकृती क्र. ११३

पांढऱ्याची खेळी आहे.

वर उल्लेखिलेल्या खेळ्यांच्या पुढे काळ्याला पुढीलप्रमाणे खेळ्या करता येतील. उदा. ..., डी६; आणि त्यानंतर ..., सी५; किंवा तो ..., ई५; किंवा ..., डी५; ही खेळी करू शकतो. ह्याप्रमाणे काळा निरनिराळ्या योजना आखू शकतो. त्याचप्रमाणे पांढऱ्यालाही समर्पक योजना आखण्यास भरपूर वाव आहे आणि काळ्याच्या योजना उखडून टाकण्यासाठी तो (४) ए३, ...; ही खेळी करू शकतो आणि उंटावर हल्ला करू शकतो तेव्हा उंट मागे घेऊन वाचविण्याऐवजी म्हणजे फुकट वेळ दवडण्याऐवजी काळ्याला (४) उं × सी३; ही खेळी करणे भाग पडते. आणि मग पांढरा (५) बी × सी३, ...; ही खेळी करतो. पुढे पांढरा, आपल्या दोन्ही उंटांना बाहेर काढण्याचा लाभ मिळवू शकतो तसेच ई४, ...; ही खेळी करून केंद्रघरावर दृढ ताबा मिळवू शकतो. आणि मग काळ्याला संपूर्ण बचावात्मक धोरण स्वीकारणे भाग पडते. पांढऱ्याच्या आणि काळ्याच्या अशा प्रकारच्या डावपेचातून, खेळ अत्यंत चुरशीचा होतो.

(५) वजीराचा भारतीय बचाव

(१) डी४, घो-एफ६;
(२) सी४, ई६;

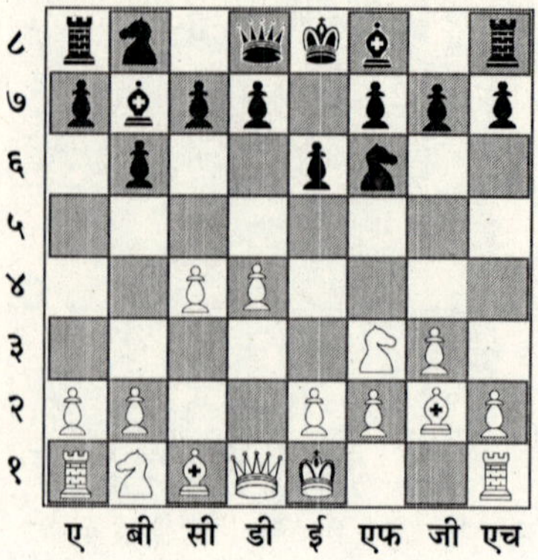

आकृती क्र. ११४

पांढऱ्याची खेळी आहे.

(३) घो-एफ३, बी७;

अशा रीतीने व-घोड्यापुढील प्यादे बी७ मध्ये पुढे सारण्यात काळ्याचा हेतू स्पष्ट दिसून येतो की, त्याला पुढे ..., उं-बी७; ही खेळी करून मधल्या मोठ्या कर्णघरांवर उंटाचा मारा जारी करावयाचा आहे. उदा. पुढीलप्रमाणे खेळ्या होतील. (४) जी३, उं-बी७; काळ्याचा उंट बाहेर आलेला पाहून पांढरा (५) उं-जी२, ...; (आकृती ११४ पाहा) ही खेळी करून आपल्या उंटाचा प्रतिमारा त्याच कर्णघरांवर करू शकतो. एकूण निष्कर्ष काढल्यास असे दिसून येईल की, पांढऱ्या बुद्धिबळांच्या हालचालीस आणि त्यांच्या डावपेचास सुरुवातीला बराच वाव मिळू शकतो.

सर्वसाधारणपणे वरील चालींमुळे डाव सौम्य स्वरूप धारण करतो. ह्या बचावामध्ये राजाच्या भारतीय बचावापेक्षा किंवा निमझो इंडियन बचावापेक्षा गुंतागुंत कमी प्रमाणात आढळून येते.

सुरुवातीच्या चालींच्या प्रकारांची माहिती वर करून दिली आहे. ह्या सर्व प्रकारांचे खेळले गेलेले डाव नवोदित खेळाडूंनी प्रत्यक्ष खेळून बघावेत. त्याचप्रमाणे सुरुवातीच्या चालींवर उपलब्ध असलेली आणि विस्तृतपणे लिहिलेली चर्चात्मक पुस्तके अभ्यासावीत.

आतापर्यंत बहुतेक सर्व लोकप्रिय सुरुवातीच्या चालींची ओळख करून दिली आहे. त्याचप्रमाणे त्यामधील तात्त्विक भूमिका स्पष्ट केली आहे. परंतु सुरुवातीच्या चालींची ही माहिती, सखोल अभ्यासासाठी आणि प्रदीर्घ अनुभवासाठी केव्हाही अपुरी पडेल. ही माहिती केवळ नवोदित खेळाडूंच्या मार्गदर्शनासाठी आहे. तेव्हा सुरुवातीच्या चालींमधील तात्त्विक भूमिका लक्षात ठेवूनच खेळाडूंनी सुरुवातीच्या चाली प्रसंग पाहून कराव्यात हे सर्वांत बरे.

''डावाची सुरुवात योग्य रीतीने कशी करावी'' ह्यासाठी काही महत्त्वाच्या सूचना पुढे दिल्या आहेत.

(१) डावाची सुरुवात, राजापुढील प्यादे किंवा वजीरापुढील प्यादे चालवून करावी. उदा.

(१) ई४, ई५;
किंवा
(२) डी४, डी५;

ह्या खेळीने वजीर आणि उंटाचे मार्ग मोकळे होतात. रा४ किंवा व४ ह्या केंद्रघरांचा ताबा घेऊन प्यादे कर्णघरांवर मारक दृष्टी ठेवते, आणि विरोधी प्याद्यांचा मार्ग रोखते.

सुरुवातीच्या पहिल्या दोन खेळ्यांमध्ये तुम्ही जर ई प्यादे आणि डी प्यादे यशस्वी रीतीने पुढे दोन घरे हलवू शकलात तर मग तुम्ही डावाची सुरुवात उत्कृष्ट रीतीने साधली आहे असे समजतात.

(२) लांब पल्ल्याच्या उंटाअगोदर उड्डाण चालीचे आणि आखूड टप्प्याचे दोन्ही घोडे पांढऱ्याने आणि काळ्याने अनुक्रमे डाववाढ साधण्यासाठी एफ३ आणि सी६, ह्या घरांमध्ये हलवावेत म्हणजे ते ह्या स्थानातून डी४ आणि ई५ ह्या केंद्रातील प्याद्यांना जोर देतात आणि त्याच वेळी ई५ आणि डी४ ह्या केंद्रघरांवर मारक दृष्टी ठेवतात. डाववाढीच्या दृष्टीने लांब पल्ल्याच्या उंटाला सुरुवातीला कोणत्या योग्य स्थानात हलवावे हे ठरवता येत नाही. तेव्हा घोडे प्रथम बाहेर काढलेत की त्याच्या अनुषंगाने उंट कोठे हलवावयाचा हे ठरविणे सोपे जाते.

(३) लवकरात लवकर किल्लेकोट करणे हे चांगले असते. कारण त्यामुळे राजाला संरक्षण मिळू शकते. तसेच केंद्रघरांना जोर देण्यासाठी किल्लेकोटाच्या हत्तीचा उपयोग होऊ शकतो. (आ. ४४, ४५, ७०, ७१ पहा.)

(४) सर्वसाधारणपणे राजाच्या बाजूचा किल्लेकोट करणे सोयीस्कर असते; कारण किल्लेकोटाच्या सर्व प्याद्यांना राजाचा जोर होऊ शकतो. परंतु वजीराच्या बाजूचा किल्लेकोट केला की 'ए२' प्याद्याला राजाचा जोर लगेच मिळत नाही. त्या प्याद्याला संरक्षण देण्यासाठी आणखी एक खेळी करणे भाग पडते. उदा. रा-बी१, अशी जादा खेळी, राजाच्या बाजूचा किल्लेकोट केला असता, करावी लागत नाही.

(५) आत्मबंधनकारक चाली शक्यतो टाळाव्यात. (आ. ५२ मधील काळ्याच्या खेळ्या पहा.)

(६) डावाच्या सुरुवातीला वजीरासारखे महान सामर्थ्यवान मोहरे एकदम बाहेर काढू नये; असे करणे नुसतेच धोक्याचे नाही तर त्यामध्ये वेळ फुकट जातो त्यामुळे डाववाढीमध्ये मागे पडतो, कारण बाहेर काढलेल्या वजीरावर विरोधी लहान बुद्धिबळ हल्ला करून त्याच वेळी ते डाववाढ साधू शकते. वजीराला वाचविण्यासाठी हलवणे भाग पडते. ह्या हलवाहलवीत खेळ्या आणि वेळ फुकट जातो. ह्या फुकट जाणाऱ्या वेळेत आणखी एक विरोधी बुद्धिबळ यशस्वी रीतीने बाहेर येऊ शकते म्हणजे ह्याचा फायदा प्रतिस्पर्ध्याला मिळतो. (आ. ८६, ८७ पहा. आणि पान १२९ व १३० वरील मजकूर पहा.)

(७) सुरुवातीच्या खेळ्यांमध्ये एकच मोहरे दोन तीन वेळा हलवून वेळ फुकट दवडू नये. (५२ साठीचा मजकूर पहा.)

(८) योग्य रीतीने डाववाढ साधण्यासाठी जास्तीत जास्त मोहरी यशस्वी रीतीने (सुस्थानात) बाहेर काढावीत. (आकृती ५२ पहा.)

वर दिलेल्या सूचना, आपल्या सर्वसाधारण मार्गदर्शनासाठी आहेत. एखाद्या परिस्थितीत वर सांगितलेल्या विचारसरणीत, जर एखादी खेळी बसत नसेल, तर ती (खेळी) तुमच्या कल्पनेनुसार, तुम्ही केव्हाही करू शकता.

सुरुवातीच्या चालींसंबंधी जितके सांगावे तितके कमीच पडते. (तेव्हा सखोल अभ्यासासाठी केवळ ह्या विषयावर लिहिलेली पुस्तके वाचावीत.)

■

धडा पाच

अंतिम पर्व

अंतिम पर्वाचे पुढे दिल्याप्रमाणे तीन विभाग पाडले आहेत.

विभाग १ : डाव समाप्तीच्या निरनिराळ्या प्रकारांची यादी आणि तत्संबंधी इतर गोष्टींची माहिती दिली आहे.

विभाग २ : डावाच्या शेवटच्या निर्णायक चालींची माहिती आणि सर्वसाधारण शेवट दाखविले आहेत. खेळी लेखन बैजिक पद्धतीमध्ये केलेले आहे.

विभाग १

अंतिम पर्वामध्ये डावाच्या शेवटच्या निर्णायक चालींचा समावेश होतो. अर्धवट राहिलेले डावपेच पूर्ण करण्यात येतात; मात होते आणि डाव संपतो; किंवा डाव अनिर्णित राहतो आणि शेवट बरोबरीमध्ये होतो.

सर्वसाधारपणे डावाचा शेवट अंतिम पर्वामध्ये होतो; परंतु कधी कधी नजरचुकीने घोडचूक होते आणि डाव मध्यंतरालाच गुंडाळावा लागतो. आणि काही डाव तर सुरुवातीलाच कोसळतात.

डाव जिंकणे आणि बरोबरीने सोडविणे ह्यामध्ये पुढे दिल्याप्रमाणे मोठा फरक असतो.

(१) जेव्हा खेळाडू मात करून डाव जिंकतो, जेव्हा त्याला सबंध एक गुण मिळतो आणि जो खेळाडू हरतो त्याला शून्य गुण मिळतो. परंतु

(२) जेव्हा सत्तीने मात करावयास आवश्यक असणारे कमीत कमी बुद्धिबळ नसते किंवा डाव कुंठित होऊन अनिर्णित राहतो आणि मग असे डाव बरोबरीने

सोडविले जातात, तेव्हा खेळाडूंना प्रत्येकी अर्धा, अर्धा गुण मिळतो.

सक्तीने मात करून डाव जिंकण्यासाठी आवश्यक असे कोणते बुद्धिबळ दल असावे लागते ह्याची माहिती पुढे तक्ता क्रमांक १ मधील 'वि' 'ज' 'य' 'श्री' मध्ये दिली आहे.

तसेच अनिर्णित डाव बरोबरीने सोडवावे लागतात, त्यांचेही निरनिराळे प्रकार आहेत ते तक्ता क्रमांक २ मधील 'अ' 'नि' 'र्णि' 'त' 'डा' 'व' मध्ये दिले आहेत.

तक्ता क्रमांक १

मात (Mate) यासाठी = किंवा # ही चिन्हे वापरतात किंवा 'मात' असे स्पष्ट लिहितात.

एकाकी विरोधी राजावर सक्तीने मात करण्यासाठी आपल्याकडे, पुढे दिल्याप्रमाणे, कमीत कमी बुद्धिबळ दल अवश्य असावे लागते.

वि (१) राजा आणि वजीर,
(२) राजा आणि हत्ती

ज (१) राजा आणि दोन उंट,
(२) राजा अधिक एक उंट आणि घोडा,

य राजा आणि प्यादे? हे केव्हा शक्य होईल बरे?
ह्याचे उत्तर : त्या प्याद्याचा वजीर किंवा हत्ती केल्यावरच शक्य होते. मग वर 'वि' मध्ये दिल्याप्रमाणे एकुलत्या एक विरोधी राजावर मात करता येते.

श्री डाव सोडून देणे (by resigning.)

तक्ता २
बरोबरीचे डाव

अ कुंठित डाव (Stalemate)

नि शह सातत्याने किंवा अविरत शहाने बरोबरी (Perpetual Check)

र्णि एकाच डावात एका पाठोपाठ तीच ती स्थिती परत परत तीन वेळा येण्याने बरोबरी (Same position has happened three times in a game)

त संमतीने ठरवलेली बरोबरी (Draw by agreement)

डा पन्नास चालींचा नियम (Fifty moves Rule)

व तक्ता क्र. १ मध्ये 'वि' 'ज' 'य' मध्ये निर्देश केलेले – सक्तीने मात करावयास लागणारे कमीत कमी बुद्धिबळ दल नसल्याने होणारी बरोबरी.

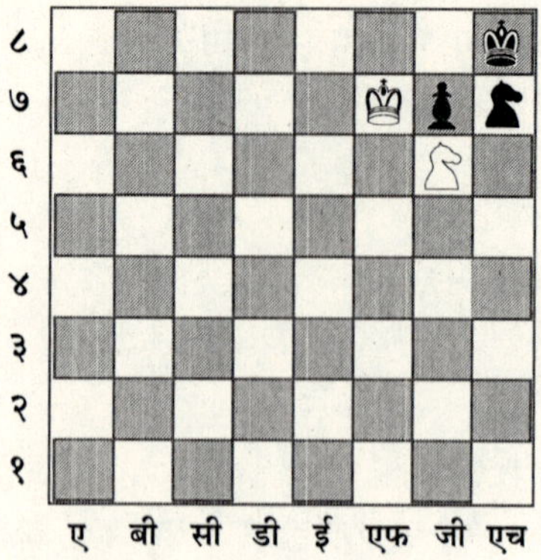

आकृती क्र. ११५

पांढरा घोडा काळ्या राजावर शह मात करतो.

तक्ता क्र. १ मध्ये 'वि' 'ज' 'य' मध्ये निर्देश केलेल्या बुद्धिबळ दलाशिवाय आपल्याकडे आणखी जास्त बुद्धिबळ दल असल्यास मात करणे सहज शक्य होते हे काही निराळे सांगावयास नको. परंतु कधी कधी अशी चमत्कारिक परिस्थिती निर्माण होते की, चालींच्या चक्रात गुरफटलेल्या राजाला स्वत:च्याच बुद्धिबळ दलाचा अडथळा होतो, अशा वेळी विरोधी बुद्धिबळाचा शह बसला असता त्या बंदिस्त राजाला सुरक्षित ठिकाणी पळून जाता येईल असे पलायन घर उरत नाही, कारण त्याचे संरक्षक दल त्याला उपयुक्त ठरण्याऐवजी उपद्रवी ठरते. अशा अनुकंपनीय स्थितीत सापडलेल्या राजावर तक्ता क्र. १ मध्ये 'वि' 'ज' 'य' मध्ये उल्लेखिलेल्या कमीत कमी बुद्धिबळ दलापेक्षाही कमी बुद्धिबळ दलाच्या सहाय्याने मात करणे कधीकधी शक्य होते. (आकृती ११५ पहा.) परंतु अशा तऱ्हेची मात करणे अपवादात्मक असते. आकृती ११५ मध्ये घोड्याने शह देताच, काळ्या राजाला पळून जाता येईल. असे एकुलते एक 'एच७' चे घर त्याच्या संरक्षक घोड्याने अडवून ठेवले आहे. उरलेली दोन घरे उदा. जी७ आणि जी८ ही दोन्ही घरे पांढऱ्या राजाच्या माऱ्यात आहेत आणि जी७ मध्ये त्याचे प्यादे आहे. अशा असहाय काळ्या राजावर पांढऱ्या राजाने केवळ एका घोड्याच्या सहाय्याने मात केली आहे.

उदा. **(१) घो-जी६ मात**

अशा प्रकारचे दुसरे उदाहरण आकृती क्र. ५७ मध्ये दिले आहे ते पहावे.

विभाग २
सर्वसाधारण शेवट

सक्तीने मात कशी करावयाची असते त्याचे तंत्र आणि मंत्र.

तक्ता क्र. १ मध्ये 'वि' 'ज' 'य' मध्ये उल्लेखिलेल्या कमीतकमी बुद्धिबळ दलाच्या सहाय्याने राजा, एक विशिष्ट तंत्र वापरून, एकाकी विरोधी राजावर

सक्तीने मात करू शकतो, हे विशिष्ट तंत्र पायरीपायरीने वापरावे लागते, ते क्रमश: पुढे दिले आहे.

पहिली पायरी :

प्रथम राजाने, आपल्या मोहऱ्याच्या सहाय्याने एकाकी विरोधी राजाला, पटाच्या एका बाजूच्या पट्टीत म्हणजे ए किंवा एच ह्या हत्तीच्या पट्टीत अथवा पहिल्या किंवा आठव्या रांगेत, चेपीत चेपीत नेणे. (पद्धतशीर माघार घ्यायला लावणे.)

दुसरी पायरी :

(अ) राजा, त्याच्या वजीराच्या किंवा हत्तीच्या सहाय्याने, विरोधी राजावर, सक्तीने मात करतो.

(ब) राजाला, दोन उंटांच्या सहाय्याने जेव्हा मात करावयाची असते तेव्हा तो, एकाकी विरोधी राजाला पटाच्या कोपऱ्यातील घरात म्हणजे ए१ / ए८ / एच१ / एच८ ह्यांच्यापैकी एका घरात रेटून, (ढकलून) सक्तीने मात करू शकतो.

(क) राजा, घोडा आणि उंटाच्या सहाय्याने जेव्हा मात करतो तेव्हा उंट ज्या कर्ण घरांच्या रंगाचा आहे त्या रंगाच्या कोपऱ्यातील घरामध्ये एकाकी विरोधी राजाला रेटत (ढकलत) नेऊन, सक्तीने मात करतो.

उपरिनिर्दिष्ट पहिली पायरी गाठण्यासाठी ''राजाचा विरोध'' (King opposition) ह्या पटावरील विशिष्ट रचनेचा उपयोग करतात, त्याची माहिती पुढे दिली आहे.

''राजाचा विरोध'' ''राजा विरोधी बुद्धिबळाच्या माऱ्यातील घरात जाऊ शकत नाही'' हा नियम आपल्याला माहीत आहे. (आकृती १३ व १४ पहा) तेव्हा राजाने विरोधी बुद्धिबळाच्या माऱ्यात (म्हणजे शहात) जाणे ही एक नियमबाह्य गोष्ट ठरते. ह्या नियमानुसार दोन विरोधी राजे त्यांच्या मध्ये असणाऱ्या लगतच्या घरामध्ये जाऊ शकणार नाही. आकृती मध्ये दोन विरोधी राजे एक घर मध्ये सोडून, एकमेकांसमोर असलेले दाखविले आहेत. अशा वैशिष्ट्यपूर्ण रचनेला 'राजाचा विरोध' असे म्हणतात. डावाच्या निरनिराळ्या स्तरांतील स्थितीमध्ये या रचनेचा खूप उपयोग करून घेता येतो.

आकृती ११६ मध्ये पांढरा राजा नुकताच एफ४ मधून ई५ ह्या घरामध्ये हलविला आहे, आणि त्याने 'राजाचा विरोध' ही स्थिति प्राप्त करून घेतली आहे. ह्या स्थितीमध्ये दोहोपैकी कोणताही राजा डी६, ई६, किंवा एफ६ ह्या घरात जाऊ शकणार नाही, कारण असे केल्याने विरोधी राजाच्या माऱ्यात गेल्यासारखे होईल; आणि ती नियमबाह्य गोष्ट ठरेल.

आता काळ्याची खेळी आहे.

काळा राजा डी७ किंवा एफ७ मध्ये गेला की पुढच्या खेळीत पांढरा राजा (आता आहे त्या स्थानाच्या) पुढच्या (म्हणजे सहाव्या) रांगेतील घरात घुसू शकतो. उदा.

(१) ...; रा ई७-डी७;

काळा राजा बाजूच्या घरात हलतो.

(२) रा ई५-एफ६, ...;

पांढरा राजा पुढच्या रांकेतील घरात घुसतो.

आकृती ११६ मधील स्थितीत जेव्हा काळा राजा हलतो आणि पांढरा राजा पुढच्या (रांगेतील) घरात घुसतो तेव्हा पांढऱ्या राजाकडे ''विरोध'' आहे असे म्हणतात. आणि आकृती ११६ मधील स्थितीत, जेव्हा पांढरा राजा हलतो आणि काळा राजा त्याच्या पुढच्या (रांगेतील) घरात घुसतो, तेव्हा काळ्या राजाकडे ''विरोध'' आहे असे म्हणतात. उदा. आकृती ११६ मध्ये काळा राजा नुकताच एफ८ मधून ई७ ह्या घरात आला आहे आणि त्याने ''विरोध'' मिळवला आहे. आणि आता पांढऱ्याची खेळी आहे. पांढरा राजा (१) रा ई५-डी५, ...; ही खेळी करून बाजूच्या घरात हलतो तेव्हा काळा राजा (१) ..., रा ई७-एफ६, ही चाल करून त्याच्या पुढच्या रांकेतील घरात घुसतो.

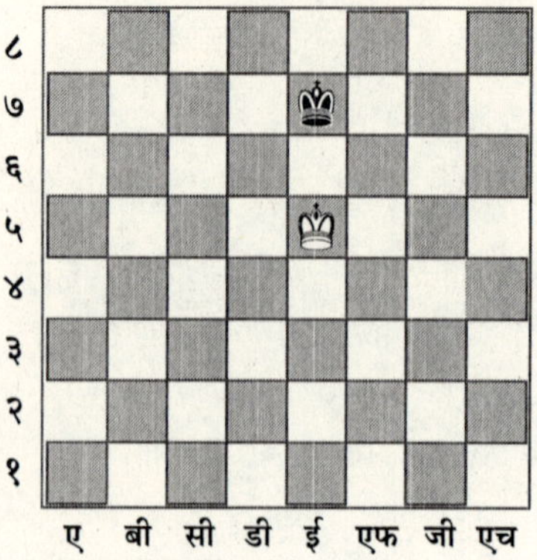

आकृती क्र. ११६

काळ्याची खेळी असताना :
पांढऱ्याची खेळी असताना :

आत्तापर्यंत एका राजाकडे जेव्हा विरोध असतो तो पुढच्या रांकेतील घरात घुसतो असे जे सांगितले आहे ते सारे (उभ्या) पट्ट्यांच्या बाबतीतही लागू पडते.

राजाच्या विरोधाचा उपयोग : राजा आपल्या एका मोहऱ्याच्या (विशेषत: हत्तीच्या किंवा वजीराच्या) सहाय्याने एकाकी विरोधी राजाला पटाच्या एका बाजूच्या पट्टीत किंवा रांगेत सक्तीने रेटत नेऊन मात करू शकतो. आता मात कशी करतात ह्याचे एक उदाहरण पुढे दिले आहे. (आकृती ११७ पहा.)

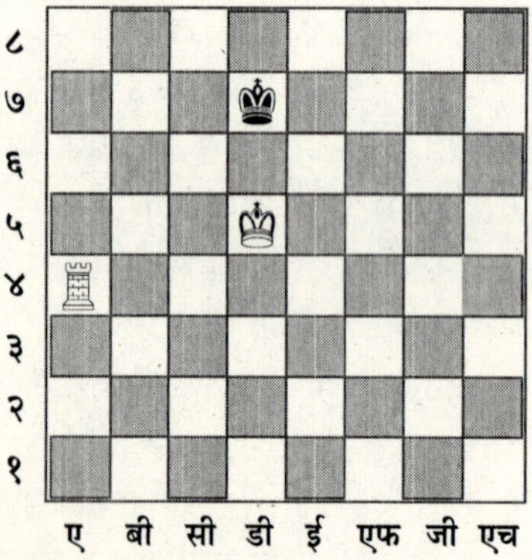

आकृती क्र. ११७

पांढऱ्याची खेळी आहे.

(वि) १ आणि २

आकृती ११७ मध्ये 'राजाचा विरोध' ह्या स्थितीमध्ये दोन्ही राजे आहेत. पांढरा

राजा आपल्या हत्तीने काळ्या राजावर सक्तीने कशी मात करतो हे पुढे सटीप दिले आहे.

पान क्रमांक १५५ वर निर्देश केलेली पहिली पायरी गाठण्यासाठी पांढरा पुढील खेळी करतो.

(अ)

(१) ह-ए७+, ...; काळ्या राजाला पिछाडीच्या रांकेत रेटण्यासाठी दिलेला शह आहे. आणि मग पुढे दिल्याप्रमाणे खेळ्या होतात.

(१) ..., रा-सी८;

(२) रा-सी६, रा-बी८; (पांढऱ्या राजाकडे विरोध आहे) काळ्या राजाने हत्तीवर हल्ला चढविला आहे.

(३) ह-ई७, रा-ए८;

(४) रा-बी६, रा-बी८;

(५) ह-ई८ मात

किंवा (ब)

(१) ह-ए७+, रा-ई८; **(२) रा-ई६, रा-डी८;**

(३) ह-डी७+, रा-सी८; **(४) रा-डी६, रा-बी८;**

(५) रा-सी६, रा-ए८; **(६) रा-बी६, रा-बी८;**

(७) ह-डी८ मात

* (५) रा-सी६, रा-सी८; (६) ह-डी५, रा-बी८;

(७) रा-बी६, रा-सी८; (८) ह-डी६, रा-बी८;

(९) ह-डी८ मात

उपरिनिर्दिष्ट 'अ' आणि 'ब' मध्ये दिलेल्या चालींमुळे काळा राजा पटाच्या कडेच्या रांकेत रेटला गेला आहे, आणि त्याला सुरक्षित घरात पळून जाण्याची संधी पांढरा राजा मिळू देत नाही.

अशा रीतीने कोणत्याही बाजूच्या कडेच्या-रांगेत अथवा पट्टीत एकाकी राजाला सक्तीने रेटून राजा आपल्या हत्तीच्या किंवा वजीराच्या सहाय्याने मात करू शकतो. आकृती ११८ ते आकृती १२५ पहा.

सूचना : विभाग २ च्या सुरुवातीस निर्देश केलेल्या दुसऱ्या पायरीतील 'ब' आणि 'क' मधील मात करण्याची रीत पुढे दिलेल्या बरोबरीच्या डावांच्या प्रकारानंतर दिली आहे.

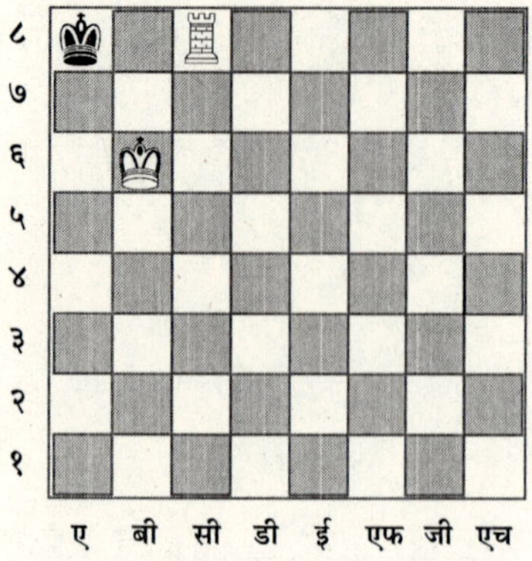

आकृती क्र. ११८

(१) ह-सी८ #

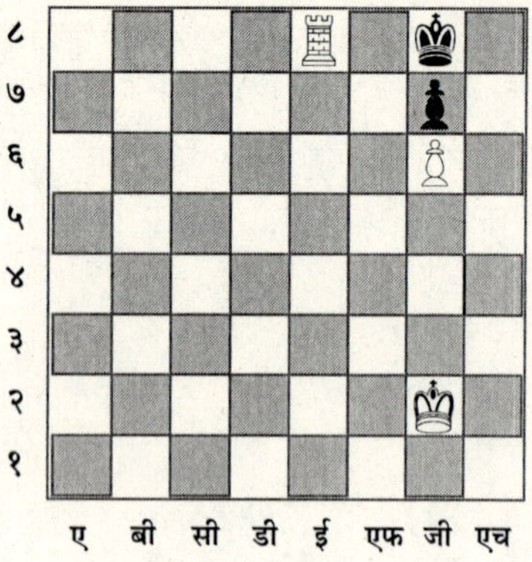

आकृती क्र. ११९

(२) ह-ई८ #

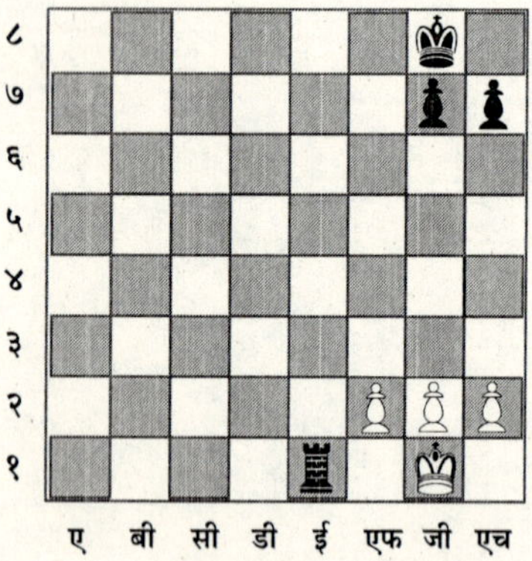

आकृती क्र. १२०

(१) ..., ह-ई१ #

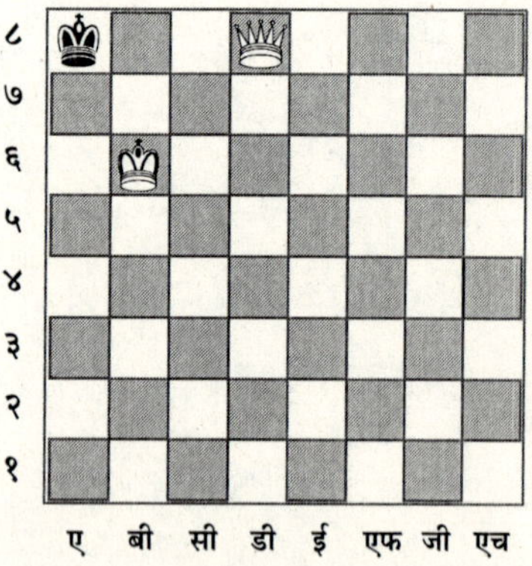

आकृती क्र. १२१

(२) व-डी८ #

तक्ता क्र. २ मध्ये निर्देश केलेले बरोबरीचे डाव करण्याची आवश्यकता का भासावी; आणि ते करण्याची रीत पुढे दिली आहे.

जो खेळाडू मात करतो, तो डाव जिंकतो तेव्हा त्याला एक पूर्ण गुण मिळतो. परंतु काही काही डाव अशा रीतीने संपवावे लागतात की त्यामध्ये दोहोंपैकी कोणताही खेळाडू जिंकू शकत नाही. अशा प्रसंगी तो डाव 'बरोबरीने' सोडवावा लागतो, आणि प्रत्येक खेळाडूला $^1/_2$; $^1/_2$ गुण मिळतो. अशी वस्तुस्थिती

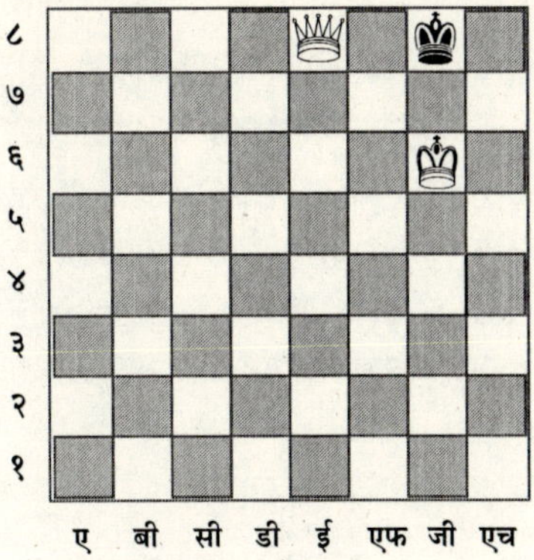

आकृती क्र. १२२

(१) व-ई८ #

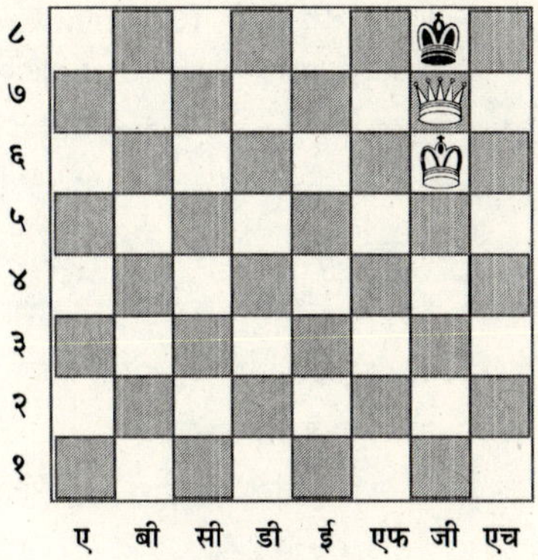

आकृती क्र. १२३

(२) व-जी७ #

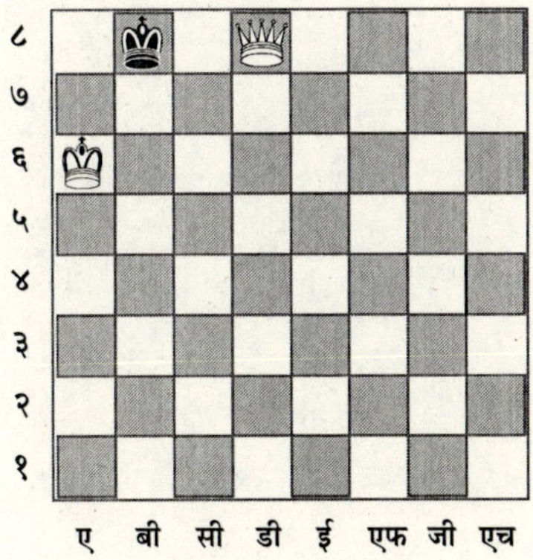

आकृती क्र. १२४

(१) व-डी८ #

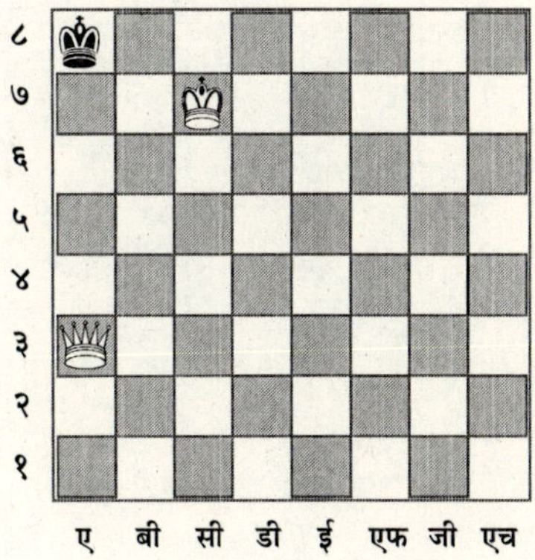

आकृती क्र. १२५

(२) व-ए३ #

असल्यामुळे, एखाद्या खेळाडूवर डाव हरण्याची पाळी जेव्हा येते, तेव्हा तो, डाव बरोबरीचा कसा करता येईल ह्याचा आटोकाट प्रयत्न करतो. कारण सर्वनाश होण्याची चिन्हे दिसत असता पंडित अर्ध्याचा त्याग करतो-म्हणजे तो अर्धे त्याच्याकडे राखतो.

शून्य गुण मिळण्याचा प्रसंग येऊन ठेपला असता, खेळाडू कमीत कमी अर्धा गुण कसा मिळविता येईल ह्याचा आटोकाट प्रयत्न शेवटपर्यंत करत राहतो.

तक्ता क्र. २ मध्ये निर्देश केलेले 'अ' 'नि' 'र्णि' 'त' 'डा' 'व' करण्याची रीत पुढे दिली आहे.

(अ) कुंठित डाव (Stalemate)

खेळताना अशी एक स्थिती प्राप्त होते की जेव्हा एका खेळाडूला त्याची खेळी असताना त्याच्या राजाला शह बसत नाही आणि त्याचवेळी, पटावरील त्याच्या कोणत्याही बुद्धिबळ दलाला (हाल) चाल करता येत नाही, तेव्हा तो डाव कुंठित होतो आणि असा डाव बरोबरीचा होतो. अशा रीतीने कुंठित डाव करणे बऱ्याच वेळा फायदेशीर असते. उदा. एखाद्या खेळाडूवर जेव्हा डाव हरण्याची शक्यता निर्माण होते, तेव्हा तो जाणूनबुजून कुंठित डाव करू शकतो आणि अर्धा गुण मिळवितो.

कधी कधी निष्काळजी चालीने डाव कुंठित होऊ शकतो. उदा. आकृती १२६ आणि १२७ पहा.

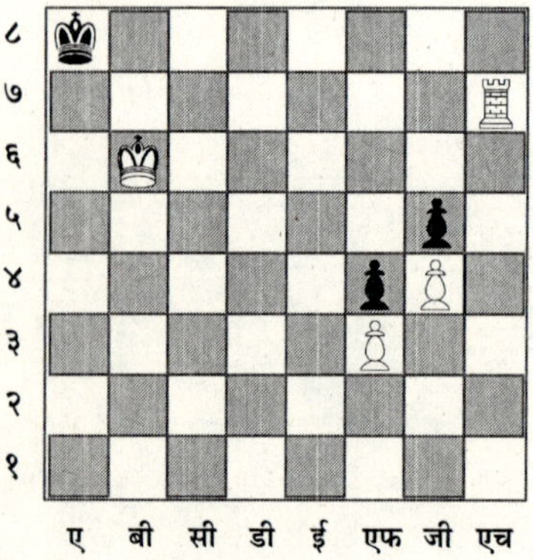

आकृती क्र. १२६

पांढऱ्याची खेळी आहे.

पांढरा (१) ह-एच ८ # ही खेळी करून मात करू शकतो आणि डाव निश्चितपणे जिंकू शकतो. परंतु पांढऱ्याने केवळ हलगर्जीपणामुळे पुढील खेळी केली;

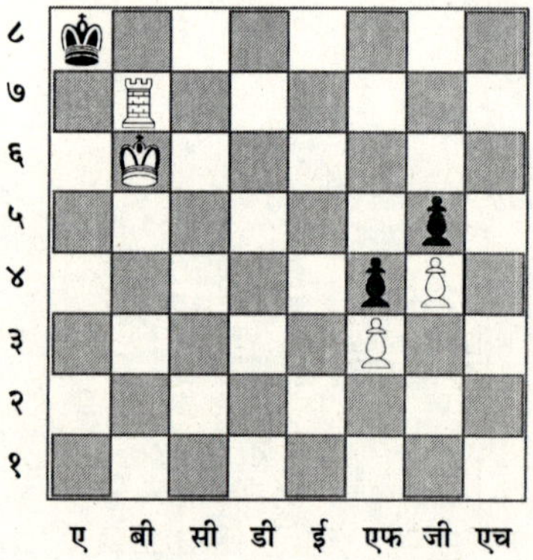

आकृती क्र. १२७

काळ्याची खेळी आहे आणि डाव कुंठीत होतो.

(१) ह-बी७??...; आ. १२७ पाहा. पांढऱ्याने हत्ती अशा ठिकाणी निष्कारण हलविला आहे की त्यामुळे डाव कुंठित होतो. *

* कारण काळ्या राजाला धड शहही बसत नाही आणि तो बी८ किंवा ए७ ह्या (हत्तीच्या माऱ्यातील) घरात जाऊ शकत नाही किंवा हत्तीला मारून त्या घरात त्याला जाताही येत नाही. तसेच पटावरील एफ४ आणि जी५ मधील काळ्या प्याद्यांची आगेकूच अनुक्रम एफ३ आणि जी४ मधील पांढऱ्या प्याद्यांनी रोखली आहे, त्यामुळे काळी प्यादी हलू शकत नाही. थोडक्यात काळ्याची खेळी असताना त्याचे कोणतेही बुद्धिबळ दल हलूही शकत नाही आणि त्याच वेळी

त्याच्या राजाला शहही बसला नाही, त्यामुळे डाव कुंठित होऊन, बरोबरीचा होतो. अशा तऱ्हेने डाव कुंठित होऊ शकणारे डाव समाप्तीचे प्रकार आकृती १२८ ते आकृती १३१ मध्ये दाखविले आहेत.

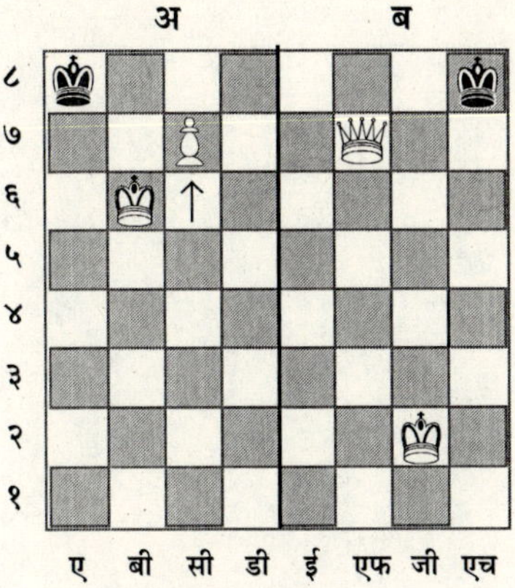

आकृती क्र. १२८ अ, ब

काळ्याची खेळी आहे.

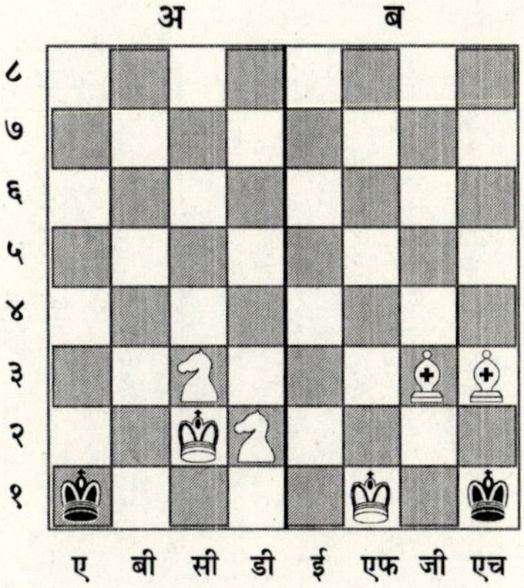

आकृती क्र. १२९ अ, ब

काळ्याची खेळी आहे.

आकृती १२८ अ. मध्ये काळ्याने नुकतीच

(१) **..., रा बी८-ए८;** ही खेळी केली तेव्हा पांढऱ्याने संभाव्य धोका न ओळखता, वजीरीकरण करण्याच्या गडबडीत प्यादे पुढे सारले उदा.

(२) **सी६-सी७? ...;** ह्या खेळीमुळे काळ्या राजाला सुरक्षितपणे हलण्याजोगे घर उरत नाही. त्याचवेळी त्याला शहही लागलेला नाही. अशा रीतीने डाव कुंठित होतो.

आकृती १२८ ब. मध्ये पांढऱ्याने (१) **व-एफ७? ...;** ही खेळी केली. त्यामुळे काळ्या राजाला सुरक्षितपणे हलण्याजोगे घर उरत नाही, त्याच वेळी त्याला शहही लागलेला नाही. अशा रीतीने डाव कुंठित होतो.

आकृती १२९ अ. मध्ये पांढऱ्याने (१) **घो-सी३,? ...;** ही खेळी केली तेव्हा काळ्या राजाला सुरक्षितपणे हलण्याजोगे घर उरत नाही. त्याचवेळी त्याला शहही लागलेला नाही. अशा रीतीने डाव कुंठित होतो.

आकृती १२९ ब. मध्ये पांढऱ्याने (१) **उं एच३-जी२** ही खेळी करून मात करण्याऐवजी गडबडीने

(१) **रा एफ२-एफ१, ...;** ही खेळी केली. त्यामुळे काळ्या राजाला सुरक्षितपणे हलता येण्याजोगे घर उरत नाही. त्याच वेळी त्याला शहही बसत नाही; अशा रीतीने डाव कुंठित होतो.

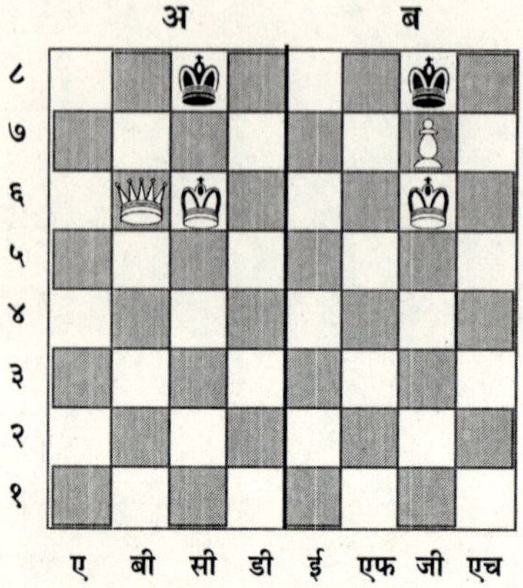

आकृती क्र. १३०

काळ्याची खेळी आहे.

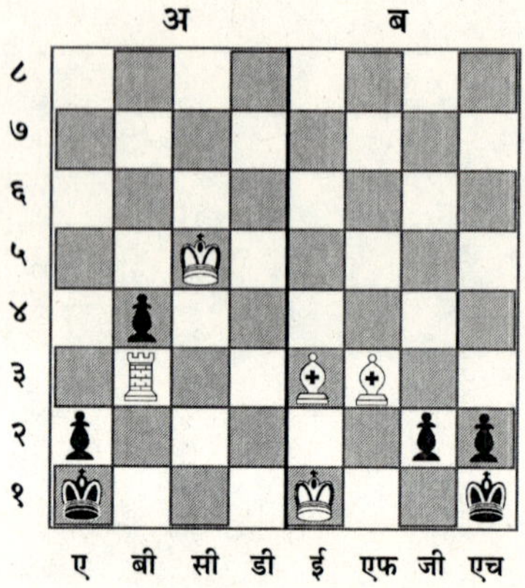

आकृती क्र. १३१

काळ्याची खेळी आहे.

आकृती १३० अ मध्ये पांढऱ्याने हलगर्जीपणाने (१) **व-बी६?? ...;** ही खेळी केल्याने, काळ्या राजाला शहही लागत नाही आणि त्याला सुरक्षितपणे हलता येण्याजोगे घरही राहात नाही. त्यामुळे डाव कुंठित होतो.

आकृती १३० ब मध्ये प्याद्याच्या बचावासाठी पांढरा राजा जी६ मध्ये येतो. काळ्या राजाला शहही लागत नाही आणि सुरक्षितपणे हलता येण्याजोगे घर राहात नाही. तेव्हा डाव कुंठित होतो.

आकृती १३१ अ. मध्ये पांढऱ्याने पुढील खेळी केली (१) **ह-बी३?? ...;** डाव कुंठित होतो. येथे बी४ मधील काळ्या प्याद्याची आगेकूच थांबविण्यासाठी पांढरा हत्ती चुकून बी३ मध्ये आणून ठेवला. त्यामुळे कोणत्याही काळ्या बुद्धिबळांना हलता येत नाही. तेव्हा डाव कुंठित होतो.

आकृती १३१ ब मध्ये पांढऱ्याने (१) **उं एच६-ई३, ...;** ही खेळी केल्याने राजाला सुरक्षितपणे हलता येण्याजोगे घर राहात नाही. तसेच त्याला शहही लागत नाही, तेव्हा डाव कुंठित होतो.

आकृती १२८ ते १३१ मधील पांढऱ्या बुद्धिबळांच्या चालींमुळे काळा राजा त्याचे सुरक्षित स्थान सोडू शकत नाही. तसेच आकृती १३१ मधील काळ्या प्याद्यांना कायदेशीर चाल नाही. (परंतु ह्या आकृत्यांमध्ये जर, काळ्याचे एखादे मोहरे किंवा प्यादे कायदेशीरपणे हलू शकले असते तर डाव मग कुंठित होत नाही.)

(नि) शह सातत्य किंवा अविरत शह आणि बरोबरीचा डाव (Perpetual Check)

हा एक बरोबरीचा डाव साधण्याचा आणखी एक प्रकार आहे. ह्या प्रकारात एक खेळाडू एकापाठोपाठ एक असा सतत शह देत राहतो. कारण त्याने जर अशी अविरत शह देण्याची संधी साधली नाही तर मग तो डाव हरतो. उदा. आकृती १३२ पहा. पांढऱ्याकडे एक हत्ती कमी आहे आणि काळा हत्तीस हत्ती देऊन उरलेल्या एका हत्तीने पांढऱ्यावर मात करू शकतो. अशा रीतीने डाव हरण्याची पाळी पांढऱ्यावर जेव्हा येते, तेव्हा तो अविरत शह देण्याची संधी साधून, डाव बरोबरीचा करू शकतो.

आकृती १३२ मध्ये पांढरा हत्ती अविरत शह देऊन डाव बरोबरीचा करतो. उदा.

(१) ह-बी८+, रा-ए७;
(२) ह-बी७+, रा-ए८;
(३) ह-बी८+, रा-ए७;
(४) ह-बी७+, रा-ए८;

अशा रीतीने एकापाठोपाठ एक असा शहाचा ससेमिरा लावून पांढरा हा डाव हरण्याऐवजी बरोबरीचा करू शकतो.

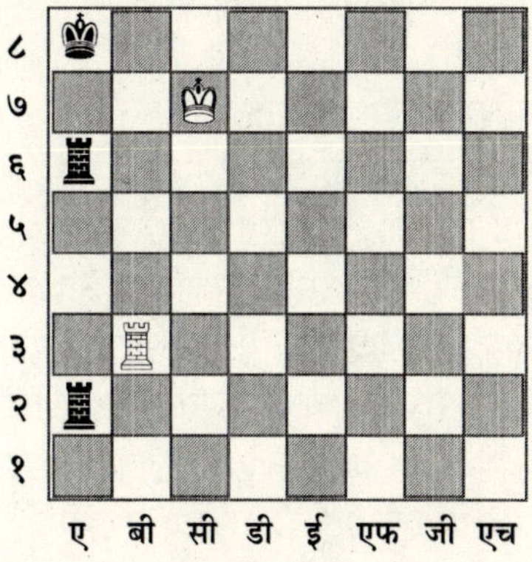

आकृती क्र. १३२

पांढऱ्याची खेळी आहे.

(र्णि) पुनरपि स्थितीचा-बरोबरीचा डाव

डाव चालू असताना पटावर परत परत ती ती स्थिती तीन वेळा जेव्हा येते तेव्हा एक खेळाडू किंवा त्याचा प्रतिस्पर्धी तो डाव बरोबरीचा आहे असे प्रतिपादन करू शकतो. आकृती १३२ मधील शह सातत्य आणि बरोबरी हा प्रकारसुद्धा ह्या पुनरपि स्थितीच्या प्रकारचा एक खास प्रकार आहे. तिन्ही चालींत डावाची तीच ती अवस्था येते हे सिद्ध करण्यासाठी खेळी लेखनाचा आधार आवश्यक प्रमाण म्हणून घ्यावा लागतो.

ज्या खेळाडूंच्या लक्षात ही गोष्ट प्रथम येते, त्याने तशी स्थिती पटावर स्वतःच्या खेळीने आणण्याआधी पंचांना बोलावून त्यांच्या निदर्शनास आणून सांगावे की, "मी आता माझ्या खेळीने पटावर तीन वेळा तीच ती स्थिती आणणार आहे आणि डाव बरोबरीचा झाला आहे अशी मागणी करणार आहे." असे ताबडतोब आणि स्पष्ट शब्दात पंचांच्या निदर्शनास आणल्यावर; पंच तो डाव बरोबरीचा म्हणून ठरवतील.

(त) संमतीने ठरवलेली बरोबरी (Draw by agreement)

बुद्धिबळाचा डाव बरोबरीने सोडवावयाचा असा निर्णय जेव्हा दोन्ही खेळाडू एकमेकांच्या संमतीने ठरवतात तेव्हा तसे त्यांना स्पष्टपणे जाहीर करावे लागते. अशा रीतीने जाहीर केलेला निकाल बंधनकारक असतो. साधारपणे दोन्ही खेळाडूंची डाव जिंकण्याची आशा मावळते; किंवा डाव पुढे चालू ठेवण्यामध्ये धोका आहे असे दोघांनाही वाटते, तेव्हा ते, एकमेकांच्या संमतीने तो डाव बरोबरीने सोडविण्याचा निर्णय घेतात.

(डा) पन्नास चालींचा नियम : आणि बरोबरीचा डाव

खेळाडूने, त्याची खेळाची पाळी आली असताना असे दाखवून दिले की–

"एकही मोहरे न मारता किंवा प्यादे हलविले न जाता, ५० (अथवा त्याहून अधिक) चाली झालेल्या आहेत, तेव्हा डाव बरोबरीचा झाला आहे," असे तो प्रतिपादन करू शकतो. अशा तऱ्हेने डाव बरोबरीचा झाला आहे हे सिद्ध करण्यास खेळी लेखनाचा आधार घेतात. असा प्रसंग बहुधा नवोदित खेळाडूंच्या बाबतीत घडतो. उदा. पटावर एका खेळाडूकडे राजा आणि हत्ती उरतो आणि दुसऱ्याकडे एकाकी राजा उरतो. अशा स्थितीत हत्तीच्या सहाय्याने मात करण्याचे तंत्र त्या खेळाडूला माहीत नसेल आणि तो नुसता हत्ती आणि राजा निर्हेतुक हलवत बसला तर मग पन्नास चालीचा नियम लागू करण्याची शक्यता निर्माण होते. कारण पुढे काय करावे ह्याची नक्की योजना त्या खेळाडूकडे नसते. आणि मग तो पटावरील सर्व घरांतून एकाकी राजाचा पाठलाग करीत भरकटत राहतो. त्याच्या ह्या उनाड चालींना अंत नसतो. मग हा पन्नास चालींचा नियम लागू करावा लागतो. आणि मग डाव बरोबरीचा होतो. परंतु काही अवघड परिस्थितीत पन्नास खेळ्यांचा नियम लागू करणे किंवा खेळींची संख्या वाढवून देणे हे सरपंचाच्या अधिकारात असते.

(व) तक्ता क्र. १ मध्ये 'वि' 'ज' 'य' मध्ये उल्लेखिलेले कमीत कमी बुद्धिबळ नसल्याने, तो डाव बरोबरीचा म्हणून सोडविणे भाग पडते. उदा. पटावर जेव्हा एकाकी राजाविरुद्ध राजा आणि एकच उंट उरतो किंवा राजा आणि

एकच घोडा उरतो तेव्हा डाव बरोबरीचा होतो.

सूचना : विशिष्ट प्रकारची बुद्धिबळाची घड्याळे वापरून जेव्हा सामने खेळले जातात, तेव्हा त्यात भाग घेणाऱ्यांनी घड्याळाच्या उपयोगामुळे निर्माण होणाऱ्या सर्व नियमांची माहिती सरपंचाकडून घेऊन मगच डाव खेळावयाला बसावे. असे न केल्यास, काही वेळा अज्ञानामुळे तोटा होण्याचा संभव असतो.

मागे पान क्र. १५६ ते १५९ वर राजा आणि हत्ती किंवा वजीर, एकाकी विरोधी राजावर सक्तीने मात कशी करतात हे पाहिले आहे.

(ज१) आता राजा दोन उंटांच्या सहाय्याने विरोधी एकाकी राजावर सक्तीने मात कशी करतो ह्याचे एक उदाहरण पुढे दिले आहे. (आ. १३३ आणि १३४ पहा.)

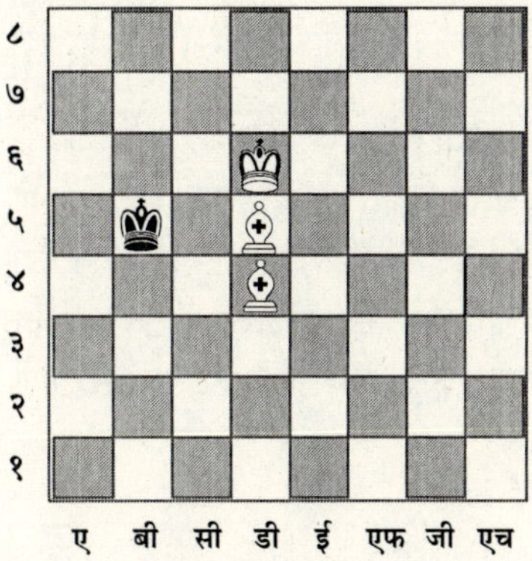

आकृती क्र. १३३

पांढऱ्याची खेळी आहे.

(१) उं-सी५, रा-ए४;

काळ्या राजाला पटाच्या एका कडेच्या पट्टीत रेटला आहे. पहिली पायरी.

(२) उं-सी४! रा-ए५;

(३) रा-सी६, रा-ए४;

(४) उं-डी५, रा-ए५;

(५) उं-बी३, रा-ए६; राजाला कोपऱ्यातील घरात ढकलण्याचा यशस्वी प्रयत्न चालला आहे.

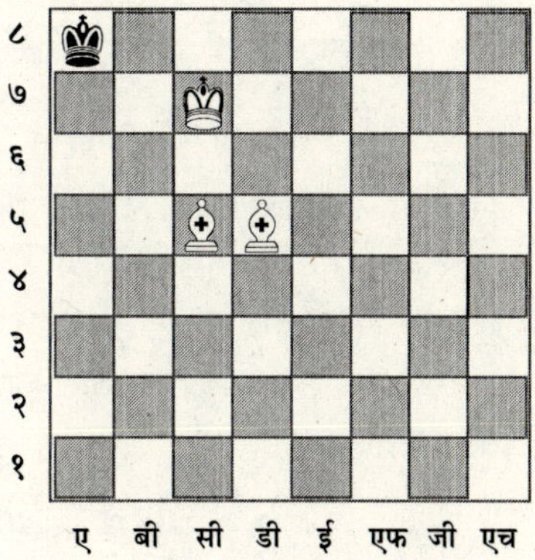

आकृती क्र. १३४

पांढऱ्याने मात केली आहे.

(६) उं-बी४! रा-ए७;

(७) रा-सी७, रा-ए६;

(८) उं-सी४+, रा-ए७;

(९) उं-सी५+, रा-ए८;

(१०) उं-डी५ # काळ्या राजावर मात केली आहे आणि पांढऱ्याने डाव जिंकला आहे. (आकृती १३४ पहा.)

अशा तऱ्हेने २ उंटांच्या सहाय्याने मात करण्याचे निरनिराळे प्रकार आ. १३५ अ, ब, आणि १३६ अ, ब, मध्ये दाखविले आहेत.

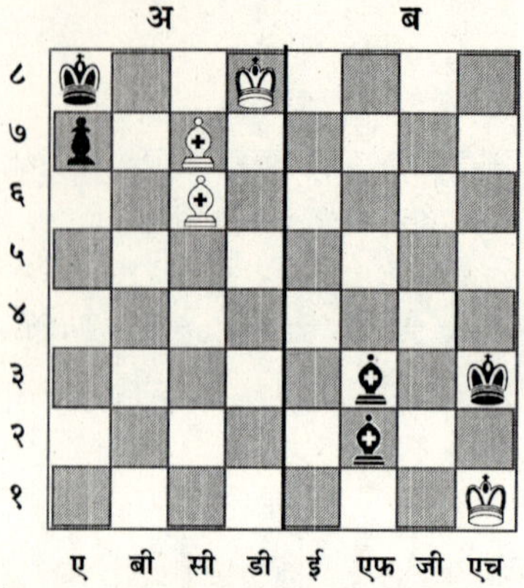

आकृती क्र. १३५

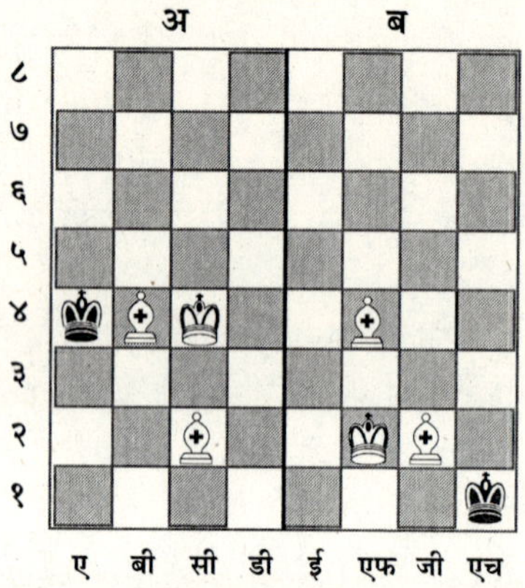

आकृती क्र. १३६

(ज२) राजा, एक उंट: आणि एका घोड्याच्या सहाय्याने विरोधी एकाकी राजावर कशी मात करतो ह्याचे एक उदाहरण पुढे दिले आहे. आ. १३७ आणि आ. १३८ पहा. येथे एक गोष्ट लक्षात ठेवावयाची आहे ती अशी की ज्या घरचा उंट असेल त्या रंगाच्या कोपऱ्यातील घरात राजाला ढकलणे यासाठी, पुढीलप्रमाणे खेळ्या कराव्या लागतील.

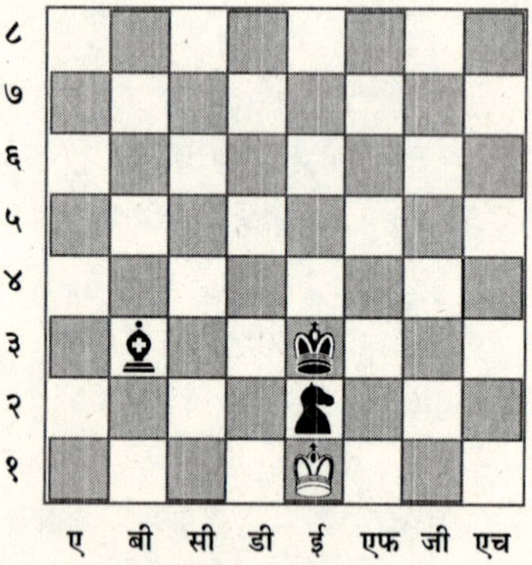

आकृती क्र. १३७

काळ्याची खेळी आहे.

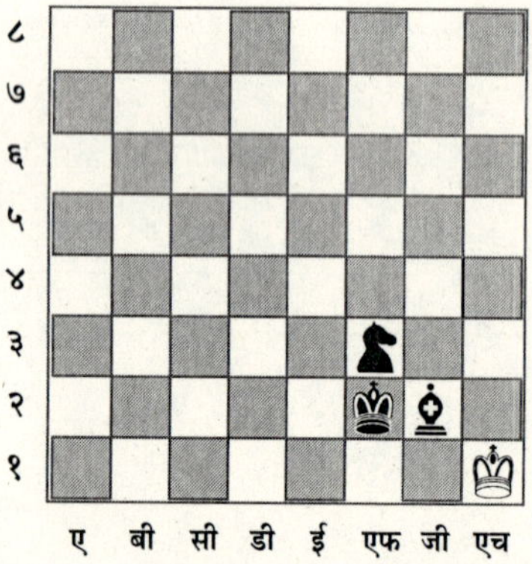

आकृती क्र. १३८

काळ्याने पांढऱ्यावर मात केली आहे.

(१) ..., घो-एफ४;

(२) रा-एफ१ उं-डी१;

(३) रा-ई१, उं-जी४;

(४) रा-एफ१, उं-ई २+;

पांढऱ्या राजाला पद्धतशीरपणे कोपऱ्यातील पांढऱ्या घरात ढकलण्याची कृती जोरात चालली आहे. कारण जर (५) रा-ई१? ...; अशी पांढऱ्याने खेळी केल्यास काळा (५) ..., घो-डी३ # किंवा (५) ..., घो-जी२ # अशी खेळी करून मात करू शकतो.

(५) रा-जी१, रा-एफ३;

(६) रा-एच२, रा-एफ२;

(७) रा-एच१, उं-एफ१;

(८) रा-एच२, घो-ई२;

(९) रा-एच१, घो-डी४;

(१०) रा-एच२, घो-एफ३+;

(११) रा-एच१, उं-जी२ #

अशा रीतीने पांढऱ्या राजावर मात करून काळ्याने डाव जिंकला आहे.

अशा तऱ्हेने उंट आणि घोड्याच्या सहाय्याने मात करण्याचे प्रकार आ. १३९ मध्ये दिले आहेत. अशा प्रकारांनी मात करण्याच्या प्रयत्नात असताना, कधी कधी डाव कुंठित होण्याचा धोका उत्पन्न होतो तेव्हा असे धोकादायक प्रकार आ. १४० मध्ये दिले आहेत ते पहावे.

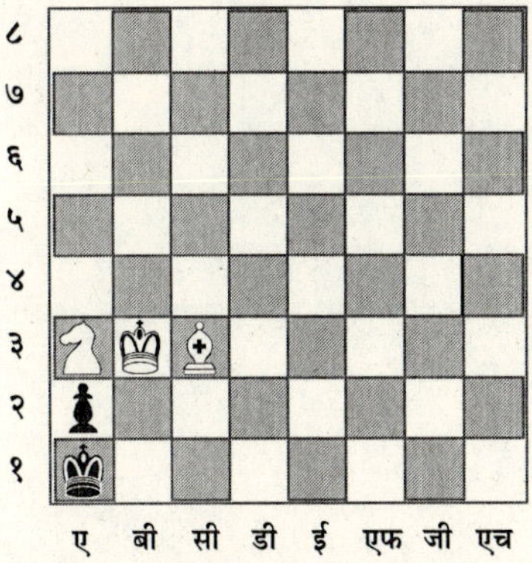

आकृती क्र. १३९

(१) उं-सी ३ #

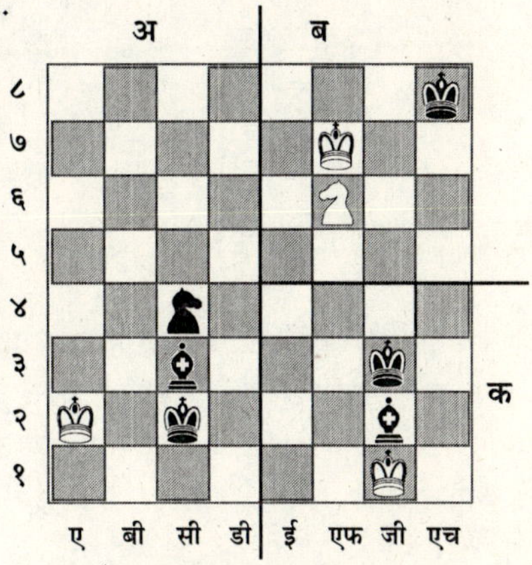

आकृती क्र. १४०

अ : (१) ..., रा-सी२;

आणि डाव कुंठित होतो.

ब : (१) घो-एफ६,

डाव कुंठित होतो.

क : (१) ..., उं-जी२;

आणि डाव कुंठित होतो.

(य) राजा आणि प्यादे विरुद्ध एकाकी राजा आणि मात :

अंतिम पर्वामध्ये राजा आणि प्यादे विरुद्ध एकुलता एक राजा अशी परिस्थिती बऱ्याच डावांमध्ये उद्‌भवते. अशा परिस्थितीत प्याद्याचा वजीर करून डाव नेहमीच जिंकता येतो असे नाही. कारण डाव जिंकणे किंवा हरणे हे सारे काही पटावरील राजा त्याचे प्यादे आणि बचावखोर विरोधी एकाकी राजाच्या स्थितीवर अवलंबून असते. तेव्हा त्या त्या स्थितींचा आणि प्याद्याच्या वजीरीकरणाच्या शक्यतेचा सखोल अभ्यास करणे आवश्यक ठरते. प्रथम आपण आकृती १४१ ब मधील परिस्थिती जाणून घेऊ.

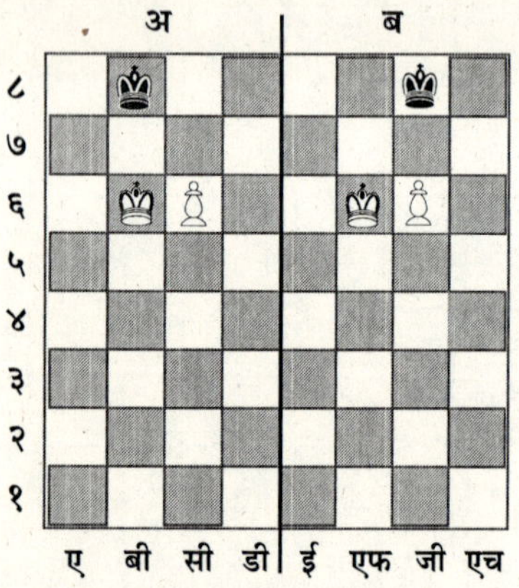

आकृती क्र. १४१

आ. १४१ ब मध्ये दाखविलेल्या स्थितीप्रमाणे बचावखोर काळा राजा पोहोचला आहे. आता जर काळ्याची खेळी असेल तर तो समयोचित चाल करून डाव कुंठित करू शकतो, परंतु जर त्याने योग्य चाल केली नाही तर हल्लेखोर पांढरा राजा आपल्या प्याद्याचा वजीर करून डाव जिंकू शकतो. कसे ते पुढे व पान क्र. १६९ व १७० वर दिले आहे.

वर वर पाहता आ. १४१ अ आणि ब दिसावयाला सारख्या वाटतात. परंतु प्रत्यक्षात त्यांच्यामध्ये (राजाच्या स्थानातील फरकामुळे) खूपच फरक आहे. तसेच (प्रत्येक खेळाडूच्या) खेळीच्या प्रथम पाळीच्या हक्काचे महत्त्वही बरेच आहे.

आकृती १४१ अ मध्ये जर पांढऱ्याची प्रथम खेळी असेल तर तो प्रगती करू शकत नाही. उदा.

(कुं) (१) सी७+, रा-सी८;
(२) रा-सी६, ...;

आणि डाव कुंठित होऊन बरोबरीचा होतो. कारण काळ्या राजाला चाल उरत नाही. किंवा पांढऱ्या राजाला प्यादे सोडणे भाग पडते.)

किंवा

(ठि) (१) रा-सी५, रा-सी७;
(२) रा-बी५, रा-सी८;
(३) रा-बी६, रा-बी८;

म्हणजे शेवटी, आकृती १४१ अ प्रमाणे (सुरुवातीचीच) स्थिती प्राप्त होते. ह्यावरून पांढऱ्याने कसलीही प्रगती केली नाही हे दिसून येते.

किंवा

(त) (१) रा-बी५, रा-सी७;

(२) रा-सी५, रा-सी८;

(३) रा-बी६, रा-बी८;

पुन्हा आकृती १४१ अ प्रमाणे सुरुवातीचीच स्थिती येते; (आणि प्रगती शून्य)

आता समजा, जर काळ्याची प्रथम खेळी असेल तर काय होते ते पाहू.

(ज) (१) ..., रा-सी८;

(२) सी७, रा-डी७;

(३) रा-बी७, ...;

अशा रीतीने पांढरा राजा सी८ ह्या वजीरीकरणाच्या घराचा ताबा घेऊ शकतो आणि प्याद्याचा नववजीर करून डाव जिंकू शकतो.

किंवा

(य) (१) ..., रा-ए८;

(२) रा-सी७, ...;

परंतु पांढऱ्याने जर (२) **सी७?? ...;** ही खेळी चुकून केली तर डाव कुंठित होऊन बरोबरीचा होतो.

(२) ..., रा-ए७;

(३) रा-डी७, ...;

अशा रीतीने पांढरा राजा **सी८** ह्या वजीरीकरणाच्या घराचा ताबा घेऊन, प्याद्याचा नववजीर करून डाव जिंकू शकतो.

आता १४१ ब मध्ये जर पांढऱ्याची खेळी प्रथम असेल तर, तो डाव नक्की जिंकू शकतो. उदा.

(१) जी७, रा-एच७;

(२) रा-एफ७, ...;

अशा रीतीने पांढरा **जी८** ह्या वजीरीकरणाच्या घराचा ताबा मिळवून प्याद्याचा वजीर करून डाव जिंकू शकतो.

परंतु जर काळ्याची प्रथम खेळी असेल तर मग तो **(१) ..., रा-एफ ८;** ही खेळी करून आ. १४१ अ च्या स्थितीत येतो आणि मागे 'कुं' 'ठि' 'त' मध्ये सांगितल्याप्रमाणे डाव कुंठित करून बरोबरी करू शकतो.

वर उल्लेखिलेल्या उदाहरणांवरून दृग्गोचर होणारे सूत्र पुढे दिले आहे.

सूत्र : पांढरे प्यादे त्याच्या राजाच्या मदतीने जर शह न देता सातव्या घरात पोहोचू शकले तरच पांढऱ्या प्याद्याचा वजीर करून, पांढरा डाव जिंकू शकतो. आणि जर हे शक्य झाले नाही तर मग डाव कुंठित होऊन बरोबरीचा होतो. प्याद्याचे वजीरीकरण करण्याच्या वेळी वरील सूत्र नेहमी लक्षात ठेवावयास हवे. कारण ह्याच सूत्रावर प्याद्याचे भवितव्य आणि डावाचा शेवट अवलंबून असतो.

तसेच पुढे जाणाऱ्या प्याद्याच्या पुढे जेव्हा बचावखोर राजा असतो, तेव्हा खेळी गणनेचे (म्हणजे मोजण्याचे) आणि वेळेचे महत्त्व अत्यंत दक्षतेने पाळावयास हवे. कारण दोन्हीपैकी कोणत्याही खेळाडूच्या खेळी गणनेतील क्षुल्लक चुकीचा शेवट, डाव बरोबरीने सोडविण्यात किंवा जिंकण्यात होऊ शकतो.

बचावखोर राजाचा, वजीरीकरणाच्या घरावरील ताबा संपूर्णपणे नाहीसा करण्यावरच डावाचे भवितव्य अवलंबून असते. आपण आकृती १४१ अ आणि ब मध्ये प्यादे सहाव्या घरात असतानाची परिस्थिती पाहिली.

आता आपण आ. १४२ प्रमाणे प्यादे पाचव्या घरात असताना काय होऊ शकते ते पाहू. आकृती १४२ पहा.

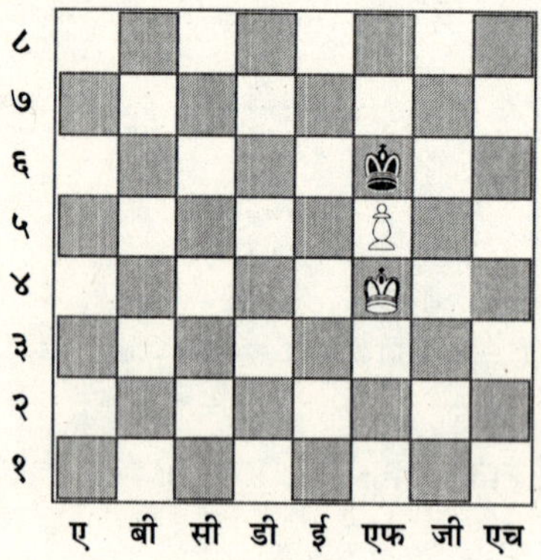

आकृती क्र. १४२
पांढऱ्याची खेळी आहे.

पांढऱ्याची खेळी असताना

(१) रा-ई४, रा-एफ७;

किंवा

(१) रा-जी४, रा-ई७;

किंवा

(१) ..., रा-जी७;

थोडक्यात प्याद्याच्या बढतीच्या मार्गातील काळ्या राजाचा नजीकचा अडसर मागे ढकलला आहे.

(२) रा-ई५, रा-ई७;

(३) -एफ६+, रा-एफ७;

(४) रा-एफ५, रा-एफ८;

(५) रा-ई६, रा-ई८;

अशा रीतीने आकृती १४१ अ मध्ये दाखविलेली स्थिती येते आणि मग डाव कुंठित होऊन बरोबरीचा होतो. उपरिनिर्दिष्ट उदाहरणावरून आपल्याला दिसून येते की, जेव्हा बचावखोर राजे प्याद्याच्या अगदी समोरील घरात किंवा त्याच्या पाठीमागच्या म्हणजे प्याद्याच्या समोरून दुसऱ्या घरात पोहोचू शकतात तेव्हा डाव कुंठित होऊन बरोबरीचा होतो.

आता आपण आकृती १४३ मध्ये दाखविल्याप्रमाणे दोन्ही राजे आणि प्यादे- (तिसऱ्या घरात) असताना काय होते ते पाहू.

आकृती १४३ पहा.

काळ्याची प्रथम खेळी असताना बरोबरी होते.

(१) ..., रा-एफ६;

(२) रा-ई३, रा-ई५;

(३) -एफ४+ रा-एफ५;

(४) रा-एफ३, ...; म्हणजे

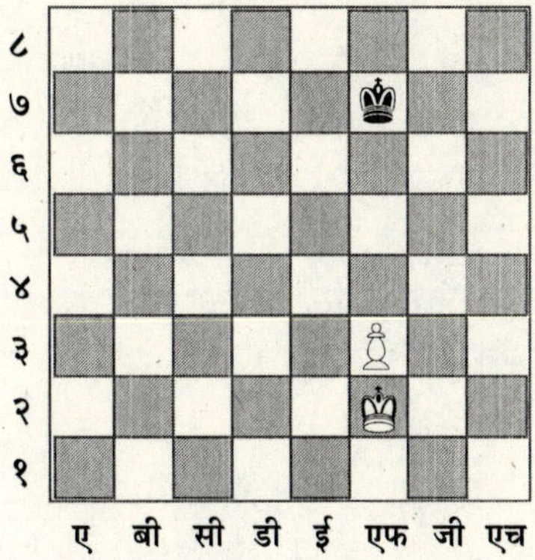

आकृती क्र. १४३

काळ्याची खेळी आहे – बरोबरी होते.

पांढऱ्याची खेळी आहे – डाव जिंकतो.

आकृती १४२ सदृश स्थिती प्राप्त होते आणि डाव कुंठित होतो. परंतु जर पांढऱ्याची प्रथम खेळी असेल तर तो 'राजाचा विरोध' (आकृती ११६ पहा) ह्या तंत्राचा योग्य रीतीने उपयोग करून वजीरीकरणाच्या घराचा ताबा मिळवून डाव जिंकू शकतो. उदा.

(१) रा-ई३, रा-एफ६; किंवा १..., रा-ई६; (२) रा-ई४, रा-एफ६ (३) रा-एफ४, ...; (पुढे मूळ खेळी २ प्रमाणे स्थिती येते.)

(२) रा-एफ४, रा-ई६;

(३) रा-जी५, रा-ई७; किंवा (अ) (३) ..., रा-एफ७; (४) रा-एफ५, रा-ई७; (५) रा-जी६ म्हणजे परत मुख्य खेळीकडे वळतो किंवा (ब) ३ ..., रा-ई५; (४) एफ४+, रा-ई६; (५) रा-जी६, रा-ई७; (६) एफ५, रा-एफ८; (७) रा-एफ६, रा-ई८; (८) रा-जी७, ..., पांढरा वजीरीकरणाच्या घराचा ताबा मिळवतो आणि प्याद्याचा वजीर करू शकतो.)

(४) रा-एफ४, रा-ई८; किंवा ४ ..., रा-ई६; (५) एफ४, रा-ई७; (नंतर वर दिलेल्या (३ब) प्रमाणे)

(५) रा-एफ६, रा-एफ८; (राजाचा विरोध ह्या तंत्राचा फायदा पांढऱ्याला सातव्या खेळीत मिळतो.)

(६) रा-एफ४, रा-ई८; (किंवा ६ ..., रा-जी८; (७) रा-ई७, वरील ४ प्रमाणे जिंकतो.)

(७) रा-जी७, रा-ई७;

(८) एफ५, रा-ई८; आता पांढरा जिंकू शकतो.

(९)एफ६, रा-डी८;

(१०) एफ७, रा-डी७/-ई७;

(११) एफ८/व +, ...; अशा रीतीने वजीर करून पांढरा डाव जिंकू शकतो.

खेळी गणना : अंतिम पर्वामध्ये आ. १४४ मध्ये दाखविल्याप्रमाणे डावाची स्थिती बऱ्याच वेळा उद्‌भवते. डावाच्या अशा स्थितीत वजीरीकरणाच्या घरात प्यादे किती खेळ्यांमध्ये पोहोचू शकते यावर डावाचे भवितव्य अवलंबून असते. यासाठीच "खेळी गणना" म्हणजे चालींची आगाऊ मोजणी करणे ही एक आवश्यक बाब ठरते. उदा. आकृती १४४ पहा.

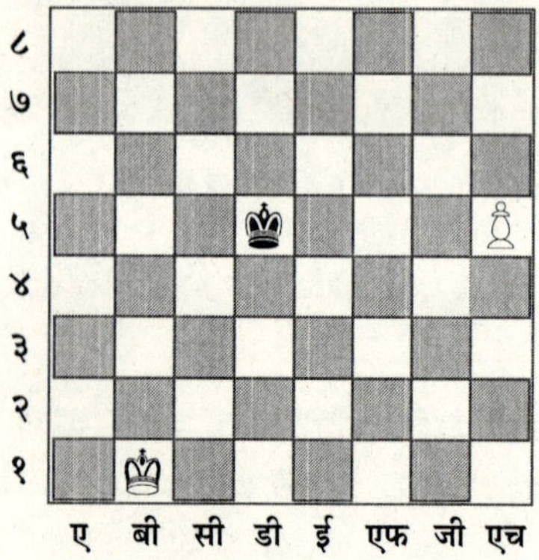

आकृती क्र. १४४

पांढऱ्याची खेळी आहे – डाव जिंकतो.

काळ्याची खेळी आहे – बरोबरी होते.

(अ) प्यादे तीन खेळ्यांमध्ये एच८ ह्या वजीरीकरणाच्या घरात पोहोचू शकते. उदा. **(१) एच६, ...; (२) एच७, ...; (३) एच८, ...;**

(ब) काळ्या राजाला एच८ ह्या घरात पोहोचावयाला ४ खेळ्या लागतात. उदा.

(१) ..., रा-ई६;

(२) ..., रा-एफ७;

(३) ..., रा-जी७;

(४) ..., रा-एच८;

आता आपण पांढऱ्याची खेळी प्रथम असताना आणि काळ्याची खेळी प्रथम असताना काय होते ते पाहू.

पहिली खेळी पांढऱ्याची असताना

(१) एच६, रा-ई६;

(२) एच७, रा-एफ७;

(३) एच८ / = व, ...;

येथे **जी७** ह्या घरात गेल्यानंतरच काळ्या राजाला **एच८** ह्या वजीरीकरणाच्या घरावर ताबा ठेवता येतो, परंतु येथे वजीरीकरणाच्या घरापासून दोन घरे लांब असतानाच पांढरे प्यादे **एच८** ह्या घरात सुरक्षितपणे जाते आणि निर्धोकपणे त्याचा वजीर होतो.

पहिली खेळी काळ्याची असताना

(१) ..., रा-ई६;

(२) एच६, रा-एफ७;

(३) एच७ रा-जी७; 'एच८' हे वजीरीकरणाचे घर काळ्या राजाच्या ताब्यात येते, तेव्हा पांढऱ्याने

(४) एच८/ = व, ...; ही खेळी करून वजीर करून सुद्धा काळा राजा त्याला मारू शकतो **(४) ..., रा × एच८;** कारण **एच८** ह्या घरात, काळ्या राजापेक्षा कमी खेळ्यात, प्यादे, पोहोचत नसल्याने ते मरते.

अशा प्रकारच्या समस्येतून उद्‌भवणारे सूत्र पुढे दिले आहे ते नेहमी ध्यानात ठेवावे.

खेळी गणना 'पद्धतीचे सूत्र' :

सूत्र (क्र.१) : अंतिम पर्वामध्ये राजा आणि प्यादे विरुद्ध एकाकी बचावखोर राजा अशी स्थिती असताना, वजीरीकरणाच्या घरात आधी पोहोचण्याची तीव्र चढाओढ बढत प्यादे आणि बचावखोर राजा ह्यांच्यामध्ये लागते. अशा वेळी पहिली खेळी बढत प्याद्याची असेल आणि वजीरीकरणाच्या घराकडे जाण्याच्या चढाओढीत, बचावखोर राजा त्या (वजीरीकरणाच्या) घरापासून कमीत कमी दोन घरे लांब असताना जर ते प्यादे सुखरूपपणे पोहोचले तर त्याचा वजीर बनतो (सूचना : येथे प्यादे त्याच्या राजाच्या मदतीविना स्वतंत्रपणे पुढे जाते.)

(१) हत्तीच्या पट्टीतील प्याद्याचा अपवाद :

ए किंवा एच ह्या हत्तीच्या पट्टीत प्यादे असताना, बचावखोर राजा, वजीरीकरणाच्या घरात जर वेळीच जाऊ शकला तर त्या प्याद्याचा वजीर होऊ शकत नाही. उदा. आकृती १४५ आणि आकृती १४६ पहा.

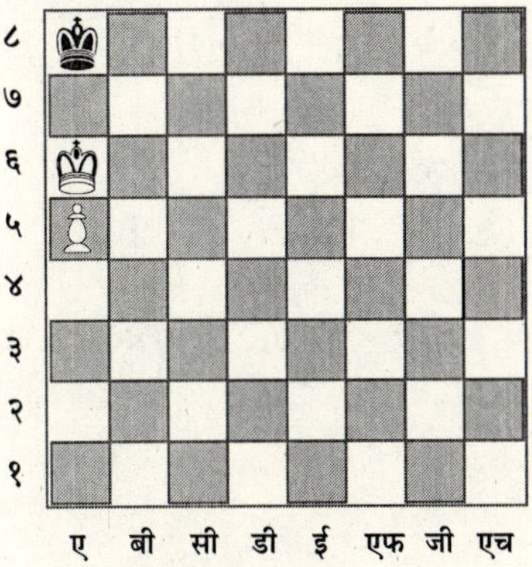

आकृती क्र. १४५

काळ्याची खेळी आहे.

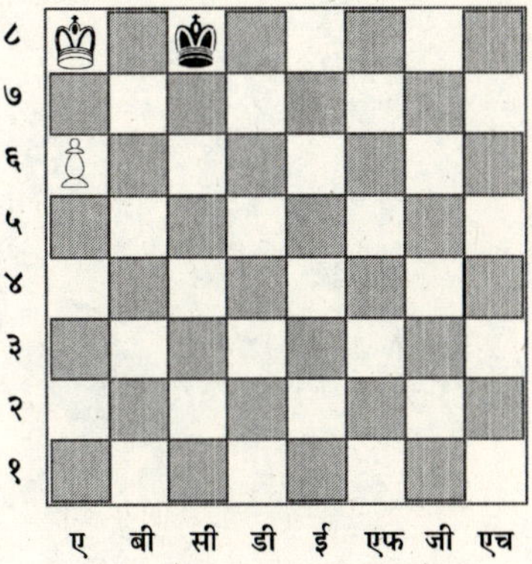

आकृती क्र. १४६

पांढऱ्याची खेळी आहे.

काळ्याची खेळी आहे.

(१) ..., रा-बी८;

(२) रा-बी६, रा-ए८;

(३) ए६, रा-बी८;

(४) -ए७ +, रा-ए८;

(५) रा-ए६, ...; डाव कुंठित होऊन बरोबरीचा होतो.

किंवा

(५) रा-ए५, (किंवा रा-बी५ किंवा रा-सी६, ...;) रा × ए७; आणि मग डाव बरोबरीचा होतो.

आकृती १४५ मध्ये प्रथम पांढऱ्याची खेळी असली तरी सुद्धा वरीलप्रमाणेच डाव कुंठित होऊन बरोबरीचा होतो.

आकृती १४६ मध्ये पांढरा राजा **ए८** ह्या वजीरीकरणाच्या घरात असला तरीसुद्धा डाव कुंठित होतो; कारण पांढऱ्या प्याद्याच्या वजीरीकरणासाठी पांढऱ्या राजाला ए पट्टीच्या बाहेर प्रथम जाणे भाग पडते. परंतु पांढऱ्या राजाला ए पट्टी बाहेर, काळा राजा येऊ देत नाही. उदा.

(१) रा-ए७, रा-सी७;

(२) रा-ए८, रा-सी८; आणि परत

(३) रा-ए७, रा-सी७! परत त्याच त्या खेळ्या होतात आणि डाव कुंठित होऊन बरोबरीचा होतो.

■

जीवन आणि चतुरंग

जीवनात क्रीडा शिकवतो चतुरंग
खेळातील जीवन जगवतो चतुरंग
लाखो लोकांना रिझवतो चतुरंग
लाखो लोकांना घडवतो चतुरंग ॥१॥

जोर न करता पुढे जो जातो
पुढे मागे तो पस्तावतो।
समजून उमजून पुढे जो जातो
विजयी त्याला करतो चतुरंग ॥२॥

मोहामध्ये का पडता हो
ध्येयापासून का ढळता हो।
सर्वाआधी करा स्वरक्षण
पाठ शिकवतो हा चतुरंग ॥३॥

विना योजना पुढे जो जातो
विना ध्येया फुका जो लढतो।
चालीं त्याच्या कशा का होवो
त्या व्यर्थ दाखवी हा चतुरंग ॥४॥

संधी येता सोडू नका हो
जी जी मिळते ती ती घ्या हो
खेळा, उघडे डोळे ठेवुनी हो
धडा शिकवतो हा चतुरंग ॥५॥

मार्ग आपुला साफ करा हो
स्वहित चिंतन तुम्ही करा हो
धैर्य धरा विश्वास धरा हो
मार्ग दाखवी हा चतुरंग ॥६॥

बाधा येता लढा द्या हो
मागे पुढे जात रहा हो।
बलिदानांच्या गाथांना हो
अमर बनवितो हा चतुरंग ॥७॥

कुंठित वजीर हताश होतो
बढत प्यादे, मंत्री बनतो
शक्तीशाली पुढे जो जातो
हात मदतीचा देतो चतुरंग ॥८॥

राखी साहस अंतिम क्षणी जे
चाली मध्ये फसत नाही जो
त्या योध्यांना जयमाला हो
स्वत: घालितो हा चतुरंग ॥९॥

खऱ्या चुकांना उमजून घ्या हो
कठीण समयी धैर्य धरा हो
हरला तरी हिम्मत हरू नका हो
पटवून देतो हा चतुरंग ॥१०॥

जो कोणी आज हरे तो
होतो विजयी उद्याच की हो
असा खेळाडू जिंकीत जातो
त्याची निवड करतो चतुरंग ॥११॥

दु:ख नि सुख येते नि जाते
हार नि जीत होतच राहते
निराश कधीही होऊ नका हो
हेच शिकवतो हा चतुरंग ॥१२॥

जीवनात क्रीडा शिकवतो चतुरंग
खेळातील जीवन जगवतो चतुरंग
लाखो लोकांना रिझवतो चतुरंग
लाखो लोकांना घडवतो चतुरंग ॥१३॥

■

उपसंहार

कुठलाही खेळ म्हटला की, त्यात करमणुक ही आलीच; परंतु, बैठ्या खेळाचा राजा असलेल्या बुद्धिबळ खेळात, करमणुकीबरोबरच बुद्धिचापल्य, मनाची एकाग्रता, सोशिकपणा, आणिबाणी प्रसंगी मनाचा समतोल राखणे व तर्कशास्त्राचा योग्य उपयोग या गोष्टीही बुद्धिबळ खेळात साध्य होतात, हे लक्षात घेतले पाहिजे. इतर खेळ व कलांप्रमाणे बुद्धिबळ खेळाचे कसब बालवयात हेरून, त्यांना शिकवणे आवश्यक आहे. कारण हल्ली बुद्धिबळ स्पर्धा लहान वयीन, ७ वर्षाखालील, ९ वर्षाखालील १२-१४ वगैरे वर्षांखालील वयोगटात घेतल्या जातात. त्यासाठी ४-५ वर्षांच्या मुला-मुलींना हा खेळ शिकवणे इष्ट ठरेल.

जे काही शिकायचे, त्यातल्या त्यात बुद्धिबळ खेळ (व त्यातील डावपेच) शेवटी स्वत:च शिकावे लगतात, व लहान मुला-मुलींना शिकवावे लागतात. या वस्तुस्थितीला धरून, तसे शिकण्याकरता व शिकवण्याकरता मदत म्हणून बुद्धिबळ खेळावर पुस्तके, मासिके, लेख वगैरे लिहिली जातात. परंतु ही बहुतांशी सर्व इंग्रजी भाषेतून वा परकीय भाषेतून असतात. परंतु इंग्रजी भाषा पुरती न जाणणारे अशा अनेक लोकांना ती पाहिजे तितकी उपयुक्त ठरत नाहीत. त्याचप्रमाणे लहान तालुक्यातील, छोट्या छोट्या खेडेगावातील लोकांना, मुला-मुलींना बुद्धिबळ खेळ शिकण्याची तीव्र इच्छा आता निर्माण होऊ लागली आहे. कारण या खेळाचा प्रचार आणि प्रसार खूप वाढत आहे.तेव्हा सर्व उत्सुक खेळाडूंसाठी मराठीतून हे ज्ञान क्रमश: प्रस्तृत करावे या उद्देशातून **''बुद्धिबळाचा श्रीगणेशा – भाग एक व बुद्धिबळ तंत्र आणि मंत्र – भाग दोन''** हे पुस्तक लिहिले आहे.

अगदी सुरुवातीपासूनच पटावर प्रत्यक्ष खेळताना या पुस्तकाच्या अभ्यासाची जोड देऊन खेळ खेळण्याची सवय लागण्याची आवश्यकता आहे. एकदा का या खेळाची गोडी-आवड निर्माण झाली की मुला-मुलींनी रोज सराव

करावा. यापुढील अभ्यासास उपयुक्त अशी बुद्धिबळ खेळावरील प्रगत पुस्तकांचा अभ्यास करणे उचित ठरते. निरनिराळ्या स्पर्धांमधून भाग घेऊन या खेळात प्राविण्य मिळवावे.

हे सारे पाहून या खेळाचा पाया भक्कम करण्यासाठी हे छोटे मार्गदर्शक पुस्तक लिहिले आहे. सर्व सान-थोरांना हे पुस्तक आवडले आणि उपयुक्त ठरले म्हणजेच लेखकाच्या श्रमांचे सार्थक होईल!

ना. रा. वडनप

■

आधारग्रंथ

Names of the book	Auther
1) Chess a way to learn	By W. Ritson Morry and W. Melville Mitchel
2) Chess openings	By J. A. Horowitz
3) New Traps in Chess Opening	By J. A. Horowitz
4) An Invitation to chess	By Irving Chernev and Keneth Hrkhness
5) Logical Chess move by move 6) Practical Chess ending 7) The Most Instructive games of Chess ever played	By Irving Chernev
8) A guide to Chess Openings	By Barden Loonerd
9) Your Book of Chess	By Raymond Bott and Stanely Morrison
10) Discovering of Chess 11) Chess Tacties for Beginners	By R. G. Wade

12) History of Chess — By R. J. R. Murray

13) Fisher Vs. Spasky — By Svetozar Gilgoric

14) Basic Chess Endings — By Reuben Fine

15) The Complete Book of Chess — By J. A. Horowitz and P. L. Rothenberg

16) Chess is an easy game,
17) Chess in Nutshell,
18) Improving your Chess — By Fred Reinfeld

19) Great Short Games of the Chess Masters
20) Chess Positions — By C.H.O.D Alexander

21) The ABC of Chess — V. Grishin & E. Hxin.

२२) बुद्धिबळे
२३) बुद्धिबळाचा ओनामा (चतुर्थ आवृत्ती)
२४) बुद्धिबळातील पेचप्रसंग
२५) चतुरंग बुद्धिबळातील सापळे (द्वितीय आवृत्ती)
२६) बुद्धिबळाचा सुसंघटित मारा (द्वितीय आवृत्ती)
२७) बुद्धिबळातील " च क वे"
२८) बुद्धिबळ शिका (द्वितीय आवृत्ती)
२९) बुद्धिबळाचा श्रीगणेशा — ना. रा. वडनप

३०) बुद्धिबळातील गमती-जमती — श्री. विजय पंडीत

रुपेरी

सिंधू

अतुल कहाते

बॅडमिंटनमध्ये रिओ ऑलिम्पिक्स स्पर्धेत रौप्यपदक मिळवण्याचा अभूतपूर्व पराक्रम पी. व्ही. सिंधू या युवा भारतीय खेळाडूनं करून दाखवला. अत्यंत साध्या परिस्थितीत वाढलेल्या सिंधूनं जिद्द, परिश्रम, अथक सराव आणि प्रशिक्षकाचा सल्ला प्रमाण मानून केलेले कष्ट या सगळ्या गोष्टींमुळे सिंधू जागतिक पातळीवर इतक्या यशोशिखरावर जाऊन पोहोचली. इथून पुढेही ती प्रचंड यश मिळवू शकते, असा आशावाद तिनं जागवला आहे. या सिंधूची ही प्रेरणादायी कहाणी.

माझं आत्मचरित्र

'प्लेइंग इट माय वे'ची तरुण वाचकांसाठी विशेष आवृत्ती

चेस युअर ड्रीम्स

मास्टर ब्लास्टरच्या आयुष्यातील विलक्षण क्षण खास कॉमिक स्वरूपात

लेखक
सचिन तेंडुलकर

सहलेखक
बोरिआ मजुमदार

अनुवाद
दीपक कुळकर्णी

मी अकरा वर्षांचा असतानाच माझ्या वडिलांनी मला पूर्ण स्वातंत्र्य दिलं. ते मला म्हणाले, **"तू स्वत:च्या हिमतीवर तुझी स्वप्नं साकार केली पाहिजेस, पण त्यासाठी कोणताही शॉर्टकट वापरू नकोस."**

२४ वर्षांच्या कारकिर्दीत प्रतिभाशाली सचिनच्या प्रभावासमोर अबाधित राहिलेले विक्रम विरळाच. कसोटी व एकदिवसीय सामन्यांत सर्वाधिक धावा काढण्याच्या विक्रमाव्यतिरिक्त १०० आंतरराष्ट्रीय शतकं झळकवणारा आणि २०० कसोटी सामने खेळणारा सचिन हा पहिला व एकमेव क्रिकेटपटू आहे. त्याची घणाघाती फटकेबाजी आणि जगाच्या कानाकोपऱ्यात कुठेही धावा काढण्याची त्याची क्षमता याबद्दलच्या कथा न संपणाऱ्या आहेत.

मुंबईतील एका मध्यमवर्गीय कुटुंबात वाढलेल्या, पण जात्याच अतिशय खोडकर स्वभावाच्या सचिनने मोठेपणी मात्र आपली ध्येयं कशी साध्य करावीत व आपण पाहिलेली स्वप्नं प्रत्यक्षात कशी आणावीत हे एक खेळाडू आणि कप्तान म्हणून सर्वांना दाखवून दिलं. खेळावरील अविचल निष्ठा, ज्वलंत देशप्रेम व मैदानावरील आणि मैदानाबाहेरील विनम्र वर्तणूक यामुळे तो अब्जावधी लोकांच्या गळ्यातील ताईत व नव्या पिढीचा आदर्श ठरला यात नवल ते कसलं!

सचिनच्या विलक्षण जीवनप्रवासातील बारीकसारीक तपशील व यशामागची गुपितं जाणून घेण्यासाठी त्याची ही आत्मकहाणी जरूर वाचा.